ஆயிரம் தீவு
அங்கயற்கண்ணி

AA000589

கவிஞர் கண்ணதாசன்

கண்ணதாசன் பதிப்பகம்

23, கண்ணதாசன் சாலை,
தியாகராய நகர்,
சென்னை - 600 017.
போன் - 2433 2682 / 2433 8712

மதுரை ● கோவை ● பாண்டி

திருத்தப்பெற்ற முதற்பதிப்பு   : ஜனவரி, 2019
இரண்டாம் பதிப்பு   : ஜூன், 2022

E-mail: sales@kannadasan.co.in
Our Website: www.kannadasan.co.in

பதிப்பாசிரியர்: காந்தி கண்ணதாசன்

எச்சரிக்கை

Price Rs: 280/-

AAYIRAM THIVU ANGAYARKANNI - Tamil

❖ Written By   : Poet Laureate Kannadhasan
❖ Second Edition   : June, 2022
❖ Publishing Editor : **Gandhi Kannadhasan**
❖ Published By   : **Kannadhasan Pathippagham**
23, Kannadhasan Salai,
Thiyagaraya Nagar, Chennai - 600 017.
Ph: 044-24332682 / 8712 / 98848 22125

ISBN: 978-81-8402-651-1

Our Branches :

- No: 1212, Range Gowder Street, **Coimbatore** - 641001
  ☎ : 0422 - 4980023 / 98848 22139

- No.1, Annai Complex, III Street, Vasantha Nagar, **Madurai** - 625 003.
  ☎ : 0452 - 4243793 / 98848 22126

- No. 37, Bharathy Street, **Puducherry** - 605 001.
  ☎ : 0413 - 4201202 / 98848 22128

Printed at : Kannadhasan Pathippagham, Chennai -17.

பொருளடக்கம்

ஆயிரம் தீவு அங்கயற்கண்ணி

பாகம் ஒன்று

முன்னுரை

சரித்திரத் தொடர்கதை எழுத வேண்டும் என்ற ஆசை எனக்கு இன்று நேற்று ஏற்பட்டதல்ல. இருபது ஆண்டு களுக்கு முன்பாகவே ஏற்பட்ட ஒன்றாகும்.

1954-ல் நான் 'தென்றல்' பத்திரிகை ஆரம்பித்தேன். 56-லேயே இந்தத் தொடர்கதையை எழுத ஆரம்பித்தேன்.

வாரா வாரம் எழுதியதால் கதை வளைந்தும் நெளிந்தும் போனாலும், படிப்பதற்கு ஆவலைத் தூண்டும் வகையில் கதை அமைந்துள்ளது.

நீண்ட காலத்திற்கு ஒரு எழுத்தாளன் அல்லது கவிஞனின் பெயரை நிலைநாட்ட இதுபோன்ற கதைகள் பயன்பட மாட்டா என்பது எனக்குத் தெரியும். எனினும், சம்பவக் கோர்வைகளைப் படிக்க விரும்புவோர் ஒவ்வொரு தலைமுறையிலும் தோன்றிக் கொண்டே இருப்பர் என்பதால், எனது இந்த நூலும் காலாகாலங்களுக்கு நிற்கும் என்ற நம்பிக்கை எனக்கு உண்டு.

நாவல்துறையில் நான் பின்பற்றுவது, பங்கிம் சந்திர பாபுவையும், சரத் பாபுவையும்.

கிழக்கிந்தியக் கம்பெனியின் காலத்தில் வாழ்ந்தவர் பங்கிம் பாபு.

ஆங்கில ஆதிக்கம் அரசாங்கமாக நிலைத்து வேரூன்றிய பிற்பாடு பிறந்தவர் பங்கிம் பாபு. பங்கிம் பாபுவின் நூல்களில் சரித்திர உணர்வு அதிகம்.

சரத் பாபுவின் நூல்களில் இந்துமத உணர்வுகள் மிக அதிகம். மதங்களை அவர் ஆதரித்தாரோ இல்லையோ, ஆரிய சமாஜம், பிரம்ம சமாஜம் என்ற வார்த்தைகள் அவருடைய நாவல்களில் பக்கத்துக்குப் பக்கம் இடம் பெறும்.

நான் சரித்திர உணர்வும், மத ஆதரவு உணர்வும் உடையவன். ஆகவே இரண்டு துறைகளிலும் வெற்றிபெற முயற்சிக்கிறேன்.

சரித்திரத் துறையில் எவ்வளவு தூரம் வெற்றி பெற்றிருக்கிறேன் என்பதை இந்த நாவலைப் படிப்பவர்கள் தான் சொல்ல வேண்டும்.

நாவலாசிரியனாகப் பெயரெடுக்கும் ஆசை இல்லாததால் இந்த நாவலின் முதற்பதிப்பு வெளியாகி விற்று முடிந்து பல ஆண்டுகள் தூங்கிய பிறகு இதை விழிக்க வைத்திருக்கிறேன்.

தென்றலில் இதை நான் எழுதும்போது என்னுடன் ஒத்துழைத்த நண்பர் திரு.க. நாராயணன் அவர்களுக்கும், வழக்கம்போல் இதனைத் தந்து உதவிய தம்பி இராம. கண்ணப்பனுக்கும் எனது நன்றி.

அன்பன்,
கண்ணதாசன்

சென்னை
12.12.79

சிறை செய்த தவம்

கவியரசர் எழுதிய முதல் வரலாற்று நாவல் இது. அவரது முதல் நாவலும் இதுவே. 'நிலவினிலே...' என்ற அவரது முதல் சிறு கதையும் வரலாறு தழுவியதே.

சிறுவயது முதற்கொண்டே கவியரசருக்கு வரலாறு படிப்பதிலும் கற்பதிலும் பெரும் ஆர்வம் இருந்திருக்கிறது. இந்த ஆர்வத்தை டால்மியாபுரம் பெயர் மாற்றப் போராட்டத்தில் ஈடுபட்டு சிறைத்தண்டனை பெற்று திருச்சி சிறையில் இருந்தபோது அனுபவித்த தனிமையும், சிறை நூலகத்தில் கிடைத்த வரலாற்று நூல்களும் அவரது ஆர்வத்தை வளர்த்திருக்கின்றன. சிறைத் தனிமையில் அவர் படைத்த 'மாங்கனி' என்ற சிறு காவியமே - சேரர் வரலாறு தழுவியது - 'கவியரசு' என்ற அரிதான விருதை அவருக்கு வழங்கியது.

மாங்கனியைத் தொடர்ந்து அவர் படைத்த 'ஆட்டனத்தி ஆதிமந்தி'யும் வரலாறு தழுவியது.

சிறையில் இருந்து வெளிவந்து 'தென்றல்' இதழை இலக்கிய வெறியில் துவக்கினார். தனது மேதமையை வெளிப்படுத்திக் காட்ட அவர் பல அவதாரங்களை எடுத்தார்.

1954, 55, 56 மறக்க முடியாத ஆண்டுகள். இந்த ஆண்டு களில் கண்ணதாசன் என்ற மனிதர் இலக்கிய உலகத்தில் நடத்திய இலக்கிய யுத்தங்கள் மகத்தானவை. ஆராய்வதற்குரிய இந்த ஆண்டுகளே அவரை தமிழ் உலகின் முடிசூடா மன்னராக்கியது. மாசபைகள் எல்லாம் அவரது வருகைக்குக் கம்பளம் விரித்துக் காத்திருந்தன.

முன்னேற்றக் கழக இலக்கியவாதியாக இருந்தும் கூட அந்த இயக்கத்துக்கே சொந்தமான மொழியாளுமையைக் கவிஞர் கைக்கொண்டதில்லை. அன்றே அதை ஒதுக்கி தனக்கென ஓர் நடையை அவர் தேர்ந்து வழி நடந்தார்.

'ஆயிரந்தீவு அங்கயற்கண்ணி' என்ற இந்த ஓவியம் சோழர்களின் பொற்காலத்தைப் பின்னணியாகக் கொண்டது.

எதையும் மிகவும் உற்சாகத்தோடு தொடங்கும் கவிஞர் நாளடைவில் அதன்பால் சோர்வு கொள்வார். அப்படியே இந்தக் கதையிலும் அவர் சோர்ந்தார். அந்த சோர்வு வேளை களில் கவிஞரை உற்சாகப்படுத்தி இந்த நாவலை முடிக்கச் செய்தவர் திரு. க. நாராயணன். இந்த நாவலைப் பொறுத்த வரை மேற்படி நண்பருக்கு நன்றி சொல்வதுதான் பொருத்தம்.

வரம்பு மீறாத வரப்பு நீரோட்டம் போன்ற கவிஞரின் மொழி ஆளுமை, செம்மை, சிக்கனம் புதிதாக எழுதப் புகுவோருக்கு வழிகாட்டும்.

செலவு கருதாது, நூலை வெளியிட்டு தந்தையார் நினைவு போற்றும் தம்பி திரு. காந்தி கண்ணதாசன் பாராட்டுதலுக்கு உரியவர்.

இராம கண்ணப்பன்

சென்னை
28.6.91

ஆயிரம் தீவு அங்கயற்கண்ணி
பாகம் ஒன்று

1. **காதலர் களம்புக, மாதவன் மனங்கெட...**

மாயக்கலவி மணந்தகன் றார்திரு மார்பகலம்
தோயப்பெறாது சுடுகின்ற மேனி துறந்தவர்தாம்
ஆயத்துநின்று வருந்திய என்னை அணைத்தணைமேல்
சாயக்குளிருமின் றேயவர் சாரற் றழைப்படுத்தே!

- அம்பிகாபதிக் கோவை

கி.பி. 1015

படை புறப்படுகிறது. குதிரைகளின் காலடிச் சத்தம் சோழன் தலைநகரை ஒலிமயமாக்குகிறது. யானைகளின் பிளிறல் காதைத் தாக்குகிறது. வீர கோஷங்கள் வேறு இந்தச் சப்தங்களைப் பெரிதாக்குகின்றன. அணிவகுத்துச் செல்லும் படை தலைநகரின் ஒவ்வொரு தெருவிலும் நுழைகிறது. எட்டாம் தெருவில் வரும் படையின் கடைசி ஆள் முதலாம் தெருவில் வந்து கொண்டிருக்கிறான். அத்தகு பெரும்படை! மன்னன் **இராசேந்திரன்** கம்பீரமாக, யானையின் மீது அமர்ந்திருக்கிறான். அன்னையரும், இளமங்கையரும் தூவிய மலர்கள் அவன் சிரசில் தங்கி, பகைவனின் தலைகள் உதிருவதைப் போல் உதிர்கின்றன. முத்துத் தோரணம் கட்டினாற் போல அணியாக நின்ற மாதர்களின் புன்னகை, வரப்போகும் வெற்றியை முன்கூட்டி அறிவித்தன.

"எம் இறை வாழ்க!

மன்னர் வாழ்க!"

திடீரென்று, படையின் நடுப்பகுதியில் ஒரு வீரன் தன் குதிரையை நிறுத்துகிறான். அதற்குப் பின் உள்ள படைகள் திகைத்து, நிற்கின்றன. அவ்வீரன் **தளநாயகன்** தலைநிமிர்ந்து பார்க்கிறான். அங்கே மேல்மாடத்தில் ஒரு மெல்லி நல்லாள், தன் அதரக் கதவுகளால் பல முத்தங்களை மூடி மூடித் திறக்கிறாள். அவளது கண்கள், 'உலக மகா காவியம்' எழுதி அவன் கையில் ஒப்படைக்கின்றன. அவன் விடை கேட்பது போலப் பார்க்கிறான்; அவள் 'விடமாட்டேன்' என்பது போல பார்க்கிறாள். அவன் தன் வயமிழந்து குதிரையைத் தட்டுகிறான். குதிரையோ, அந்நிலை கெடுக்க விரும்பாது, அசைய மறுக்கிறது. பின் வந்த வீரர் பேதலிக்கின்றனர். கண்வந்த வழியைச் சாத்தக் கதவொன்றுமிலையோ! ஒரு வீரன் துணிகிறான்; தளநாயகனின் முதுகில், மெல்ல தன் வேலால் குத்துகிறான். கண்வேல் பட்ட காளை, கைவேல் பட்டதும் தன் நினைவு பெறுகிறான். குதிரையைத் தட்டுகிறான். பறக்கிறது குதிரை! படைகள் தொடர்கின்றன! புழுதிப் படலம் எழுகிறது! காட்சி மறைகிறது... படை, நகரின் எல்லை கடந்து விட்டது.

கடந்ததும் அறியா மங்கை அப்படியே நிற்கிறாள்.

எண்ணியவள் உருவம் கொல்லோ!

எழுதினான் எவனோ? அன்னான்

மன்னவன் மற்றறென்ன சிலைவடிப்பில்!

சொல்வேன் ஈண்டு!

அசையாது நிற்கும் அழகியின் பின்னே வரையாத ஓவிய வடிவத்தாள் ஒருத்தி, இருநாழியாக நிற்கின்றாள்; பார்த்தாளா, கோதை!

நின்று நின்று பார்க்கிறாள், அந்த நீலவீழிக் கோல மயில்! திரும்பவில்லை, இந்த தேன்வண்ண மேனியாள்! பார்த்தாள், வந்த பாவை கனைக்கிறாள்.

அவள் கனைத்தது, இவளுக்கு, தன் காதலன் ஏறிப் போன குதிரையின் கனைப்பு சிறிதாகி வந்து மோதுவது போல இருக்கிறது... திரும்பாமலிருக்கிறாள்.

அவள் 'நந்தினி' என்று அழைக்கிறாள்.

இவளுக்குத் தன் காதலன் குரலாகக் கேட்கிறது.

உடனே அவள் மெல்ல வந்து, "சீர்மிகும் செல்வி, தென்னவன் கோதை **நந்தினி** தேவியார் வாழ்வதாக! தேவி! நினது பாதாரவிந்தத்தில் ஒரு பக்தை பல நாழியாகக் காத்திருக்கிறாள்! கடைக்கண் திறந்து பாராயோ! உன் கருணைக் கடலைத் தாராயோ மலர் வண்ண மாதே! மங்கையர் திலகமே! காப்பதுன் பாரமம்மா!"

- என்ன பேசியும் அசையவில்லை அவள்.

புதுத்திட்டம் போடுகிறாள், வந்தவள்.

நந்தினியின் காதருகில் வந்து, "என் கண்ணே! கொடியில் முளைத்த கத்தரிக்காய் போல், என் மனதில் முளைத்த மாதே! உன்னை மடியில் பறித்துக் கொண்டு போய், சமையல் செய்து சாப்பிட ஆசைப்படுகிறேன்! என் கோமளமே! என் மயிலே! இன்னும் என்னென்ன உண்டோ அவ்வளவே! உன் காதலன் வந்திருக்கிறேன் பார்! பார்க்க மாட்டாயா, என் பங்கயமே!" என்கிறாள்.

அதற்கும் அவள் அசையவில்லை.

உடனே அவள் அப்படியே கைத்தாங்கலாக அணைத்துக் கொண்டு போய், படுக்கையில் படுக்க வைத்து உடம்பைத்

தொட்டுப் பார்க்கிறாள் தோழி மரகதம். "ஐயோ! உடம்பு கொதிக்கிறதே"

"நந்தினி! ஏன் இப்படி! அடி பைத்தியமே!"

"சோழ நாட்டிலே போர் கண்டு கலங்கும் பெண் ஒருத்தி இருப்பதே தவறு! போருக்குச் செல்லும் உன் காதலன் திரும்பி வரும்பொழுது அவனுக்குப் பரிசு வழங்குவது பற்றிய எண்ணம்தான் உனக்கு இருக்க வேண்டும். போர் என்றால் சாவு இருக்கும். ஆனால் நம்மவர்கள் சாவது குறைவாகத்தான் இருக்கும். கவலையை விடு."

நினைவு கொண்ட நந்தினி, "இல்லை, மரகதம், காணாமற்போன என் அன்னையைப் பற்றி, பின்னால் வந்த சேதியெல்லாம் அவளை, கயவர்கள் இடைதுறை நாட்டுப் பக்கம் தான் கொண்டு போனதாகக் கூறின. அதுமுதல், அந்தத் திசையை நினைத்தாலே எனக்கு கவலை அதிகரிக்கிறது. என் சொல்வேன் மரகதம்! வழி அனுப்பும்போது புன்னகைத்தேன். மறைந்ததும் சஞ்சலப்படுகிறதடி மனது! வாழ வேண்டும்; அவர் மீள வேண்டும்; என் மனங்குளிர வேண்டும்."

"எல்லாம் நடக்கும். அலட்டிக் கொள்ளாதே!" என்று அவளைப் போர்த்திவிட்டு நடக்கிறாள் மரகதம்.

"அத்தான்" என்று வாய்விட்டுக் கதறிய நந்தினி தலையணையில் முகங்கவிழ்த்து விம்முகிறாள். புயலுக்குப் புன்னை குலுங்கியதுபோல், அந்தப் பூச்சிரிப்புக்காரி குலுங்குகிறாள். அழுவாரின் உள்ளம் ஆற்றுவார்க்கில்லை; ஆற்றுவார்க்காக அடங்கவா முடியும்?

புறத்தில் ஆடிய பூவும், அவள் அகத்தில் ஓடிய எண்ணங்களுக்காக வாடி, தலையணையில் உதிர்ந்தது.

2. இடைதுறை நாட்டில் இளவல்...

ஒருவர்க்(கு) ஒருவாய் கொண்டுரைக்க
ஒண்ணாதேனும் உண்டாகுஞ்
செருவைச் சிறியேன் விண்ணப்பஞ்
செய்யச் சிறிது கேட்டருளே!

- கலிங்கத்துப்பரணி

இந்த நேரத்தில் சோழநாட்டின் வரலாற்றைக் கொஞ்சம் முன்னம் போய்ப் பார்க்க வேண்டும்.

தஞ்சைக் கோயிலை கட்டிய இராசராசன், பன்னாடும் வென்று, தென்னாட்டின் புகழைப் பல இடத்தும் நிலை நிறுத்தியவன். 'காந்தளூர்ச் சாலை கலம் அறுத்தருளிய சேர இராசகேசரிவர்மன்' என்பர் அவனை. சேரநாட்டில் திருவனந்த புரத்தின் ஒரு பகுதியாக வலியசாலை என்ற பெயரில் இன்று விளங்கும் காந்தளூர்ச் சாலையில் தான் இராசரானது முதற் போர் துவங்கிற்று. இந்தப் போர், மானங்காக்க நடந்த போராகும். அப்போது சேரநாட்டை ஆண்ட பாஸ்கர ரவி வர்மன் இராசராசனின் தூதனை அவமதித்தான் எனக் கேள்விப் பட்டு, இராசராசன் போருக்கெழுந்தான். நாகர்கோயிலுக்கு வடமேற்கே உள்ள உதகை என்னும் இடத்தில் அந்த தூதன் சிறை வைக்கப்பட்டிருந்தான். போர் துவங்கி, சேரமன்னனின் கடற்படைகள் அழிக்கப்பட்டன. பிறகு 'விழிஞம்' என்னும்

இடத்திலும் போர் நடந்து சேரர்கள் தோற்றனர். இந்தப் போர் கி.பி. 998-ல் நடந்தது எனச் சிலர் கூறுகின்றனர்.

அதன் பிறகு இராசராசன் கொல்லம், குடமலை நாடு முதலியனவற்றைத் தாக்கி வென்றான். சேலம், வட ஆர்க்காடு, பெல்லாரி, கோலார், தும்கூர் என்னும் மாவட்டங்களை உள்ளடக்கிய **நுளம்பப்பாடி** என்னும் இடத்தையும் இராசராசன் வென்றான். கங்கவாடி அதன் தலைநகர் களக்காடு, மைசூர்ப் பகுதியாகிய தடிகைபாடி முதலியன இராசராசன் வசம் வந்தன. இலங்கைத் தீவு முழுமையும் அதன் பின்னர் இராசராசன் ஆளுகைக்குட்பட்டது. பிறகு **சீட்புலி, பாகி** ஆகிய நாடுகளை வென்றான் இராசராசன். அதன் பிறகு கிருஷ்ணா நதிக்கரையோடு தொடர்ந்த வேங்கி நாட்டை வென்று, அதை அந்த நாட்டு இளவரசனான விமலாதித்தனுக்கே கொடுத்து விட்டு, அவனுக்கு தன் மகள் **குந்தவையையும்** மணம் செய்து கொடுத்தான்.

இறுதியாக இராசராசன் கொண்ட வெற்றி, இப்போது 'மால்தீவு' என வழங்கப்படும் 'முந்நீர்ப் பழந்தீவு பன்னீராயிரம்' வென்றதாகும். இந்தத் தீவுகளை இன்றும் 'ஆயிரம் தீவுகள்' என்று கூறி வருகிறார்கள்.

இந்தப் போரின் காலம் சரியாக கி.பி. 1000 என்று கூறப்படுகிறது. அதன் பிறகு கி.பி. 1014 - ல் இராசராசன் உயிர் நீத்தான். அதற்கு இரண்டாண்டுகளுக்கு முன்தான் இளவரசன் இராசேந்திரன் பட்டம் சூட்டப்பட்டான். பட்டம் சூட்டப்பட்ட இரண்டாம் ஆண்டில்தான் இராசேந்திரன் இடைதுறை நாட்டின் மீது போர் தொடுத்தது. ஆகவே ஆயிரம் தீவுகள் சோழர் வசப்பட்டு பதினாறு ஆண்டுகள் ஆகின்றன, நாம் நிற்கும் கட்டத்தில்...

வடபெண்ணை அருகில் இராசேந்திரன் படைகள் ஓய்வு கொண்டன. அலுப்புற்ற குதிரைகள், யானைகள் முதலிய வற்றைக் காட்டிலே அவிழ்த்து விட்டு விட்டு, படை வீரர்கள் கூடாரம் அடிக்கத் தொடங்கினர். படையின் ஒரு பிரிவான 'நல்லடி அணி'யின் தலைவன்தான் தளநாயகன். தளநாயகனது தாயகம் மேலைச்சளுக்கிய நாடாகும். மேலைச்சளுக்கிய மன்னனாயிருந்த தைலபன், தன் பட்டத்து ராணியோடு மறு மூன்று மனைவியரும் கொண்டிருந்தான். அதில் ஒருத்தி சோழ நாட்டு குடிமகன் ஒருவனின் மகள்; பெயர் **மங்கை**. அவள் மீது தைலபன் அளவு கடந்த காதல் கொண்டிருந்தான். இது கண்டு பொறாத பட்டத்து ராணியும் மற்றையோரும், அரண்மனை ஏவலாட்கள் மூவரும் மங்கையையும், அவளது கைக்குழந்தை தளநாயகனையும் காட்டில் கொண்டுபோய் விட்டுவிடச் செய்தான். வடபெண்ணை ஆற்றின் கரையில் அநாதைகளாகத் தவிக்கும்படி விடப்பட்டனர், தாயும் சேயும்.

மங்கை, கதறி அழுதாள். இந்தச் சூதை அவள் என்றுமே எதிர்பார்த்தவளல்ல. இதனை அறிந்த தைலபனும் அதே ஏக்கத்தில் மாண்டு போனான். அநாதையான மங்கையை **புலவர் வாழியாதன்** என்பார் காப்பாற்றினார். ஆசிரமம் போன்றதொரு இடத்திலே மங்கை தன் மகனோடு வாழ்ந்து வந்தாள். புலவர் இறந்ததும் மங்கையும், தளநாயகனும் சோழநாடு வந்தனர். சோழநாட்டில் தளநாயகனுக்கு இருபது வயதாகும்போது, மங்கை இறந்தாள். தளநாயகன், இராசராசன் படையில் சேர்ந்து, அப்போது பட்டம் கட்டப்படாமலிருந்த இளவரசன் இராசேந்திரனின் உயிர்த் தோழனானான். இராசராசன் மறைந்து, இளவரசன் இராசேந்திரன் அரியணைக்கு வந்ததும் தளநாயகன் 'அணித்தலைவன்' ஆனான்.

கூடாரத்தில் சாய்ந்தபடி தளநாயகன் சிந்தனையில் ஆழ்ந்தான். வெளியில் மற்ற வீரர்கள் உல்லாசத்தில் ஆழ்ந் திருந்தனர். பாட்டும் கூத்தும் அங்கே ரணகளப்பட்டன. ஆடலழகியர் சிலரை படையுடன் கூட்டிச் செல்லும் வழக்கப் படி, இராசேந்திரன் படையோடும் வந்திருந்த மாதர்கள் ஆடினர். அதைக் காணவேண்டும் என்கிற எண்ணமே தளநாயகனுக்கில்லை. அவனது சிந்தனை, நந்தினியிடமே நின்றது. அவளைப்பற்றிச் சிந்திப்பதிலேயே அவனுக்குத் தனி மகிழ்வு. அந்த சிந்தனைக்கு வெளியில் நடக்கும் கூத்து, பெரும் இடையூறாகத் தோன்றிற்று அவனுக்கு. மெல்ல எழுந்து நடந்தான்.

நல்ல கருக்கிருட்டு; பல கூடாரங்களின் முன்பும் நடப்பட்டிருந்த தீப்பந்தங்கள் தங்களால் முடிந்த அளவு அவனுக்கு வழிகாட்டிக் கொண்டிருந்தன. போகும் இடம் தெரியாமலே அவன் போய்க் கொண்டிருந்தான். காலில் குத்தும் முட்கள் அவன் கருத்தினைக் குத்தவில்லை. தன் வசமின்றி உல்லாசச் சிந்தனை எழுப்பிய புதிய உலகத்தில் அவன் பறந்து கொண்டிருந்தான். போவது போருக்கென்றோ, போரிலே சாகவும் கூடுமென்றோ அவன் துளியும் சிந்திக்க வில்லை. உல்லாசப் பயணம் போகும் வழியில் ஓய்வுக் கொண்டிருப்பவனைப் போலக் காணப்பட்டான்.

நந்தினியைப் பற்றிய சிந்தனையோடு அவன் மனதில் ஓரளவு இடம் பிடித்துக் கொண்டது, அவளது தாயின் மறைவு பற்றிய வதந்தியாகும். அவன் நினைத்தான்; 'நந்தினி, பாவம்! தாயின் மறைவு பற்றிய கதைகளில் ஒன்றை மட்டும் உறுதியாக நம்புகிறாள். மற்றக் கதைகள் பற்றியோ, அவற்றில் ஒன்று உண்மையாக இருக்க முடியும் எனவோ அவளது பிஞ்சு மனம் துளிகூட சிந்திக்கவில்லை. நந்தினிக்கு துல்லியமான

மனது' - இதை நினைக்கும்போது அவனது மேனி சிலிர்த்தது. நந்தினி பக்கத்தில் நிற்பது போன்ற பிரமையில், இருள் அடர்ந்த எதிர்ப்புறதில் கண்வைத்தபடி வேறு எதையும் காணாமல் நின்று கொண்டிருந்தான்.

திடீரென்று அவன் தோளிலே ஒரு கை விழுந்தது. திடுக்கிட்ட தளநாயகன் திரும்பிப் பார்க்க, அங்கே இராசேந்திரன் நின்றான்.

"என்ன தளநாயகா! புலவர்களை, இயற்கை கவிபாடச் சொல்லுவது போல, உன்னை, இருள் கவி பாடச் சொல்லு கிறதோ?

"ஆமாம் இராசேந்திர!
இருளிடை ஓர் மங்கை நின்று எனை அழைத்தாள்
எழில் வடித்த பொன்மேனிக் கலை கொடுத்தாள்
பொருள் பொதிந்த புன்னகை யால் உயிரெடுத்தாள்
பூக்காட்டுக் கூந்தல் வழி மனங்கெடுத்தாள்
அருள்சுரக்கும் திருமுகத்தில் கவிபொழிந்தாள்
அஞ்சனக்கண் கூண்டுக்குள் எனை அடைத்தாள்
மருக மானாள் என்மார்பில் முகம் புதைத்தாள்!
மனங்கெட்டேன்! நினை வற்றேன்! புவிமறந்தேன்!
என்சொல்வேன்! என்தோழா! என்ன சொல்வேன்!
எடுத்தெடுத்து உண்டசுவை என்ன சொல்வேன்!
பொன்தோயும் அவள் மார்பில் சாய்ந்திருந்து
புவி, வானம், கடல் முற்றும் ஓர் கணத்தில்
மின்வேகத் துணர்ச்சியிலே பறந்தேன்; அந்த
வியன்பாதற் கதையாவும் கூறப்போனால்
கண், வாய், மெய், செவி, நாசி ஒவ்வொன்றுள்ளும்
காத்திருக்கும் கதையாவும் கூறல் வேண்டும்!"

- தனை மறந்த நிலையில் தளநாயகன் கவிமழை பொழிந்தான், இராசேந்திரனுக்கு சிரிப்பு வந்தது; அதோடு மனமும் பூரித்தது.

"நன்று தளநாயகா! வாழியாதன் வளர்த்த பிள்ளை வழி மாறிப் போகவில்லை. மகிழ்வு பிறக்கிறது எனக்கு. உம்... நீ சொல்வது..."

"நந்தினி! அவள்தான் இராசேந்திரா! என் உயிரை அவளிடமே ஒப்படைத்துவிட்டேன். அவளும் என்னிடத்தில் உயிராக இருக்கிறாள் இராசேந்திரா! அரண்மனையில் நாம் முன்பு உரையாடியதுபோல் இப்போதெல்லாம் உரையாட முடிவதில்லை. அதனாலேயே பல விஷயங்களை உன்னிடம் சொல்லாமலிருந்தேன். கொஞ்ச நேரம் எடுத்துக்கொண்டு சொன்னால் தான் உனக்குப் புரியும், இராசேந்திரா! நந்தினியின் தாய் சுமார் பத்து ஆண்டுகட்கு முன்னால் யாரோ சிலரால் கவர்ந்து செல்லப்பட்டது உனக்கு ஞாபகமிருக்கும். இன்னும் அவளைப் பற்றிய செய்தி ஏதும் கிடைக்கவில்லை. என்னைக் காதலிக்கிற நந்தினி அன்னையைப் பற்றிய செய்தி தெரியாமல் மணம் செய்து கொள்வதில்லை என்ற பிடிவாதத்தில் இருக்கிறாள். முன்பு உன் தந்தை, இராசராசரே அதற்காக எவ்வளவோ ஆட்களை அனுப்பித் தேடச் சொன்னார். போன வர்களில் சிலர்கூட திரும்பாத வழியில் சென்று விட்டனர். இந்த நிலையில் பத்து ஆண்டுகளுக்கு முன்பு மறைந்தவளை எங்கிருந்து நான் கொண்டு வர முடியும்?"

இராசேந்திரன் இதுவரை பொறுமையாகக் கேட்டு கொண்டிருந்து விட்டு இப்போது ஒரு சந்தேகத்தைக் கிளப்பினான்.

"நந்தினி உன்னை உண்மையிலேயே காதலிக்கிறாளா?"

தளநாயகன் கம்பீரமாகத் திரும்பினான்.

"அதுமட்டும் சொல்வேன், இராசேந்திரா! எந்தப் பெண்ணும் எந்த ஆடவனையும் அவ்வளவு காதலிக்க மாட்டாள், உயிர்... உயிர்... உயிர்..."

தளநாயகன் ஒரே 'உயிரா'க அடுக்கியதும், இராசேந்திரன் விழுந்து விழுந்து சிரித்தான். ஒரு பெரிய நாட்டின் மன்னனும், தளபதியும் உரையாடுவது மறந்து இருவரும் சம உலகில் இருந்தனர். அவர்களுக்கு இந்த அனுபவம் மிகவும் பழையது. ஆனால் இராசேந்திரன் பட்டம் சூடியதும் அது குறைந்து விட்டது. இப்போது மீண்டும் அந்த சந்தர்ப்பம் கிடைத்ததால் அதை நழுவவிட இருவருமே விரும்பவில்லை. கூப்பிட்ட குரலுக்கு ஓடி வர வேண்டிய ஒரு வீரனின் தோளிலே நாட்டு மன்னனின் கை கிடந்தது...

நந்தினியின் தாய் விஷயம் ராஜ்ஜிய சம்பந்தப்பட்ட ஒரு மர்மம் என்றே, இராசேந்திரன் காலத்தில் கருதப்பட்டது. அவள் சோழநாட்டின் பால் கொண்டிருந்த அன்பின் காரண மாக வேவுக்காரியாக மாறினாள். இராசராசனது சுலபமான வெற்றிகளில் சிலவற்றுக்கு அவள் ஒரு காரணம். இதனால் ஆத்திரமடைந்த எதிரிகள் சிலர், தாங்கள் தோற்ற பின்னர் தங்களது கடைசி பழி தீர்க்கும் செயலாக, அவளைத் தூக்கிச் சென்றனர் என இராசராசன் உள்பட எல்லோரும் நம்பினர். **ஐம்பெருங்குழுக்** கூட இதனை ஆராய்ந்தது! ஆயினும் தூக்கிச் செல்லப்பட்ட இடம் எதுவெனத் திட்டமாக தெரிந்து கொள்ள முடியவில்லை. இடைதுறை நாட்டிலிருந்து வந்த வர்த்தகர் சிலர் ஒரு பெண்ணை ஆறு பேர் தூக்கிச் சென்று கொண்டிருந்ததைப் பெண்ணையாற்றின் கரையில் கண்டதாக கூறினர். பின்னர் ஒரு செய்தி **வெங்கி** நாட்டில் கண்டதாக

வந்தது. ஈழத்துப் படகு ஒன்றில் அவளைக் கண்டது மெய்யே எனச் சிலர் சாதித்தனர். சுருக்கமாக **கயல்விழியின்** மறைவு சோழ நாட்டிலேயே பரபரப்பை உண்டு பண்ணிற்று.

ஆயினும் நாட்பட, நாட்பட, எந்த நிகழ்ச்சிக்கும் சூடு குறைவதுபோல், இந்த நிகழ்ச்சியும் நினைப்பாரின்றி மறைந்தது. ஆனால், அவள் விட்டுச் சென்ற செல்வம் நந்தினி, அவளை அவ்வளவு சுலபத்தில் மறந்துவிடத் தயாராயில்லை. கயல்விழி குலமாது; கணக்காயன் ஒருவனை முறையே மணந்தாள். அவர்களது செல்வம் தான் நந்தினி. கயல்விழியின் மறைவுக்குப் பின் கணக்காயன் தன் மகளைக் கருத்தோடு வளர்த்தான். படுத்த படுக்கையாக, வீட்டின் மூலையில் கிடக்கும் கணக்காயனை நந்தினி உயிராகக் கவனித்தாள். தேறாத உடலோடும் அவன் நோய் வடிவமாகக் கிடக்கிறான்.

"தாய் என்று வருவது; மணம் என்று நடப்பது?" - பெருமூச்சு விட்டான் தளநாயகன்.

"நான் கவனிக்கிறேன்; கவலைப்படாதே!" ஆறுதல் சொன்னான் இராசேந்திரன்.

திடீரென்று இருவரது கவனத்தையும் எதிர்திசையில் காணப்பட்ட வெளிச்சம், கவர்ந்தது. ஆறு விளக்குகள் வரிசையாகத் தெரிந்தன. அது வீரர்களின் கூடாரமாக இருக்க முடியாது; பின் என்ன?

"தளநாயகா! பார்! அதோ! இல்லை... வா... போய்ப் பார்த்து வருவோம்...."

இருவரும் எழுந்தனர். வாளில் கை வைத்த வண்ணம் மெல்ல மெல்ல நடந்தனர்.

ஒரு வீடு; சிறியது; உள்ளே கவனித்தனர் இருவரும், ஆறு பெண்கள், வாட்பயிற்சி செய்து கொண்டிருந்தனர்!

இராசேந்திரன் அவர்களைக் கூர்ந்து கவனித்தான். பின்னால் ஏதோ சிறு சப்தம் கேட்டு, மெல்லத் திரும்பினான் தளநாயகன். திரும்பிய தளநாயகனின் வாள், இராசேந்திரன் வாளோடு மோதி ஓசை உண்டாக்கிற்று. உள்ளே நின்ற பெண்கள் திடுக்கிட்டு வாள் தூக்கினர்.

"யாரது?" - கம்பீரமான ஒரு குரல்.

இருவரும் சடாரென்று வாளை உருவினர்.

படபடவென்று சுற்றிலும் இருபது பந்தங்கள் எரிய ஆரம்பித்தன. நாற்பது வீரர்கள் அங்கே நின்றனர். இடையில் ஒரு மங்கை கழுத்தில் கருநாகம் வளைய, பாதி ஆடையுடன் நின்று கொண்டிருந்தாள்.

இராசேந்திரனுக்கும், தளநாயகனுக்கும் திகைப்பு மிகுந்தது. யார் இவர்கள்? இதுவரை எங்கிருந்தார்கள்? எப்படித் திடீரென்று வந்தார்கள்? - அவர்களுக்கு ஒன்றும் புரியவில்லை. அவர்களை வெகு நேரம் சிந்திக்க வைக்காமல் ஒரு வீரன் அருகில் நெருங்கினான்.

"யார் நீங்கள்?" - அவனது குரல் கம்பீரமாக ஒலித்தது.

தளநாயகன் போருக்குத் தயாராவதுபோல், வாளைச் சுழற்ற முயன்றான். நறுக்கென்று அவன் கையை இராசேந்திரனின் இடதுகை பிடித்தது. 'அஞ்சுவ தஞ்சாமை பேதமை' என்பது போல் இருந்தது அது. இருவரும் வாளை உறையில் இட்டனர். அந்த வீரனின் கை மரம் விழுவது போல் இராசேந்திரனின் தோளில் விழுந்தது. தளநாயகனுக்குப் பொறுக்க முடியவில்லை; கண்களால் அனுமதி கேட்டான். ஆனால் இராசேந்திரன் அமைதியாக புன்னகைத்தான்.

"மரியாதையாகப் பதில் சொல்லுங்கள்! யார் நீங்கள்?"

இராசேந்திரன் அமைதியாகப் பேசினான்; "நாங்கள் சோழ மண்டல வீரர்கள்."

"இங்கு எங்கு வந்தீர்கள்?"

இருவரும் மௌனமாக இருந்தனர். 'உண்மையைச் சொல்லலாமா? இவர்கள் யாரோ? ஒருவேளை இடைதுறை நாட்டிற்குச் சம்பந்தப்பட்டவர்களாயிருந்தால்?' இவர்களது மௌனங் கண்ட வீரன் கருநாக மங்கையைத் திரும்பிப் பார்த்தான். அவள் பேசாமல் கண்களை அசைத்து விட்டுத் திரும்பி நடந்தாள். இராசேந்திரனும், தளநாயகனும் வீரர்கள் சூழ்ந்து வர, அவள் பின் போயினர். இந்தச் சந்தடியில் உள்ளே வாட்பயிற்சி செய்து கொண்டிருந்த பெண்களும், வெளியே நின்று கவனித்தனர். அவர்களும் இவர்களுக்குப் பின்னால் நடந்தனர்.

சிறிய மரங்களை வளைத்து விநோதமாகச் செய்யப் பட்ட ஆசனம் ஒன்றில் ஒரு வேல் சொருகி இருந்தது. பக்கத்தில் இடப்புறம் ஆறும், வலப்புறம் ஆறுமாகப் பன்னிரண்டு ஆசனங்கள் போடப்பட்டிருந்தன. வேல் சொருகிய ஆசனத்தின் முன்பகுதியில் அந்த மங்கை போய் உட்கார்ந்தாள். மற்ற ஆசனங்களில் வீரர்கள் சிலர் அமர்ந்தனர். நேர் எதிரே இராசேந்திரனும், தளநாயகனும் நிறுத்தி வைக்கப் பட்டனர்.

அந்த 'இராஜங்க'த்தின் தோற்றம், இராசேந்திரனுக்கு வேடிக்கையாகத் தெரிந்தது. சுற்றிச் சுற்றி பார்வையைச் செலுத்திய வண்ணம் இருந்தான். தான் ஆபத்தான சூழ்நிலையில் இருப்பதே, அவனுக்கு மறந்து போய்விட்டது. தளநாயகனோ, 'இவர்கள் என்ன செய்யக் கூடும்? என்ன கேட்கக் கூடும்!' என்ற யோசனையில் ஆழ்ந்திருந்தான்.

அந்த மங்கை, வெகு நேரமாகத் திறக்காத வாயை இப்பொழுது திறந்தாள்; "நீங்கள் யார்? எங்கு வந்தீர்கள்? இந்த நேரத்தில் இங்கு வரவேண்டிய அவசியம் என்ன என்பதை யெல்லாம் மரியாதையாகச் சொல்லி விடுங்கள்."

தளநாயகன் பதில் கூற வாயெடுத்தான். இராசேந்திரன் அவனை அடக்கிவிட்டு, தான் சொல்ல ஆரம்பித்தான்.

"நீங்கள் யார் என்பதைத் தெரிந்து கொள்ளாமலே உண்மையைக் கூறி விடுவது விவேகமில்லைதான். ஆனாலும் உண்மையைக் கூறுகிறேன். நான் சோழ நாட்டு மன்னன், இராசேந்திரன். இவன் என் தோழன், அணித்தலைவன் தளநாயகன். இடைத்துறை நாட்டின் மீது போர் துவக்கி யுள்ளோம். போகும் வழியில், பக்கத்துக் காட்டில் ஓய்வு கொண்டோம். சுற்றிப் பார்க்க இருவரும் வந்தோம். வந்த வழியில் இந்த வேதனை!"

இராசேந்திரன் வாய் மூடுவதற்குள், அந்த மங்கை படபடப்பாக, "நீங்கள் சொல்வதை நம்பலாமா?" என்றாள்.

"நம்பலாம் தாராளமாக!" என்றான் இராசேந்திரன்.

அவள் எழுந்து அவர்களருகில் வந்தாள். இருவரது வாட்களையும் கையில் எடுத்து, பக்கத்தில் நின்ற வீரனிடம் கொடுத்தாள். அவர்களைப் பின்னால் வருமாறு சைகை காட்டி விட்டு, தான் அமர்ந்திருந்த 'சிம்மாசன'த்தை மேலே தூக்கினாள். கீழே ஒரு படிக்கட்டுத் தெரிந்தது. கையில் ஒரு தீப்பந்தத்தை எடுத்துக் கொண்டு உள்ளே இறங்கினாள். இருவரும் அவள் பின்னால் உள்ளே இறங்கினர்.

அந்தக் 'கீழ்மாளிகை'யின் சூழ்நிலைகளை அவர்கள் காண முடியவில்லை. தாங்கள் நின்ற இடம் மட்டுமே கண்ணுக்குத் தெரிந்தது. தீப்பந்தத்தை ஒரு தூணில் சொருகி

விட்டு, மெல்ல அந்த மங்கை, தன் கழுத்தில் இருந்த நாகத்தை
கீழே இறக்கிவிட்டாள். அது ஓடிப்போய் ஒரு மூலையில்
சுருண்டு கொண்டது. திரும்பி, இராசேந்திரன் அருகில் வந்து,
அவனது மேலாடையைத் தன் கைகளால் எடுத்தாள்.
இராசேந்திரன் தடுத்து, தானே கழற்றினான். அவள் அவனைத்
திருப்பி, முதுகைப் பார்த்தாள். பார்த்ததுதான் தாமதம்,
தடாலென அவன் கால்களில் விழுந்தாள், வணங்கினாள்;
எழுந்தாள். படிகளில் வெகு வேகமாக ஓடினாள்; மேற்
கதவைத் தடாலெனத் திறந்தாள். சமநிலத்திற்குத் தாவினாள்.
'சோழ மண்டலம் வாழ்க! சோழ மன்னர் நீடூழி வாழ்க!' என்று
கூவினாள். கூட்டமும் சேர்ந்து கோஷித்தது.

        'கீழ் மாளிகை'யில் நின்ற இருவருக்கும், எல்லாம்
குழப்பமாக இருந்தது. இருவரும், படிகளில் ஏறி மேல்
நிலத்திற்கு வந்தனர். அவர்களது பாதங்களில் மலர்கள் தூவப்
பட்டன. "வாழ்க!" என்னும் வார்த்தை பலமாக ஒலித்தபடி
இருந்தது. திடீரென்று ஒரு பெண் ஓடி வந்து இராசேந்திரன்
கழுத்தில் ஒரு மாலையைப் போட்டு விட்டு விம்மி விம்மி
அழுதாள்! கோஷங்கள் அடங்கின; மரண அமைதி குடி
கொண்டது. மாலை போட்ட மங்கை, அழுதபடி, தலை
குனிந்தாள். இரண்டு துளி கண்ணீர் சூடாக விழுந்தது. அவள்
குனிந்து அவனது பாதங்களைத் தொட்டு வணங்கினாள்.

        அமைதியைக் கிழித்துக்கொண்டு கூட்டத்தின் கோஷம்
மீண்டும் எழுந்தது.

        "அன்னை வாழ்க!... வாழ்க!"

        "மாமன்னர் வாழ்க!... வாழ்க! வாழ்க!"

        - இராசேந்திரன் பாதத்தில் மண்டியிட்டபடி வணங்கி
யிருந்த அந்த மங்கைக்குப் பதினாறு வயதிருக்கும். அவளது

முகம் தளநாயகனுக்கு எங்கேயோ பார்த்தது போல் இருந்தது. 'இது ஏதோ ஒரு பிரமை; நாம் எங்கே பார்த்திருக்கப் போகிறோம்!' என்று தன்னைத் தானே தேற்றிக் கொண்டான்.

கருநாக மங்கை, இராசேந்திரனுக்கு நேர் எதிரே பயபக்தியோடு வந்து நின்று கைகளை முன்புறம் கட்டியவாறு பேச ஆரம்பித்தாள்:

"சோழகுல திலகம் வாழ்வதாக! சோழ மண்டலம் நீடு நின்று நிலைப்பதாக! மதிப்பிற்குரிய மன்னவரே, உங்கள் வரவுக்கு ஆலங்காடு நன்றி தெரிவித்துக் கொள்கிறது. புலிக்கொடி தழைப்பதற்கு ஆலங்காடு எந்த நேரத்திலும் தன்னை அர்ப்பணிக்கத் தயாராகிறது.

"ஆயினும்...? நாடு புரக்கும் நல்லோய்! ஆலங் காட்டுக்கு ஒரு விசேஷ கடமை இருக்கிறது! ஆம்! அது தனியாகச் செய்ய வேண்டிய பணி ஒன்றுள்ளது! யாருடைய துணையும் இல்லாமல், தானே சாதிக்க வேண்டிய அரும்பணி அது! அது முடிந்த பிறகு... சோழன் தலைநகரில் குடியேற ஆலங்காட்டு மக்கள் ஆவலுள்ளவர்களாயிருக்கிறார்கள். வேந்தே, நாங்கள் யார்? எங்கள் பூர்வீகம் என்ன? எங்களுக் குள்ள விசேடக் கடமை என்ன? என்பது பற்றியெல்லாம் எங்களை வினவ வேண்டாம். காலம் வரும்; அன்று யாவும் புரியும்!" என்று கூறிவிட்டு நாலடி பின்வாங்கி, "மன்னர் வாழ்க! அன்னை வாழ்க!" என்று கூவினாள். கூட்டம், "வாழ்க! வாழ்க!" கோஷித்தது.

தளநாயகன் கனவுலகில் நடப்பவன் போல இருந்தான். இராசேந்திரனோ, உலகத்து விந்தை யாவும் ஒருங்கே காணப் பட்டவன் போலக் காணப்பட்டான். இந்த நேரத்தில் எட்டு பேர், இரண்டு பாடைகளைத் தூக்கிக் கொண்டு முன்னே

செல்ல, பின்னால் இரண்டு பெண்கள், துணியால் வாயை மூடிக் கொண்டு வந்து கொண்டிருந்தார்கள். தளநாயகன், ஆச்சரியமாக, "அது என்ன!" என்று கேட்டான். கருநாக மங்கை சிறிதும் படபடப்பின்றி, "இரண்டு பிணங்கள்!" என்றாள்.

"பிணங்களா... எப்படிச் செத்தார்கள்? யார் அவர்கள்?"

"காலம் வரும்; அப்போது புரியும்!" என்றாள் அந்த மங்கை.

அந்த இரண்டு பாடைகளும், கீழ் மாளிகைக்குள் கொண்டு செல்லப்பட்டன. பாடையின் பின் வந்த பெண்கள் இருவரும் கீழே மண்டியிட்டு, "அன்னை வாழ்க!" என்று கூறி விட்டுக் கீழ் மாளிகைக்குள் நுழைந்தனர்.

இராசேந்திரன், கருநாக மங்கையிடம், "இந்த மர்மங் களின் காரணங்களை இப்பொழுது சொல்ல முடியாதா?" என்று கேட்டான். அவனது குரலில், நல்ல கதை ஒன்று கேட்கலாமே என்ற ஆசை தொனித்தது. கருநாக மங்கை முடியாது என்பது போலக் தலையசைத்து விட்டு, "ஆலங்காட்டின் சம்பிரதாயப்படி, சோழ குல திலகத்தின் கண்களையும் கட்டி அனுப்ப வேண்டியவளாயிருக்கிறேன்... என் மன்னர் என்னை மன்னிப்பாராக!" என்று கூறிவிட்டு, வீரன் ஒருவனுக்கு சைகை காட்டினாள். அந்த வீரனும் துணி கொண்டு வந்து, வலிக்காதவாறு இருவரது கண்களையும் கட்டினான்.

இருவரும், சில வீரர்களால் அழைத்துச் செல்லப் பட்டனர். இராசேந்திரன் குறிப்பிட்டபடி, பெண்ணை ஆற்றங் கரையில், படைகள் தங்கியிருந்த இடத்தருகில் கொண்டு வந்து அவர்களை விட்டுவிட்டு, வீரர்கள் காற்றாய்ப் பறந்தனர். கண்களை அவிழ்த்த இருவரும் மாறி மாறி ஒருவரையொருவர்

பார்த்துக் கண்களைத் துடைத்துக் கொண்டனர். "மர்மம்!
மர்மம்! ஏதோ மர்மம்!" என்றான் தளநாயகன். இராசேந்திரன்
அதை ஆமோதிப்பவன்போல் சிரித்துவிட்டு, "தளநாயகா!
இதுபற்றி யாரிடமும் ஏதும் கூறவேண்டாம். போர் முடிந்து
திரும்பியதும், வந்து பார்த்து விவரங்களைத் தெரிந்து
கொள்வோம்" என்றான். இருவரும் கூடாரங்களுக்கு வந்து
சேர்ந்தனர். தளநாயகனைப் பிரிந்து, தன் கூடாரத்திற்கு
ஏகினான் இராசேந்திரன். படைகளும், நடன மாதரும் நிம்மதி
யாகத் துயின்று கொண்டிருந்தனர். புள்ளினங்களின் ஒலி மட்டும்
சுதி கெட்ட வீணையின் ஒலிபோல் கேட்டுக் கொண்டிருந்தது.

பளபளவென்று பொழுது விடிந்ததும், அமைதி
அழிந்தது. யானைகளைப் பெயரிட்டு அழைப்பாரும், குதிரை
களைத் தேடுவாரும், ரதங்களை ஆயத்தம் செய்வாருமாக
படை வீரர்கள் சத்தமிட்டுக் கொண்டிருந்தனர். வாட்களை
உரையில் மாட்டும் ஒலியோடு நடன மாதரின் சிரிப்பொலி
கலந்து கலந்து பரிணமித்தது. அணித் தலைவர்கள், தங்கள்
அணிகளைத் தயார் செய்து எண்ணிப் பார்த்துக் கொண்
டிருந்தனர். 'நல்லடி அணி'யின் தலைவன் மட்டும் ஒரு
மரத்தின் மீது ஏறி வேறொரு திசையில் கண்ணோட்டம்
செலுத்திக் கொண்டிருந்தான். 'காவிரி அணி'த் தலைவன்,
"தளநாயகா!" என்று அழைத்த சத்தம் கேட்டு, அவனும்
இறங்கி வந்தான்.

படைகள் அனைத்தும் புறப்படுவதற்குத் தயாராக
நின்றன. ஒரு பெண் பாடினாள்:

    "அன்னைக் காவிரித் திருப்பெயர் ஆணை
    அறம் வளர்த்திடும் தென்னவன் ஆணை
    முன்னம் வைத்தகால் அகற்றி லோம்
    மூளும் போரில் தாதகி சூடுவோம்!"

இப்படிப் பாடிவிட்டு, "சோழர் பூமி வெல்க!" என்றாள் அந்தப் பெண். படைகள், "வெல்க!" எனக் கூறி நடைபோட ஆரம்பித்தன. புழுதிப் படலம் எழுந்தது. குளம்படிச் சத்தம் காட்டைக் கலக்கிற்று.

மறுநாள் நடுப்பகலில் இடைதுறை நாட்டு எல்லையை மிதித்தது, சோழ மன்னன் படை. சோழன் இராசேந்திரன், ஒரு வீரனை அழைத்து, போர்ச் செய்தியை இடைதுறை நாட்டானுக்குத் தெரிவிக்கக் கூறினான். தூதனும் குதிரையில் ஏறிப் பறந்தான்.

3. நந்தினிக்கு வந்தது ஓலை!

சினவாகை சூடிச் செருவென்ற வாணன்தென்
மாறையில்நம்
மனவாழ் வனையவர் வந்துநல் லியாமம்
மணந்ததெல்லாம்
நனவாம் எனவே மகிழ்ந்தே விழித்தொன்றும் நான்
கண்டிலேன்
கனவாய் முடிந்தது பின்னே; என்னே! என்ன கைதவமே!

- தஞ்சைவாணன் கோவை

"அடி மரகதம்!"

"ஊம்..."

"அவர் வந்தாரடி!"

"யார்? உன் தாத்தாவா?"

"போடீ பைத்தியக்காரி! உனக்குக் கிழட்டு மனம்! நான் சொல்வது... அவரை!"

"புரிகிறது, புரிகிறது. அதாவது நம் வீட்டுக் கொல்லையில் இருக்கின்ற ஒரு கொடி! காய் காய்க்கும்! அதற்குப் பெயர் அவரை!"

"ஆகா! சோழ நாட்டுப் புலவர்கள் உன்னிடம் பிச்சை வாங்க வேண்டும். நகைச்சுவை பேசுகிறாளாம் நகைச்சுவை.

நகைச்சுவை என்றால் சிரிப்பு வர வேண்டாமா! நீ பேசும் நகைச்சுவை பரிதாபமாக இருக்கிறது. அடி! நான் சொல்வதைக் கேள். நேற்று இரவு, நான் தூங்கிக் கொண்டிருந்தேன்; ஒரு இன்பக் கனவு! என் காதலர் வந்தார். 'கண்ணாளா! காதலா!' என்றேன்.

"உம்..."

"அவர் என் அருகில் வந்து தொட்டார்!"

"தொட்டாரா! கெட்டது காரியம்!"

"போடீ! முகத்தைத் தொட்டார் என்கிறேன்..."

"சரி, பிறகு!"

"பிறகு... பிறகு... ஹி ஹி ஹி!"

"என்னடி ஹி ஹி ஹி! நடந்ததைச் சொல்லேன்!"

"எப்படியடி சொல்வேன்!... அவர்... அவர்..."

"உம்... அவர்?"

"பேசாமல் போய்விட்டார்!"

"சீச்சீச்சி பொய்! பொய்!"

"உண்மையில் அவர் போய்விட்டாரடி! அடி, மரகதம்! போரை முடித்துக் கொண்டு அவர் பத்திரமாக வந்து சேர வேண்டுமடி. என் மனமும் தினமும் அதைத்தான் நினைத்துக் கொண்டிருக்கிறது."

"அவர் பத்திரமாக வருவார். நீ ஒன்றும் அலட்டிக் கொள்ளாதே! ஆமாம், முகத்தைத் தொட்ட பிறகு... என்று இழுத்தாயே! என்னடி! உண்மையைச் சொல்!"

"அதுதான் போய்விட்டார் என்றேனே!"

"நான் நம்ப மாட்டேன்!"

"நம்ப வேண்டாம். நீ நம்புவதால் எனக்கென்ன ஆகப் போகிறது!"

"ஆமாம்... இவ்வளவு ஆசை வைத்திருக்கிறாயே, அவர் வந்ததும் திருமணத்தை முடித்துக்கொண்டு விடேன்!"

"என் அன்னை இல்லாமலா?"

"அன்னை! அன்னை! அன்னையா திருமணம் செய்து கொள்ளப் போகிறார்கள்? அவர்கள் உயிரோடு இருக்கிறார்களோ இல்லையோ!"

"மரகதம்! அப்படிச் சொல்லாதே! அம்மா உயிரோடு இருப்பாள்! ஒரு நாள் வருவாள்."

"ஆமாம்! அதற்குள் நீ கிழவி ஆகிவிடுவாய்! எனக்கென்ன! உன் இளம் பருவம் முழுவதும் கற்பனையிலும், கனவிலுமே தீர்ந்துவிடக் கூடாதே என்பதற்காகச் சொன்னேன். சோற்றை எதிரே வைத்துக் கொண்டு சும்மா இருக்க உன்னால் எப்படித்தான் முடிகிறதோ! சரி! சரி! நான் போகிறேன்."

நந்தினியின் வீட்டில் நந்தினிக்கும், மரகதத்திற்கும் இப்படி வாக்குவாதம் நடந்து முடிவில் மரகதம் போய் விட்டாள். நந்தினி காதலனை எண்ணிக் களித்தபடி கண்ணாடி முன் நின்று கண்ணழகு பார்த்தவளாய் தானே தனக்குள் மகிழ்ந்தபடி பாடலானாள்.

எடுப்பு

உங்கள் நினைவில் எந்தன் உயிர்வாழும் - குளிர்
ஓடைநிகர் மனத்திற் கலைமேவும்....

(உங்கள்)

தொடுப்பு

திங்கள்குடி இருப்போ! செந்தமிழோ! - போர்த்
தீரம் கலந்த உடல் கவிப்பொருளோ! கண்ணா....
(உங்கள்)

முடிப்பு

எங்கு நிறைந்து நிற்கும் காட்சியெல்லாம் - மனம்
ஏறிக் கலந்திருக்கும் மாட்சியெல்லாம்
தங்கச் சிலைவடிவத் தமிழரசே - உங்கள்
தனிஎழில்தா னல்லாமல் இனியவை வேறில்லை...
(உங்கள்)

பாடி முடித்த நந்தினி மாங்கிளை முறிந்தது போலப் படுக்கையிற் சாய்ந்தாள்.

கதவு தட்டப்படும் சப்தம் கேட்டது. நந்தினி, ஓடிப் போய்க் கதவைத் திறந்தாள். காதலன்தான் வந்து விட்டானோ என்ற அவசரம் அவளுக்கு. இளந்தென்றல் வீசும் மாலை நேரம் அந்தக் காரிகையை, காதலனிடம் இரண்டறக் கலக்க வைத்துவிட்டது. ஆனால்... கதவு திறந்ததும் அந்தக் கட்டழகி கல்லாய்ச் சமைந்து போனாள். எதிரே ஒரு இளம் பெண் மேல் மூச்சு வாங்க நின்று கொண்டிருந்தாள்.

"யார் நீ?"

"நந்தினி நீதானே!"

"ஆமாம்! நீ யார்?"

"நான் யாரென்பதைப் பிறகு சொல்கிறேன், உன்னோடு சில விஷயம் பேச வேண்டும்."

"சரி, உள்ளே வா!"

"இருவரும் உள்ளே வர, நந்தினி கதவைச் சாத்தினாள். உள்ளே வந்த புதுப்பெண் கையில் இருந்த ஓலையை நந்தினி யிடம் கொடுத்தாள். அவள் அதைப் பிரித்துப் படிக்க ஆரம்பித்தாள். படிக்க படிக்க முகம் மலர்ந்தது...! வெளியில் ஏதோ சப்தம் கேட்டது.

"அது என்ன சப்தம்?" என்று கேட்டாள் நந்தினி.

"ஹி ஹி... கதவு காற்றில் ஆடுகிறது" என்று மென்று விழுங்கினாள், வந்த பெண்.

4. சோழன் படைக்குத் தோல்வியும் உண்டோ?

ஒன்னார் தேய ஓங்கி நடந்து
படியோர்த் தேய்ந்து வடிமணி யிரட்டும்
கடா அயானைக் கணிநிரை யலற
வியலிரும் பரப்பின் மாநிலங் கடந்து
புலவரேத்த...

– பதிற்றுப்பத்து

இடைதுறை நாட்டான் சமரின்றிப் பணிவான் என்று எதிர்பார்த்தான் இராசேந்திரன். திரும்பி வந்த தூதன் அந்தச் செய்தி தரவில்லை. இடைதுறையான் சிறிய செய்தி சொன்னான். படை கூட்டும் செய்தியைச் சொன்னான். "தூசு போல் பறக்கடிப்பேன்" என இடைதுறையான் சூளுரைத்த செய்தியைச் சொன்னான்.

புன்னகைத்தான், பொன்னிவள நாடன்! "எப்படி சீறினான் இடைதுறையான்? ஏது பலம் அவனுக்கு? நன்று! நன்று! நடக்கட்டும் முதல் அணி!" எனக் கட்டளையிட்டான். இருபத்தொரு அணிகளில் ஒரு அணி நடந்தது. மறு அணி தொடர்ந்தது. பின்னும் பின்னும் கடலெனப் படைகள்! படைவரும் ஒலி இடைதுறையானுக்கு கேட்கிறது. "போர் போர்!" என முழங்குகிறான். திட்டம் போட்டுப் படைதிரட்ட நேரமில்லையே என்று திகைக்கிறான். இராசேந்திரனுக்கும்

அது தெரிந்தது. திடீரெனத் தாக்குவது போர் முறைகளில் ஒன்றுதான்; ஆயினும் படைத்திரட்ட இடைதுறையானுக்கு நேரம் தந்து, துங்கபத்திரா நதிக்கு வடக்கே ஏழாம் கல்லில் அமைதியோடு நின்றான். ஆறு நாழிகைக்குப் பிறகு இடை துறையான் படை, சோழன் படையைக் களத்தில் மோதியது. கடும்போர் மூண்டது. இடைதுறையான் படை திரட்டிய நேரத்தில் பாதி நேரம் கூடப் போர் நடக்கவில்லை. புறமுது கிட்டது அவன் படை. நகருக்குள் புகுந்தது, சோழன் படை. சோழன் படையில் மாண்டவர் நூற்று அறுபதினர். பகைவன் படையில் மாண்டோர் நானூற்று நாற்பதின்மர்! பாக்கிப்பேர் உயிர் பிழைத்து ஓடினர். அவர்கள் முதுகில் கவசமில்லை; ஆயினும் சோழன் வேல் முதுகிலே பாயவில்லை.

படை, அரண்மனைக்குள் புகுந்தது. மாதரை, சிசுக்களை மறந்தும் தொடவில்லை. அரண்மனையைக் கைப்பற்றிற்று. இடைதுறை மன்னன் பணிந்தான். வடக்கே கிருஷ்ணா நதிக்கும், தெற்கே துங்க பத்திரைக்கும் சமவெளியாம் இடை துறை நாடு, சோழன் இராசேந்திரன் இடைப்பட்ட பாதத்தில் கிடந்தது.

“நானென்ன தவறிழைத்தேன் சோழமன்னா? என் நாட்டை ஏன் பறித்தாய்?” - பரிதாபமாகக் கேட்டான் இடை துறையான்.

“தவறிழைத்தீரென்று படையெடுக்கவில்லை. இராசேந்திரன் வீரத்தின் எல்லையை நிர்ணயிக்கத்தான் வந்தேன். இந்நாடும் அதன் வளமும் எனக்குத் தேவை இல்லை. நண்பரே! இந்நாட்டை நீரே ஆளலாம். நான் வந்த காரியம் முடிந்தது!” உணர்ச்சியோடு பேசினான் இராசேந்திரன்.

இச்சொல் கேட்டதும் இடைதுறை மன்னன் மெய் சிலிர்த்தான். "சோழமன்னன் வீரம் சொல்லில் அடங்காது. அது போல் தூய்மையும், வாய்மையும் அவர்க்கே உரியது" என்றான் இடைதுறையான். அன்று மாலை தலைநகருக்கு ஐந்தாம் கல்லில் உள்ள இளமரக்காவில் சோழனுக்கும், படைகளுக்கும் பெரியதொரு விருந்து நடைபெற்றது. தளநாயகன், விருந்தில் ஒரு மூலையில் அமர்ந்திருந்தான். அவன் மனம் நந்தினி யிடத்தே இருந்தது. விருந்தின் சுவையோ, தோழர்களின் ஆர்ப்பாட்டமோ அவன் கனவைக் கலைக்கவில்லை. நடனம் வல்ல நகைமுகமாதர் நடனமாடினர்; அதுவும் அவன் கருத்தைக் கவரவில்லை. அதிலே, இடைதுறை நடனமாது ஒருத்தி அவன் தோளில் கை போட்டதும்தான், அவன் தான் இருந்த இடத்துக்கு வந்தான். அந்த நடனக்காரி அவன் தோளில் கை போட்டதும், சூழ்ந்திருந்த எல்லோரும் 'ஓ' வென்று சிரித்துக் கை தட்டினர். விருந்தின் போது பேதம் ஏது? இராசேந்திரனும் கை தட்டினான்.

இந்தச் சந்தடியை விரும்பாத தளநாயகன், மெல்ல எழுந்து வெளியேறினான். வெளியிலும் இந்த சப்தம் காதில் மோதவே, சகிக்க முடியாதவனாக, குதிரையில் ஏறி இடை துறை அரண்மனை நோக்கிப் பறந்தான்.

அவன் இதயத்தில் நந்தினி ஒருத்திதான் நின்று கொண் டிருந்தாள். ஆனால் - திடீரென்று அவன் காதுகளில் ஒரு குரல் மோதிற்று. 'அன்னை வாழ்க' என்று கிளம்பிய அந்தக் குரல் -அவன் நினைவைத் திருப்பியது. இடைதுறை 'நாட்டிலும் அன்னை வாழ்க' என்ன இது! சுற்றிலும் அவன் கண்களுக்கு யாரும் தெரியவில்லை! ஆனால்...?

மினுக்கிட்டுக் கொண்டிருந்த வெளிச்சம் மட்டும் அவன் கண்களில் பட்டது. கூர்ந்து கவனித்தான் தளநாயகன்.

அந்த வெளிச்சம் நகர்வது தெரிந்தது. குதிரையை தட்டிவிட்டுப் பக்கத்தில் நெருங்கினான். நெருங்க நெருங்க வெளிச்சம் முன்னாலே போய்க் கொண்டிருந்தது. இவன் எவ்வளவு வேகத்தில் முன்னால் போனானோ அவ்வளவு வேகத்தில் வெளிச்சமும் முன்னால் போய் கொண்டிருந்தது. விடாமல் தொடர்ந்த தளநாயகன், இளமரக்காவுக்குள் அந்த வெளிச்சம் நுழைவதைக் கண்டான். சந்தேகமில்லை, யாரோ ஒரு ஆள் தான் தீப்பந்தத்தை ஏந்தி உள்ளே வந்திருக்க முடியும். தளநாயகன் ஒரு தீர்மானத்தோடு குதிரையை விட்டு இறங்கினான். படபடப்போடு வேகமாக விருந்து வட்டத்துக்குள் சென்றான். "யாரும் அசையக் கூடாது. அப்படியே இருங்கள்" என்று கத்தினான். இராசேந்திரனுக்கு திகைப்பு மேலிட்டது. இடைதுறை மன்னன் ஆச்சரியத்தோடு நின்றான். ஆடலழகியரும், அணித் தலைவர்களும், படைகளும் தளநாயகனின் சத்தங்கேட்டு திகைப்போடு மௌனமாக நின்றனர். தளநாயகன் ஒவ்வொருவரின் பக்கத்திலும் போய்ப் பார்த்தான். ஒவ்வொரு ஆளைப் பார்க்கும்போதும் 'இந்த ஆளாக இருக்குமோ' என்ற சந்தேகம் வந்தது அவனுக்கு. தங்களுடன் வந்தவர்களைத் தவிர மற்ற ஒவ்வொருவரும் ரகசிய மனிதராகப்பட்டது அவன் கண்களுக்கு.

ஒரு பெண்ணின் அருகில் வந்ததும் தளநாயகன் நின்றான்; கூர்ந்து கவனித்தான்.

"ஏய், நீ யார்?"

"நாட்டியக்காரி."

"விருந்தின் ஆரம்ப முதலே இங்கே இருக்கிறாயா?"

"ஆமாம்! அதிலென்ன சந்தேகம்?"

தளநாயகன் அதட்டினான். உண்மையைச் சொல்! நீ இப்போது தானே உள்ளே புகுந்தாய்? அந்தப் பெண் மென்று விழுங்கினாள். இன்னும் பொறுமையாக இருக்க இராசேந்திரனால் முடியவில்லை. "தளநாயகா! என்ன இது?" என்று கத்தினான். "ஒன்றுமில்லை மன்னா! நடந்ததைப் பிறகு சொல்கிறேன்" என்று கூறிவிட்டு இடைதுறை மன்னரிடம், "மன்னரே! இந்தப் பெண்ணை எங்களிடம் ஒப்புவிக்க வேண்டும்" என்று கூறினான்.

இடைதுறை மன்னன் முகம் கருத்தது. அதைக் காட்டிக் கொள்ளாமல், "ஏன், என்ன காரணம்?" என்று குளறினான் இடைதுறை மன்னன். இராசேந்திரன் எழுந்தான். "தளநாயகா, இப்பொழுதே விஷயத்தைச் சொல்" என்று கத்தினான். தளநாயகன் அவன் பக்கத்தில் செல்ல, இருவரும் தனியாகச் சிறிது தூரம் சென்று நின்றனர். தளநாயகன் நடந்ததை விளக்கினான். இராசேந்திரன் சிரித்தான்.

"பித்தன் நீ! அந்தக் குழப்பம் உன்னைவிட்டு நீங்க வில்லை. ஒரு இடத்தில் 'அன்னை வாழ்க' என்று சத்தம் கேட்டால் உலகெல்லாமா கேட்கும்? ஏன் இவ்வளவு குழம்புகிறாய்?" என்றான். தளநாயகன் அழுத்தம் திருத்தமாகத் தான் கண்டது உண்மையே என்று சாதித்தான். இராசேந்திரன் அவனை அடக்கி, "கண்டாலும் பரவாயில்லை! பேசாமல் இரு" என்று கூறிவிட்டு ஆசனத்தில் வந்தமர்ந்தான். தளநாயகன் அமைதி இழந்தவனாக அந்தப் பெண்ணைப் பார்த்தான். அவளைக் காணவில்லை. "மன்னா! அந்தப் பெண்ணைக் காணோம்" என்று மறுபடியும் கத்தினான் தளநாயகன். இடைதுறை மன்னன் பெருஞ் சிரிப்பு சிரித்து, "இதோ இருக்கிறாளே" என்று ஒரு பெண்ணைக் காட்டினான். "இவளல்ல அந்தப் பெண்" என்று தளநாயகன் சொன்னதை

இராசேந்திரனும் ஒப்புக் கொள்ளவில்லை. இராசேந்திரன் தளநாயகனைப் பக்கத்திலேயே உட்கார வைத்துக் கொண்டான். பொழுது புலரும் சமயத்தில் விருந்தும், வேடிக்கையும் முடிவுற்றது. தளநாயகன் மட்டும் முடிவற்ற குழப்பத்தில் இருந்தான். எல்லோரும் இடைதுறை அரண்மனைக்குப் புறப்பட்டனர். தனக்கென்று ஒதுக்கப்பட்ட மாளிகைக்கு இராசேந்திரன் சென்றான். அரண்மனைக்குப் பின்புறம் இருந்த மாளிகையின் ஒரு அறையில் தளநாயகன் ஓய்வு கொண்டான். இரவெல்லாம் உறக்கம் இல்லாமல் அலுப்புற்றிருந்த தளநாயகன் கண்களை மூடித் துயிலுலகம் சேர்ந்தான். அவன் முகத்தை இரண்டு கைகள் வருடுவதை அந்தப் பெருந் தூக்கத்தினிடையிலும் அவன் கண்டுகொண்டான். திறக்க மாட்டாமல் கண்களைத் திறந்தான். எந்தப் பெண்ணை அவன் சந்தேகித்தானோ அவள் இப்போது அவன் அருகில் உட்கார்ந்திருந்தாள்.

5. நந்தினி எங்கே? வந்தது மோசம்!

உண்பதற்குப் பண்டமுதவி நல்லபால் கொணர்ந்தார்!
சற்று விடாய் தீர்ந்து தனியே படுத்திருந்தேன்;
முற்று மறந்து முழுத்துயிலி லாழ்ந்து விட்டேன்
பாண்டு நடந்தனைப் பாடுகின்றவிப் பொழுதும்
மண்டுதுய ரெனது மார்பையெலாங் கவ்வுதே!

– பாரதி

நந்தினியைப் பிரிந்து சென்ற மரகதம், தன் இல்லம்
பூட்டப்பட்டிருப்பதைக் கண்டாள். தன் தந்தை இன்னும்
இரண்மனையில் இருந்து வரவில்லை என்பதைத் தெரிந்து
கொண்டாள். மரகதத்தின் தந்தை பெயர் **அரிசங்கமன்.** அவர்
பூதேவ குலத் தோன்றல். ஐம்பெருங் குழுவில் ஒருவனான
புரோகிதப் புஞ்சராயரின் உதவியாளர் தான் அரிசங்கமன்.
அரிசங்கமன், இராசேந்திரன் அவையில் இடம்பிடித்துக்
கொண்டதே ஆச்சரியமான நிகழ்ச்சியாகும். சிறு பருவத்
திலிருந்தே ஒன்றுக்கும் உதவாதவன் என்று தள்ளப்பட்டு
புரோகிதத் தொழிலைக்கூட சரிவரச் செய்யாத அரிசங்கமன்
வயது ஏற ஏற அரண்மனைக்குள் கண்ணோட்டம்
செலுத்தினான். தனது 27ஆம் பருவத்திலிருந்தே ஐம்பெருங்
குழுவில் அங்கம் வகித்த புஞ்சராயர் வீட்டிற்கு அடிக்கடி
போய்வர ஆரம்பித்தான் அரிசங்கமன். புஞ்சராயர் இட்ட

வேலைகளைச் செய்வதும், அவர் 'எள்'ளென்னும் முன்பே
எண்ணெயாக நிற்பதும், அவருக்கு நம்பிக்கையான நண்பராக
நடிப்பதும், அக்காலத்தே அரிசங்கமன் கைக்கொண்ட முறை
களாகும். நாளாக ஆக அவன் நடிப்பிலே மயங்கிய புஞ்சராயர்
அவனைத் தன் கூடவே வைத்துக் கொண்டார். புஞ்சராயரின்
மகள் தரங்கிணி, தாய் இழந்தவள். தனிமையில் வாழ்ந்தவள்.
அவளை அரிசங்கமன் தன் நடிப்பால் கவர்ந்தான். நாள்
முழுதும் அரண்மனையிலேயே இருந்த புஞ்சராயருக்கு இந்த
சேதி தெரியாது. அரிசங்கமன் தன் வீட்டிற்கு வந்த பிறகு தான்
தரங்கிணி சமஸ்கிருத ஸ்லோகங்களை அதிகமாகப் படித்து
வைத்திருக்கிறாள் என்றும்- அதற்குக் காரணம் அரிசங்கமன்
தான் என்று புஞ்சராயர் பூரிப்போடு மற்றவர்களிடம் சொல்லிக்
கொள்வது வழக்கம். மகள் படித்த சமஸ்கிருத ஸ்லோகங்கள்
அனைத்துமே காதல் சம்பந்தப்பட்டவை என்று அவருக்குத்
தெரியாது. அந்த ஸ்லோகங்கள் எந்தக் காவியத்திலும்
இல்லாதவை என்பதும் தான் உற்பத்தி செய்தவைதான்
என்பதும் அரிசங்கமனுக்கு மட்டும் தெரியும். ராயர் அந்தப்
பக்கம் போகவேண்டியதுதான்; இங்கே அரிசங்கமனும்,
தரங்கிணியும் சமஸ்கிருத ஸ்லோகம் படிப்பதில் ஈடுபடு
வார்கள். முதல் முதல் நாலடி தூரத்தில் உட்கார்ந்து சொல்லிக்
கொடுக்க ஆரம்பித்த அரிசங்கமன், நாலடியை மூன்றடியாக்கி
- மூன்றடியை இரண்டடியாக்கி - அதையும் ஒரு அடி தூரத்தில்
கொண்டு வந்து நிறுத்தி, பிறகு அந்த ஒரு அடியும் கடந்து
அவள் மடியில் சாய்ந்து, "பிடியே! கொடியே!" என்று பேச
ஆரம்பித்து,

"கன்னிக் கடலமுதைக் கண்டேனடி - கன்னம்
கன்னிச் சிவக்க முத்தம் தந்தேனடி!"

என்று பாடி, அவளை முழுதும் தன் வசப்படுத்திக்
கொண்டான். அதுவரை உலகம் தெரியாமலிருந்த தரங்கிணி
- அதற்குப் பிறகு பல பேருக்கு உலகத்தைப் பற்றிப்
போதிக்கும் தகுதி பெற்றாள். தினசரி புஞ்சராயர் புறப்படும்
பொழுது, "அப்பா உடை எடுத்து வைத்திருக்கிறேன்,
உணவெடுத்து வைத்திருக்கிறேன், ஏடெடுத்து வைத்திருக்
கிறேன், எழுத்தாணி வைத்திருக்கிறேன்" என்றெல்லாம்
சொல்லுவது வழக்கம். ராயரும் 'சந்தோஷம்மா' என்று கூறி
விடை பெற்று போவது வழக்கம். ஒரு நாள் தரங்கிணி
திடீரென்று, "அப்பா கர்ப்பம் தரித்திருக்கிறேன்" என்று
சொன்ன போதும் - "சந்தோஷமம்மா" என்று கூறி விடை
பெற்றுச் சென்ற புஞ்சராயர் பத்து தப்படி சென்றதும், "என்ன
சொன்னாய்?" என்று திரும்பி வந்து கேட்டார். தரங்கிணி
நாணத்தோடு ஆனால் பயமில்லாமல் தான் கர்ப்பிணியாய்
இருக்கும் செய்தியைச் சொன்னாள். புஞ்சராயர் திடுக்கிட்டார்.
மானம் போன செய்தி அறிந்தார். வாயிலும், வயிற்றிலும்
அடித்துக் கொண்டார். 'ஐம்பெருங்குழு'வில் ஒருவரின் மகள்
இப்படி அவமானச் சின்னமாக ஆகிவிட்டாள் என்றால் யார்
வாய்தான் பேசாமல் இருக்கும்? ராயர் ஊர் வாய்க்குப் பயந்தார்.
"உன்னைக் கெடுத்த உலுத்தன் யார்?" என்று மகளிடம்
உறுமினார். தரங்கிணியோ சிறிதும் பயமின்றி, "அரிசங்கமன்
என் ஆசை மணாளன்" என்றாள். ராயர் கொதித்தார்; குதித்தார்;
வழியென்ன என்று தேடினார். ஏதும் வழியின்றி அரிசங்க
மனுக்கே தன் மகளைக் கட்டி வைத்து அரண்மனையிலும்
அவனைத் தன் உதவியாளனாக வைத்துக் கொண்டார்.

    அரிசங்கமனுக்கும், தரங்கிணிக்கும் பிறந்த குழந்தை
தான் மரகதம். மரகதம் பூமியில் விழுந்ததும் தரங்கிணியின்
ஆவியும் பிரிந்தது. அதற்குப் பதினாறு ஆண்டுகளுக்குப் பிறகு
உள்ள கட்டத்தில்தான் நாம் நின்று கொண்டிருக்கிறோம்.

பூட்டிக் கிடந்த வீட்டைப் பார்த்த மரகதம் 'அப்பா வர நேரமாகுமோ!' என்று திரும்பவும் நந்தினியைத் தேடி வந்தாள். அங்கேயும் வீட்டின் முன்பகுதி பூட்டப்பட்டிருந்தது. 'தனியாக எங்கேயும் போகமாட்டாளே நந்தினி! எங்கே போனாள்?' என்று குழம்பினாள் மரகதம். அக்கம் பக்கத்தில் கேட்டுப் பார்த்தாள். ஒருவரும் சரியான பதில் சொல்ல வில்லை. ஒரே ஒரு பெண் மட்டும் நந்தினி அழகான உடை யணிந்து ஒரு ரதத்தில் ஏறிச் சென்றதாகக் கூறினாள். "கூட யார் இருந்தார்கள்?" என்று மரகதம் கேட்க, யாரோ ஒரு ஆடவனும் ஒரு பெண்ணும் இருந்ததாக அந்தப் பெண் சொன்னாள். மரகதம் குழப்பம் மிக்குற நந்தினி வீட்டின் வாசல் முன் வந்தாள், அங்கே உதிர்ந்த பூவும் - பாதி கிழிந்த ஏடும் கிடந்தன. அந்த ஏட்டில் 'அன்னை வாழ்க!' என்று எழுதப் பட்டிருந்தது. ஒன்றும் புரியாத மரகதம், அந்த ஏட்டைத் தூக்கிக் கொண்டு வீட்டிற்கு ஓடினாள். அப்பொழுதுதான் அரண்மனையில் இருந்து திரும்பிய அரிசங்கமன், மேலாடையைக் கழற்றிவிட்டு சுவரை இடித்துத் தள்ளுபவன் போல் சுவரில் ஏதோ செய்து கொண்டிருந்தான். அதைப் பார்த்த மரகதம் மறைவில் நின்று கொண்டு 'அன்னை வாழ்க' என்று படித்தாள். வெறி கொண்டவன் போல் திரும்பினான் அரிசங்கமன். அங்கு கிடந்த வாளைத் தூக்கினான். மெது மெதுவாக நடந்து நாலாபுறமும் தேடினான். அவன் முன்னால் மரகதம் போய் நின்றாள். "நீ தானா மரகதம்! நீ தானா? வேறு யாருமில்லையே!" என்று படபடப்போடு கேட்டான். "இல்லையப்பா! நானே தான்; இந்த ஏட்டைப் பாருங்கள்!" என்று ஏட்டை நீட்டினாள் மரகதம். நடந்ததைக் கூறினாள்.

"போய்விட்டாளா நந்தினி! தொலைந்து விட்டது திட்டம். வரட்டும் பார்க்கிறேன்" என்று கறுவினான் அரிசங்கமன்.

“அன்னை வாழ்க! இன்னுமா வாழ்கிறாள்? எங்கே வாழ்கிறாள்? எப்படி வாழ்கிறாள்? என்ன செய்யப் போகிறாள்? பார்க்கத்தான் போகிறேன்!” என்று தன்னையும் அறியாமல் பேசினான்.

“என்னப்பா, என்ன சொல்கிறீர்கள்!” என்று திகைப்போடு கேட்டாள் மரகதம். அரிசங்கமன் மென்று விழுங்கி, “இல்லை! உனக்குப் புரியாது! யாரிடமும் எதையும் கூறி விடாதே! கூறினால் உன் தகப்பன் உனக்கில்லை. எச்சரிக் கையாய் இரு!” என்று அவன் கூறி முடிப்பதற்கும் புஞ்சராயர் உள்ளே வருவதற்கும் சரியாக இருந்தது. வயதேறிய புஞ்சராயர் அமைதியோடு கட்டிலில் சாய்ந்தார்.

மரகதம் அவரிடம் ஏதோ கேட்கப் போக, அரிசங்கமன் கண்காட்டி அவளைத் தடுத்துவிட்டான். புஞ்சராயர் ஏதுமறியாமல் அலுப்போடு கண்களை மூடினார்.

புஞ்சராயர் வந்த ரதத்திலேயே ஏறி அரண்மனைக்குச் சென்றான் அரிசங்கமன்.

தனியே வந்து மரத்தடியில் உட்கார்ந்து மரகதம் கனவுலகில் இருப்பதைபோல் இருந்தாள்.

“நந்தினி எங்கே போய் இருப்பாள்? யாராவது தூக்கிப் போய் இருப்பார்களா? அல்லது தானே போய் இருப்பாளா? ஏன் அவள் போகவேண்டும்? அவளுக்கு யார் இருக் கிறார்கள்? ‘அன்னை வாழ்க’ என்ற ஏடு அங்கே இருக்கக் காரணம்! நந்தினி போனதற்காக அப்பா ஆத்திரப்படுவானேன்? ‘அன்னை எங்கே வாழகிறாள்’ என்று அப்பா கேட்பானேன்?” என்று அவள் நினைத்து நினைத்துக் குழம்பினாள். அப்போது அவளது தோழி அவளைப் பெயர் சொல்லி அழைத்தவாறு வீட்டிற்குள் நுழைந்தாள். வீட்டில் அவளுக்கு பதிலாக புஞ்சராயர் படுத்திருந்தார்!

மரகதம் பின்புறத் தோட்டத்திற்குத்தான் போனதாக புஞ்சராயர் சொன்னார். பின்பக்கத்திற்கு ஓடிய சித்தினி மரகதத்தின் மவுன நிலையைக் கண்டாள்.

"உண்ணவில்லையா, மரகதம்?" என்றாள்.

'ஊகூம்' என்று தலையசைத்தாள் மரகதம். சித்தினி ஓடிப்போய் பால்பழம் கொண்டு வந்தாள். உண்ணச் சொல்லி ஊட்டினாள். என்ன காரணம் என்று வினவினாள். ஏதும் பதில் சொல்லாமல் அவற்றை உண்ட மரகதம், "என்னைத் தனியே இருக்கவிடு சித்தினி!" என்று கடைசியாகச் சொன்னாள்.

இது, காலையரும்பிப் பகலெல்லாம் போதாகி மாலை மலருகின்ற நோய்போல் இருக்கிறது என்று கருதிய சித்தினியும் பேசாமல் வெளியேறினாள். கவலையும், குழப்பமும் நெஞ்சை அழுத்த, மரகதம் அங்கேயே தூங்கி விட்டாள்.

6. கனவோ நனவோ காட்சியும் தவறோ...

எந்த ஊர் என்றீர் இருந்தஊர் நீர்கேளீர்
அந்த ஊர்ச்செய்தி அறியீரோ - அந்தஊர்
முப்பாழும் பாழாய் முடிவிலோர் சூனியமாய்
அப்பாழும் பாழென் றறி.

கண்விழித்த தளநாயகன் ஆச்சரியமாய் அந்தப்
பெண்ணைப் பார்த்தான்.

"யார் நீ?"

"பார்த்தால் தெரியவில்லை?"

"இங்கு ஏன் வந்தாய்? நீ தானே அந்த மாயக்காரி?"

"ஏன் வந்தேன் என்றால் என் அத்தானைக் கண்டு பேச!
ஆனால் நான் மாயக்காரி அல்ல! இளமரக்கா விருந்திலே
என்னைக் கண்டு ஏதேதோ கேட்டீர்கள். அப்பொழுது சொல்ல
முடியாத பதிலையெல்லாம் இப்பொழுது சொல்லுகிறேன்."

தளநாயகன் நிமிர்ந்து உட்கார்ந்தான்.

"நான் அத்தான் என்று அழைக்கிறேன் என்று ஆச்சரியப்
படுகிறீர்களா? நீங்கள் என் காதலர் என்ற பொருளில் நான்
அப்படி அழைக்கவில்லை. என் அக்காளின் காதலர்
என்பதற்காக அப்படி அழைத்தேன்!"

"உன் அக்காளா! யாரவள்? என்ன உளறுகிறாய்!
இதென்ன மாயம்?"

"மாயமுமல்ல, மந்திரமுமல்ல! நீங்கள் நந்தினியின் காதலர்தானே! நந்தினி என் அக்காள். தளநாயகரே! அவளுக்கு தங்கை ஏதென்பீர். உமக்குத் தெரியாது. இப்போது சொன்னாலும் புரியாது. ஒன்று மட்டும் சொல்லுகிறேன். அது என் கடமை. ஒவ்வொரு நாடாக வெற்றி பெற்று வருகிறோம் என்று நீங்கள் நினைக்கிறீர்கள். தவறு! சோழ நாட்டிற் குள்ளேயும், வெளியிலும் சோழ மன்னனுக்கு எதிராக ஒரு பெரிய சக்தி வேலை செய்து வருகிறது. இதை யாரிடமும் சொல்லக் கூடாது என்பது என் அன்னை கட்டளை. ஆயினும் சொல்லக் கூடிய சிலவற்றை மட்டும் சொல்லுகிறேன். அந்தப் பகைச் சக்தி சோழ நாட்டின் வாழ்வையே மாற்றிவிடக் கூடிய நிலையில் இருக்கிறது. இராசேந்திரனோடு சோழ வம்சம் முடிந்து விட வேண்டுமென்று துடியாய்த் துடித்துக் கொண்டிருக்கிறது. கேட்டால் நீங்களும் சிரிப்பீர்கள். 'சோழனை வெல்லக்கூடிய பகையா!' என்பீர்கள். ஒரு நாள் உணர்ந்து கொள்வீர்கள். ஆனால் ஒன்றே ஒன்று. எப்பொழுதும் எச்சரிக்கையாய் இருங்கள். காலம் வரும்; அப்போது நாம் சந்திப்போம். வருகிறேன்" என்று அவள் புறப்பட ஆரம்பித்தாள். தளநாயகன் அவள் முந்தானையைப் பிடித்து நிறுத்தினான்.

"பேசாமல் என்னை விடுங்கள். என்னை இப்போது யாருக்கும் காட்டிக் கொடுக்கக் கூடாது. சோழ நாட்டின் நலன் கருதிச் சொல்லுகிறேன், இடைதுறையானுக்கு அவன் நாட்டைத் திருப்பிக் கொடுத்ததே முற்றிலும் விவேகமற்ற செயல். அதைத் திருத்தி இடைதுறையானை கைது செய்யும் படி இராசேந்திரனிடம் சொல்லும். என்னை நீர் நம்பலாம்; தயவுசெய்து விட்டுவிடும். நல்லது சொல்லத்தான் துணிந்து இங்கே வந்தேன். தயவுசெய்து என்னை விட்டுவிடும். நான்

இடைதுறையானுக்கு ஆதரவானவள் போல் நடித்து வருகிறேன். அவர்களுடைய திட்டங்கள் அனைத்தும் எனக்குத் தெரியும். விருந்திலே என்னை நீர் பிடித்தபோது விவரத்தைக் கக்கி விடுவேனோ என்று பயந்துதான் என்னை வெளியேற்றினான் இடைதுறையான். நானும் அப்போது சொல்வதாய் இல்லை. என்னிடத்திலே அவன் அளவு கடந்த நம்பிக்கை வைத்திருக்கிறான். நீங்கள் அவனைக் கைது செய்வது தான் விவேகமானது. இவ்வளவு சொல்லிவிட்டேன், என்னை விட்டுவிடும். காலம் வரும், மீண்டும் சந்திக்கிறேன்" என்று அவள் கூறியதைக் கேட்டு அவளை விட்டு விட்டான் தளநாயகன். அவளும் பின்வாயில் வழியாக அரண்மனைக்குள் நுழைந்தாள். தளநாயகன் இராசேந்திரன் தங்கியிருந்த மாளிகைக்கு ஓடிவந்து தூங்கிக் கொண்டிருந்த இராசேந்திரனைத் தட்டி எழுப்பினான்.

அப்பொழுதே இராசேந்திரனைப் பார்க்க வந்த இடைதுறை மன்னன், தளநாயகன் தட்டி எழுப்புவதைப் பார்த்து ஒரு பக்கத்திலே ஒளிந்து கொண்டான். கண் விழித்த இராசேந்திரனிடம் தளநாயகன், "மன்னா! இடைதுறையானைக் கைது செய்ய வேண்டும்; கைது செய்ய வேண்டும்!" என்று அலறினான்.

தூக்கத்தில் இருந்த இராசேந்திரனுக்கு அந்த வார்த்தைகள் அரைகுறையாகத்தான் கேட்டன. ஆனால் ஒளிந்து கொண்டிருந்த இடைதுறையானுக்கு முழுக்கக் கேட்டது. அவன் முகம் கறுத்தது; அவன் வாய் 'அரிசங்கமனுக்கு செய்தியனுப்ப வேண்டும். அடுத்தென்ன நடக்குமோ! அடிப்பாவி!' என்று முணுமுணுத்தது. விடுவிடென்று அந்தப்புரம் நோக்கி நடந்தான்.

7. அன்னை வேண்டுமா? அத்தான் வேண்டுமா?

பொய்மையும் வாய்மையிடத்து புரை தீர்ந்த
நன்மை பயக்கு மெனின்.

- குறள்

மூன்றாம் பகுதியில், நந்தினியிடம் ஒரு பெண் அவசரமாக ஓடி வந்து ஓலை கொடுத்தது, கதவருகில் சப்தம் கேட்டதும், வந்தவள் மென்று விழுங்கிப் பேசியதும் கூறினோம்.

ஐந்தாம் பகுதியில் நந்தினியைக் காணாமல் அவள் தோழி மரகதம் வருந்தியது கூறினோம். நந்தினி எங்கே சென்றாள்? என்ன ஆயிற்று...?

வந்த பெண் கொடுத்த ஓலையில் பின்கண்டவாறு எழுதப் பெற்றிருந்தது:

"கண்மணி நந்தினிக்கு,

நலம்.

உனைக் காணாமல் ஓடி மறைந்த ஆண்டுகள் பலவற்றில் எதுவும் உன்னை என் இதயத்திலிருந்து எடுத்துவிட முடியவில்லை. இத்தனை ஆண்டுகளில் உன்னைக் காணத் துடியாய்த் துடித்தேன். சூழ்நிலை என்னை தடுத்துவிட்டது. இப்போது உன்னை எப்படியும் என்னோடு வைத்துக்

கொள்வது என்று முடிவுகட்டி விட்டேன். வரும் சகோதரி
யோடு புறப்பட்டு வந்து சேரவும்.

உன் அன்னை"

  ஓலையைப் படித்த நந்தினிக்கு ஒன்றுமே புரியவில்லை.
வந்த பெண்ணை ஏற இறங்கப் பார்த்தாள். அந்தப் பார்வை
'உன்னை நம்பலாமா?' என்று கேட்பது போல் இருந்தது. இந்த
நேரத்தில் வாசல் பக்கத்துச் சுவரில், யாரோ மெல்லத்
தட்டுவது போல் இருந்தது. வந்த பெண், சிரித்தபடி நந்தினி
பக்கத்தில் அமர்ந்தாள்.

  "சந்தேகப்படாதே! உன் அன்னை எழுதிய கடிதம்தான்.
நீ இல்லாமல் அவர்கள் எவ்வளவு துயரப்படுகிறார்கள்
தெரியுமா...? உம்... பேசிக் கொண்டிருக்க நேரமில்லை.
உடனே புறப்படு."

  நந்தினியால் இதை நம்ப முடியவில்லை. 'ஒரு
பெண்ணை அனுப்பி அழைத்து வரச்சொல்லும் அளவுக்கு
வசதியிருந்தால் இருநாள்வரை, அன்னை, அதை ஏன் செய்ய
வில்லை? இப்போது திடீரென்று செய்ய வேண்டிய அவசியம்
என்ன வந்தது? அன்னை என்ன, எந்த நாட்டையாவது ஆண்டு
கொண்டிருக்கிறாளா? இல்லை, இது ஏதோ மாயம்!
தளநாயகன் இல்லை என்பதறிந்து, அன்னையைக் கவர்ந்த
சூதர்கள் என்னையும் கவர நினைக்கிறார்கள், என்று நந்தினி
எண்ணமிட்டாள். வந்த பெண்ணோ, புன்னகையோடிருந்தாள்.

  "இல்லை! போய்விடு. நீ மாயக்காரி! கள்வர்
கூட்டத்தைச் சேர்ந்தவள் போல் இருக்கிறது. நான் உன்னை
நம்புவதற்கில்லை. போய்விடு" என்று கத்தினாள். வந்த
பெண், "வாதத்திற்கு நேரமில்லை. வருகிறாயா, இல்லையா"
என்று பயமுறுத்தினாள்.

“நான் சத்தம் போடுவேன்!” என்று கூறி நந்தினி, சத்தமிட வாயைத் திறந்த போது, சிறிதும் எதிர்பாராத விதமாக வந்த பெண் ஒரு மூலிகையை அவள் முகத்தில் போட்டு கெட்டியாகப் பிடித்துக் கொண்டாள். சில விநாடிகளில் நந்தினி மூர்ச்சையுற்றாள். நாலைந்து வீரர்கள் உள்ளே புகுந்து நந்தினியைத் தூக்கிக்கொண்டு வெளியேறினர். அடுத்த கட்டிலே நுழைந்து பார்த்த அந்தப் பெண், கணக்காயன் மரணமுற்றுக் கிடப்பதை கண்டாள். அவனையும் தூக்கி ரதத்தில் போட்டபடி எல்லோரும் புறப்பட்டனர். வெளியிலே இந்த அமளியைக் கண்ட சிலரும், வாய்மூடி இருந்தனர். காரணம், வந்த வீரர்கள் அனைவரும் சோழ நாட்டு வீரர்கள் போலவே உடையணிந்து தோற்றமளித்ததாகும். ரதத்தில் ஏறும் போது அந்தப் பெண் வீசியெறிந்த ஓலை நறுக்குத்தான் மரகதத்தின் கையில் கிடைத்தது.

ரதம் வெகுவேகமாக நகரத்தின் எல்லையைக் கடந்தது. வேகத்தால் ஏற்படும் அசைவுகள் ரதத்தில் இருப்பவர்களை குலுக்கி எடுத்தன. மூர்ச்சையாகிக் கிடந்த நந்தினியும் உயிரற்றுக் கிடந்த கணக்காயன் உடலும் அந்த ஆட்டங்களால் பாதிக்கப்படாதவாறு வீரர்கள் பாதுகாத்தனர். ரதம், எல்லையைக் கடந்து வெகுதூரம் வந்த பிறகே இருட்ட ஆரம்பித்தது. சில்லென்று குளிர் காற்று வீசத் துவங்கியது. லேசாக மழைத்துளிகள் விழ ஆரம்பித்தன. மூர்ச்சையுற்றுக் கிடந்த நந்தினி கண்விழித்தாள். சுற்று முற்றும் பார்த்தாள். ஒரு பெண்ணின் மடியில் தன் தலை இருப்பதை உணர்ந்தாள். அவள் உடல் நடுங்கியது. இருளில், நந்தினி கண் விழித்ததை, அந்தப் பெண் உணரவில்லை. நந்தினி தலையைத் தூக்கிய போதுதான் அவள் உணர்ந்தாள். அவள் வாய் திறப்பதற்குள் நந்தினி, “அத்தான்!” என்று கூவினாள். அவள் வாயைப்

பொத்தியவாறு, வந்த பெண் "அத்தான் வேண்டுமா? அன்னை வேண்டுமா?" என்று கேட்டாள். "எனக்கு அத்தான் தான் வேண்டும். அன்னை இருப்பதாக நீங்கள் சொல்லுவது பொய். அன்னையின் கதை தெரிந்து என்னை ஏமாற்றுகிறீர்கள்! என்னை விட்டுவிடுங்கள்! காட்டு மிருகங்களுக்கு இரையாகி விட்டாலும் கவலை இல்லை. என்னைக் கெடுத்து விடாதீர்கள். உங்களை வணங்குகிறேன்" என்று நந்தினி பொருமினாள்.

இவளுக்கு விளங்க வைப்பது சிரமம் என்று கண்டு கொண்ட அந்தப் பெண், சிறிதும் தயக்கம் இன்றி மறுபடியும் மூலிகையை பிரயோகித்தாள். சிறிது நேரம் தெளிவுடன் இருந்த நந்தினி, மீண்டும் மூர்ச்சையுற்றாள்.

ரதம், ஆலங்காட்டின் அருகில் வந்தபோது பளபள வென்று பொழுது விடிய ஆரம்பித்தது. அதுவரையில் இருந்த அமைதி அழியத் தொடங்கியது. ஆலங்காட்டிலே, இராசேந்திரன் கண்ட கூட்டத்தார் துயில் நீங்கி நடமாட ஆரம்பித்தனர். பல் துலக்குவாரும், சுள்ளிகளைக் கொண்டு தீ மூட்டுவாரும், வாள் சுழற்றிப் பயிற்சி செய்வோருமாக அந்த இடம் கலகலப்பாகத் தோன்றியது. ரதம் அங்கு வந்து நின்ற வுடன் அத்தனை பேரும் ரதத்தைச் சூழ்ந்து கொண்டனர். அப்போதும் நந்தினி மூர்ச்சையுற்றுத்தான் கிடந்தாள். ரதத்தில் வந்த வீரர்களும் பெண்ணும் கீழே இறங்கி, நந்தினியையும் கீழே இறக்கினார்கள். சுற்றிலும் நின்ற பெண்கள், நந்தினியின் உடலைத் தொட்டு 'அன்னை வாழ்க!' என்று கூவினர். ஆனந்தக் கூத்தாடினர். அவளது முகத்தைக் கூர்ந்து பார்த்தனர். "அன்னை போலவே இருக்கிறாள்!" என்றனர். கணக்காயன் உடலும் கிழே இறக்கப்பட்டது.

தூரத்தில் கருநாக மங்கை வருவது தெரிந்து கூட்டம் ஒதுங்கி வழிவிட்டது. நேரே, அவள் நந்தினி அருகில் வந்தாள்! அவள் உடலைத் தொட்டு, 'அன்னை வாழ்க' என்று கூறி சிறிது நேரம் மௌனமாய் நின்றாள். பிறகு ஒரு பெண்ணிடம் ஏதோ சாடை காட்டினாள். அந்தப் பெண் ஓடிப்போய் ஒரு மூலிகை கொண்டு வந்தாள். அதை நந்தினியின் மூக்கில் காட்டியவுடன் நந்தினி கண் விழித்தாள். கருநாக மங்கை, அந்த மூலிகையை, கணக்காயன் அருகில் கொண்டு போகும் போது ஒருத்தி, "அம்மா! அவர் இறந்து விட்டார்" என்றாள். கருநாக மங்கையின் முகம் சிவந்தது.

"காயங்கூடப் படக் கூடாது என்றேனே? ஏன் கொன்றீர்கள்?" என்று கத்தினாள். வந்த பெண் நடுக்கத்தோடு, "நாங்கள் கொல்லவில்லை. அவர்தானே இறந்து கிடந்தார்" என்று மெல்லக் கூறினாள். கருநாக மங்கை யோசித்து, அதை ஒப்புக் கொண்டவள் போல் தலையை ஆட்டினாள். அவள் கண்களிலிருந்து இரண்டு சொட்டுக் கண்ணீர் விழுந்தது.

நந்தினி எழுந்தாள். சுற்றி நின்றோரைப் பார்த்தாள். அவள் முகம் வெளிறியது. மெய் விதிர்த்தது. குனிந்து கணக்காயரைப் பார்த்தாள். 'அப்பா' என்று அலறினாள். அவன் மீது சாய்ந்தாள், புரண்டு அழுதாள், எழுந்தாள், கண்கள் கனல் கக்கின.

"பாதகர்களே! என் தந்தையைக் கொன்று விட்டீர்களே! இருந்த ஒரு துணையும் போய்விட்டதே! கீழ்த்தரமான வர்களே! உங்களுக்கு ஏன் இந்தக் கெடுமதி! சப்தமில்லாமல் வாழ்ந்தோமே! யாருக்கு என்ன தீங்கிழைத்தோம்? என் தந்தையை ஏன் கொன்றீர்கள்?" என்று விம்மினாள்.

கருநாக மங்கை அவளைச் சமாதானப்படுத்த முயன்றாள்.

"அம்மா! முழுவதையும் தெரிந்து கொள். அவர்
இயற்கையாகவே மரணம் அடைந்து கிடந்தாராம். அன்னை,
அவரது உடலையாவது காணட்டும் என்று எடுத்து வைத்திருக்
கிறார்கள். எங்களுக்கில்லையா கவலை?" என்றாள்.

நந்தினி எள்ளிச் சிரித்தாள். அழுகின்றபோது சிரிப்பு!
அது பயங்கரமாக காட்சியளித்தது!

"என்ன தயாளம்! எத்தர்கள் நீங்கள்! பொய் சொல்வதைக்
கலையாகக் கற்றிருக்கிறீர்கள்! சண்டாளர்கள்! சதிகாரர்கள்!"
என்று கத்தினாள்.

கருநாக மங்கை அவள் முகத்தில் கைசேர்த்து, "மகளே!
நான் சொல்வதை நம்பு! நாங்களும் உன் அன்னையின்
குழந்தைகள்தான். முழுவதும் சொல்கிறேன் வா!" என்று
அவளை அணைத்தபடி நடந்தாள். இரு வீரர்கள் கணக்காயன்
உடலைத் தூக்கிவர, மற்ற பெண்களும் வீரர்களும் பின்
தொடர, எல்லோரும் கீழ் மாளிகைக்கு வந்தனர்.

கீழ் மாளிகைக்குள் வந்ததும், நந்தினி, மிகப் பெரியதும்
பயங்கரமாகத் தோற்றமளித்ததுமான ஒரு நாக சிங்காதனத்தைக்
கண்டாள். நாகத்தின் படத்திலேயே சாய்ந்து கொள்ளக் கூடிய
முறையில் அது அமைக்கப்பட்டிருந்தது. சுற்றிலும் பளபளப்
பான சிலைகள் 'பளிச்'சென்று மின்னின. நந்தினி பயந்தபடி
நின்றாள். கருநாக மங்கை, அவளைக் கைத்தாங்கலாக
அழைத்துப் போய் சிங்காசனத்தில் உட்கார வைத்தாள்.
பின்னாலிருந்த நாகபடம் ஆடியது. நந்தினி, தன்னை
அறியாமல் கூவி விட்டாள். கருநாக மங்கை, அவள் தோளில்
கை வைத்து அமைதிப்படுத்தினாள். பிறகு கூட்டத்தைப்
பார்த்துப் பேசினாள்:

"நமது அன்னையின் கண்மணியை காணப்பெற்றதற்கு நாம் மிகுந்த மகிழ்ச்சி அடைகிறோம். அன்னை இட்ட கட்டளையில் ஒரு பகுதியை நிறைவேற்றி விட்டோம். இனி, கண்மணியை அன்னையிடம் சேர்க்க வேண்டிய பொறுப்பு இருக்கிறது. அதையும் செய்து, நமது கொள்கையிலும் வெற்றி பெற்று விட்டோமானால் இதுவரை நாம் பட்ட துயரங்களுக் கெல்லாம் முடிவு ஏற்படுவதோடு சோழ மண்டலத்திற்கு நிரந்தரமான நல்வாழ்வைத் தந்த பெருமையும் கிடைக்கும். சோழ சிங்காசனத்தை, சூழ்ச்சியால் கவர நினைத்த தீயவர் களை நாம் அழித்தோம் என்று வரலாறு கூறும். அன்னை வாழ்க!" என்று முடித்தாள்.

நந்தினிக்கு எல்லாம் குழப்பமாக இருந்தது. "சோழ நாட்டிற்கு இப்போது என்ன வந்தது? சூதாவது, சூழ்ச்சி யாவது! இவர்களெல்லாம் ஒருவேளை பைத்தியக்காரர்களாக இருக்கலாமோ? காட்டுக்குள் உட்கார்ந்து கொண்டு சோழ நாட்டைக் காப்பாற்றப் போகிறார்களாம். அதில் என் அன்னையின் பெயரை வேறு அநாவசியமாக இழுக்கிறார்கள். என்ன இது?" என்று எண்ணமிட்டாள்.

அதற்குள் சில பெண்கள், தட்டுகளில் பழங்களைக் கொண்டுவந்து நந்தினியின் முன் வைத்துவிட்டுப் பணிவோடு நின்றார்கள். நந்தினி, அந்தக் குழப்பத்திலும் தான் உயர்ந்த இடத்தில் வைக்கப்பட்டிருப்பதால் தனக்குத் தீங்கிருக்காது என்ற நம்பிக்கையில் அமைதி பெற்று, பழங்களை உண்ண ஆரம்பித்தாள். கூட்டம் வெளியிற் சென்றது. கருநாக மங்கை, கணக்காயன் உடலை, மூலிகைகளால் பத்திரப்படுத்துமாறு வீரர்களிடம் கூறிவிட்டு, நந்தினியின் பக்கத்தில் உட்கார்ந்து வரலாறு கூறத் துவங்கினாள்.

8. அத்தானைக் காண்போமா?
அன்பு மொழி கேட்போமா?
தாயிருக்கையில் தனமிருக்கையில் சஞ்சலமென்னடி
மானே! - நல்ல
பாயிருக்கையில் புழுதித்தரையில் படுத்துப் புரளும் -
தேனே!
வாயிருக்கையில் கேளடி நல்ல வான நிலவும்
கொடுப்பேன்! - இன்று
நீயிருக்கிற நிலை சகியேன்! நிலத்தினில்
உயிர்விடுப்பேன்!
சின்ன இடுப்பு நெளிவதென்ன சித்திரப் புழுப்போலே!
- அடி
கன்னி உனக்குக் கசந்ததுவோ காய்ச்சிய பசும்பாலே!
- பாரதிதாசன்

கருநாக மங்கை சொன்ன வரலாற்றைக் கேட்ட நந்தினி, உற்சாகக் கடலில் மிதந்தாள். நீண்டகாலமாகக் காணாத தாயைக் காணப்போகிறோம் என்ற மகிழ்ச்சி, கட்டுக் கடங்காமல் பெருகியது. தாய் எப்படி இருப்பாளோ என்று கற்பனை செய்ய ஆரம்பித்தாள்.

கண்ணாடியில் தன் முகத்தைப் பார்த்து, 'இப்படித்தான் இருப்பாள். ஆனால் கொஞ்சம் கிழடு தட்டியிருக்கும்' என்று

மெல்லச் சொல்லிக் கொண்டாள். அதிகம் கிழடு தட்டி யிருக்கும் என்று அவள் எண்ணத் தயாராயில்லை. கொஞ்சம் என்றுதான் முடிவுகட்டினாள். அந்த இடத்துக்குத் தானே ராணி என்கிற அளவுக்கு அவளுக்குப் பெருமை நிறைந்து வந்தது. ஏதாவது ஒரு பெண்ணை, வேண்டுமென்றே, "அடியே! அந்தக் கத்தியை எடுத்துவா!" என்று உத்தரவிடுவாள். இன்னொருத்தியை, "ஓடிவா!" என்று பணித்து, வந்ததும், "திரும்பிப் போ!" என்று உத்தரவிடுவாள். இப்படி அவள் தன் மகிழ்ச்சியை வெளிப்படுத்தினாள்.

கருநாக மங்கை வெளியே சென்றபின் சில நாழிகை வரை இந்தக் கூத்து நடத்திவிட்டு, நந்தினி தானும் வெளியே வந்தாள். காட்டுக்குள் புள்ளிமான் போல் பாய்ந்து ஓடினாள்; ஆடினாள்; பாடினாள்! மிக நெருக்கமான அந்த வனத்தினுள் நந்தினி பல இடங்களுக்கும் ஓடித் திரிந்தாள். இதைக் கண்ட ஒரு பெண் அவளருகில் ஓடிவந்து, "அம்மா! இந்த வனத்தில் இப்படித் திரியக் கூடாது. நமது எல்லையைத் தாண்டி வந்து விட்டீர்கள்! வாருங்கள்!" என்று அழைத்தாள். நந்தினி மறுத்து, "என்னை யார் என்ன செய்ய முடியும்?" என்றாள். தலைநிமிர்ந்து நின்றாள். அந்தப் பெண் எவ்வளவு அழைத்தும் நந்தினி நகரவில்லை. மேலும் நடந்து, வனத்தின் மிகவும் நெருங்கிய பகுதிக்கு வந்தாள். அவளது செயல் பிடிக்காத அந்தப் பெண் கைதட்டி, சில வீரர்களையும் பெண்களையும் துணைக்கு அழைத்துக் கொண்டு அவளைத் தொடர்ந்தாள்.

ஒரு தடாகத்தின் அருகில் வந்ததும், நந்தினி அப்படியே அசையாமல் நின்று விட்டாள். சுற்றிலும் அழகாக கட்டிவிடப் பெற்று, யானைகள் இறங்க வசதி செய்து கொடுத்தது போல், பெரும் படிக்கட்டுகளாகக் கட்டி வைக்கப்பட்டிருந்தது அந்த தடாகம். நீர் கண்ணுக்குத் தெரியாத வண்ணம், மலர்கள்

மூடியிருந்தன. நந்தினிக்கு அதைப் பார்த்ததும், அதில் நீந்தித் திரிய வேண்டுமென்ற ஆவல் பிறந்தது. சுற்றி நின்ற பெண் களையும் வீரர்களையும் ஒருமுறை பார்த்தாள். பிறகு, வீரர் களைப் பார்த்து, "நீங்கள் போகலாம்" என்று அலட்சியமாகக் கூறினாள். வீரர்கள் ஏதும் சொல்ல முடியாத இக்கட்டான நிலையில், அடர்ந்து வளர்ந்திருந்த மரங்களுக்குப் பின்னால் சென்று விட்டனர். நாலைந்து பெண்கள் மட்டும், 'என்ன நடக்கப் போகிறதோ? என்ன செய்யப் போகிறாளோ?' என்ற எண்ணத்தில் அசையாமல் நின்று கொண்டிருந்தனர்.

நந்தினி கண்களை அகல விரித்து, மெல்லிய குரலில், "நான் இதில் குளிக்கப் போகிறேன்!" என்றாள்.

பெண்கள் திடுக்கிட்டனர். அவர்கள் முகம் திகில் கொண்டு உருமாறியது. ஒரு பெண், நடுங்கியபடி, "ஐயோ! வேண்டாம் அம்மா! இந்தக் குளத்தில் நாகங்கள் அதிகம்!" என்றாள்.

நந்தினி சிரிப்புச் சிந்தி, "பைத்தியம்! குளத்தில் நாகங்கள் எப்படி இருக்கும்! அப்படியே இருந்தாலும் தண்ணீர் நாகத்திற்கு விஷம் இல்லையென்று கேள்விப்பட்டிருக்கிறேன்" என்று கூறிவிட்டு, ஆடைகளைக் களையத் துவங்கினாள். அந்தப் பெண்கள் எவ்வளவு கெஞ்சியும் நந்தினி ஏற்பதா யில்லை - அவளுக்கு இளங்கன்றின் துணிவு ஏற்பட்டிருந்தது. "நீங்கள் பேசாமலிருங்கள். நான் குளித்துவிட்டுப் பத்திரமாக வருகிறேன் என்று பாருங்கள்" என்று கூறிவிட்டு படிக்கட்டு களில் மெதுவாக இறங்க ஆரம்பித்தாள். நான்கு படிகளில் இறங்கி ஐந்தாவது படியில் கால்வைக்கும் போது சீறி எழுந்தது ஒரு நாகம். அதன் கண்கள் பளிச்சென்று மின்னின. நாக்கை வெளிக்காட்டி அது பயங்கரமாகக் காட்சியளித்தது.

நந்தினி பதறி, "ஐயோ!" என்று அலறிவிட்டாள். அவள், மயங்கி விழக்கூடிய நிலையில் இருந்தாள். சிறிது நகர்ந்தாலும் நாகம் கடித்துவிடுமோ என்கிற பயம் உந்தித் தள்ள, நடுங்கிய படி அப்படியே நின்றாள். கரையில் நின்ற பெண்களில் ஒருத்தி சாடை காட்ட, ஒரு வீரன் சப்தமின்றி ஓடிவந்து, நந்தினிக்கு பின்னால், பாம்புக்குத் தெரியா வண்ணம் மெது மெதுவாக இறங்கினான். பயங்கரமாகப் படமெடுத்து நின்ற நாகம், நந்தினிக்கு விளையாட்டு காட்டுவது போல் அசைந்து ஆடியது. பின்னால் வந்த வீரன் தன் வாளால் நாகத்தை வெட்டினான். நாகம் இரண்டு துண்டாக விழுந்தது. அதோடு நந்தினியின் காலிலும் அந்த வெட்டு விழுந்தது. நந்தினி அலறினாள். வீரன் அவளைத் தோளில் தூக்கிப் போட்டவாறு படிக்கட்டுகளில் ஏற ஆரம்பித்தான். படிக்கட்டுகளில் ஏற ஏற 'புஸ்' என்ற சப்தம் கேட்டபடி இருந்தது. வீரன் கரைக்கு வந்து சேர்ந்தபோது அந்த சப்தம் பயங்கரமாக உருக் கொண்டது. பெண்கள் தங்கள் ஆடைகளைக் கைகளில் பிடித்தபடி ஒடுவதற்குத் தயாராக நின்றனர். நந்தினி மயங்கியே விட்டாள். வீரன் திரும்பிப் பார்த்தான். நாற்பது ஐம்பது நாகங்கள் தண்ணீருக்கு மேல் தலையைத் தூக்கிக் கொண்டிருந்தன. பெண்களும், வீரர்களும் வேகமாக நடந்து கீழ் மண்டபத்தின் அருகில் வந்தார்கள். நந்தினியை மூர்ச்சை தெளிவித்து, படிக்கட்டுகளில் மெதுவாக இறக்கிவிட்டபின், மற்றவர்கள் தங்கள் இருப்பிடம் ஏகினர்.

நந்தினி மேலாடை இன்றி, சேலைத் தலைப்பால் மேனியை மூடியபடி மண்டபத்தினுள் சென்றாள். மெல்ல நடந்து, யாரும் அறியாவண்ணம், தன் படுக்கையருகில் சென்றாள். கருநாக மங்கை எங்கே சென்றாள் என்று கண்களால் தேடினாள். சுற்றுமுற்றும் ஒருவரும் இல்லை.

பக்கத்து அறையில் தீவட்டி வெளிச்சம் மினுக்கிட்டுக்
கொண்டிருந்தது. 'இச்'சென்ற ஒலி மட்டும் லேசாகக் கேட்டுக்
கொண்டிருந்தது. நந்தினிக்கு ஒன்றும் புரியவில்லை.
'இச்'சென்ற ஒலியின் 'மூலம்' அவளுக்குத் தெரியும். அது,
இந்த மண்டபத்தில் கேட்க முடியும் என்பதைத்தான் அவள்
நம்பவில்லை. லட்சியவாதிகள் வாழும் இடமாயிற்றே!
அங்கே, அதுவும் மண்டபத்தின் உள்ளே அநாவசியமாக
யாரும் பிரவேசிக்க முடியாத இடத்தில் அது கேட்டதும்
அவள் குழப்பத்தின் உச்சியில் நின்றாள். "கருநாக மங்கை
ஒருவேளை யாரையாவது..." என்று நினைத்தாள்.

        "சேச்சே! அப்படி இருக்க முடியாது!" என்று மறுமனது
சொல்லிற்று. உடனே அந்த எண்ணத்தை இன்னொரு முடிவு
சாய்த்தது.

        "ஏன் இருக்க முடியாது? அவளும் பெண்தானே!"

        நந்தினி வெகுநேரம் வரை சிந்திக்கவில்லை; ஒரு குரல்
மெதுவாக எழுந்தது.

        "இரவோடு இரவாக நான் போயாக வேண்டும் அல்லி!
உன்னை எப்படியும் என்னோடு அழைத்து செல்வதென்று
வந்துவிட்டேன். இனி என்னால் பொறுக்க முடியாது. உன்
லட்சியமெல்லாம் ஒன்றும் நடைபெறப் போவதில்லை.
யாரோ சொல்வதையெல்லாம் கேட்டு நீ தடுமாறிக் கொண்
டிருக்கிறாய். பேசாமல் என்னோடு வந்துவிடு. இன்று கண்ட
சுகம் என்றும் எனக்கு வேண்டும். பிரிந்திருப்பதும், அவதி
அவதியாக ஓடிவந்து மறைந்து வந்து சந்திப்பதும் இனி
என்னால் முடியாது."

        "துரையே! அதனால்தான் சொல்லுகிறேன். நீங்களும்
என்னோடு சாந்திமத் தீவிற்கு வந்துவிடுங்கள். என் அன்னை

யிடம் உண்மையைக் கூறி அனுமதி வாங்கி விடுகிறேன்.
பிறகு பிரிவென்பதே இருக்காது!"

"அதெப்படி முடியும் அல்லி?"

"ஏன் முடியாது? இப்படியே இன்று தங்கி விடுங்கள்.
நாளை எனது கூட்டத்திற்கு அறிமுகப்படுத்தி விடுகிறேன்.
பிறகு யாரும் உங்களை எதுவும் கேட்க மாட்டார்கள்.
சாந்திமத் தீவிற்குப் போனாலும், அன்னையிடம் முழு விவரங்
களையும் கூறி விடுகிறேன். அந்தப் பகுதியில் ஒரு சிறு
தீவையே நமது சொந்தமாக்கிக் கொள்ளலாம். அந்த வாழ்வை
இப்போது கற்பனை செய்து பார்த்தாலும் மகிழ்வு இருக்கிறது!
ஐயா, நான் சொல்வதைக் கேளுங்கள்."

சிறிது நேரம் மௌனம். 'இச்'சென்ற ஒலி. நந்தினி
கூர்ந்து கேட்டாள்; குழப்பத்திற்கு முடிவு காண எண்ணினாள்.
மெதுவாக எழுந்து சென்று கதவிடுக்கின் வழியே கவனித்தாள்.

ஒரு அழகிய ஆடவனின் மார்பில் கருநாக மங்கை
சாய்ந்திருந்தாள். அவளது கரங்கள், அவன் கழுத்தைக் கட்டிப்
பிடித்திருந்தன. அவளது தலையை அவன் கோதிக் கொண்
டிருந்தான். இருவரும் காதல் மயக்கத்தில் இருந்தனர்.

"சரி அல்லி! நீ சொன்னபடியே செய்கிறேன்!" என்றான்
அவன். கருநாக மங்கைக்கு ஆனந்தம் தாங்க முடியவில்லை.
திரும்பினாள். அவன் கழுத்தில் முழுக்கரத்தையும் சேர்த்தாள்.
முகத்தில் மாறி மாறி முத்தமிட்டாள். அவன் மார்பைப் புல்
தரையாக கருதி இந்த மான் துள்ளி விளையாடியது.

நந்தினி ஆச்சரியப்பட்டாள். "அல்லி! இதுதானா இவள்
பெயர்! சரிதான். காதல் உலகத்தில்தான் இவளும் இருக்கிறாள்;
பெண்கள் எங்கே இருந்தாலும் இந்த நோய் விடுவதில்லை
போல் இருக்கிறது!" என்று நினைத்தாள். அவளது உள்ளம்

திடீரென்று தளநாயகன்பால் ஓடி விழுந்தது. அவர் இருந்தால்...? அவள் கற்பனை செய்ய ஆரம்பித்தாள். அங்கு கண்ட காட்சிக்கும் அதிகமான காட்சிகளைக் காணலாமே... மகிழலாமே... என்று நினைத்தாள். அதுவரை திருமணத்திற்கு உடன்படாமல் இருந்த பேதமைக்காக வருந்தினாள். மெது வாகக் கட்டிலில் சாய்ந்தாள். தலையணையைத் தளநாயகனாக நினைத்தாள். 'அத்தான் அத்தான்!' என்று அவள் வாய் முணு முணுத்தது. உள் அறையின் காட்சியை மீண்டும் காண அவள் விரும்பவில்லை. ஆனாலும் பக்கத்தில் இருவர் காதல் செய்யும் போது ஒரு பருவ மங்கை நிம்மதியாகவா இருக்க முடியும். அமைதியற்ற மனதோடு உறக்கமில்லாமல் இரவைக் கழித்தாள்.

பொழுது விடிந்தது. அப்போதுதான் நந்தினி நிம்மதி யாகத் தூங்கிக் கொண்டிருந்தாள். கருநாக மங்கை புதிய பெண்ணாகக் காட்சியளித்தாள். அதுவரையில் அவள் அவ்வளவு கலகலப்பாக இருந்ததில்லை. எல்லோரிடமும் அவள் உற்சாகமாகப் பேசினாள். நந்தினியைத் தட்டி எழுப்பினாள். "சாப்பிடவில்லையா?" என்றாள். "இவ்வளவு நேரம் தூங்கலாமா?" என்று பரிவோடு கேட்டாள். பழங்கள் வர உத்தரவிட்டாள். வழக்கமாக காலையில், அதிகார தோரணையில் காணப்படும் அவள், அன்று புதிய பெண்ணாக உருக்கொண்டாள். யாருக்கும் காரணம் புரியவில்லை. நந்தினி, தெரிந்தும் அதைக் காட்டிக் கொள்ளவில்லை. ஒரே உல்லாச வெள்ளத்தில் மங்கை மிதந்தாள்.

ஆனால்...?

பிரிவுத் துயரில் நந்தினி மிதந்தாள். ஒப்புக்காகச் சிரித்தாள். உள்ளம் தெளிவின்றிக் கிடந்தது.

இந்த நேரத்தில் திடீரென்று ஒரு வீரன் ஓடிவந்தான். அவன் பதட்டத்தோடு காணப்பட்டான். "அம்மா, அம்மா!" என்று குழறினான்.

மங்கை திடுக்கிட்டு, "என்ன நடந்தது?" என்று கேட்டாள்.

"அரிசங்கமனின் ஆட்கள் வந்து கொண்டிருக்கிறார்கள்!" என்றான் அவன்.

"இரவிலே என் குதிரை அறுத்துக் கொண்டு ஓடி விட்டது. தேடிக்கொண்டே போனேன். கோமான்குடிக் காட்டுக்குள், அவர்கள் தடம் பார்த்துக் கொண்டிருந்தனர். என் குதிரை அவர்களிடம் சிக்கிக் கொண்டிருக்கிறது!" என்று மேல்மூச்சு வாங்க, அவன் கூறினான்.

9. சட்டி சுட்டது; கை விட்டது!

ஞாலங் கருதினும் கைகூடும் காலம்
கருதி இடத்தாற் செயின்!

- குறள்

இடைதுறை மன்னன் தேள் கொட்டியவன் போல் துடித்தான். 'தோற்றோம், ஆயினும் நாட்டைத் திரும்பப் பெற்றோம். அந்தோ! சில நாட்களிலேயே அது மீண்டும் பறிபோகிறது! எத்தனை கோட்டைகள் கட்டினோம்! நாடு திரும்பக் கிடைத்து விட்டது. சோழ நாட்டின் சிம்மாசனம் கூடத் தூரத்திலில்லை. அரிசங்கமன் படகுக்குத் துடுப்பு வாய்த்த மாதிரி அமைந்திருக்கிறான் என்றெல்லாம் கனவு கண்டோம். சண்டாளி, அத்தனை கனவுகளையும் நொடியில் தகர்த்து விட்டாள்' என்று மனதுக்குள்ளேயே புலம்பிக் கொண்டு அந்தப்புரம் நோக்கிச் சென்றான்.

இடைதுறையானுக்கு, தளநாயகன் பேச்சைக் கேட்டதும், 'அந்தப் பெண்' மீது சந்தேகம் பிறந்து உறுதிப் படக் காரணம் இருந்தது. தளநாயகன் அவளைத் துரத்தி வந்து இளமரக்காவில் செய்த ரகளை, அவனுக்கு அச்சத்தை மூட்டிக் கொண்டிருந்தது. திடீரென்று, அவனைக் கைது செய்யும்படி தளநாயகன் இராசேந்திரனிடம் சொன்னதும், பளிச்சென்று இடைதுறையான் நினைவு அந்தப் பெண்ணிடம் தான் ஓடியது.

அந்தப்புரத்திற்கு வந்த இடைதுறையானின் மனதிலிருந்த ஆரவாரமும் துடிதுடிப்பும், அந்தப்புரத்தில் காணப்படவில்லை. அங்கே மங்கையர், வளம் படைத்த மேனியில் களம் படைத்துக் கொண்டிருந்தனர். பாலில் குளிப்பாரும், பழரசம் பருகுவாரும், துள்ளிக் குதிப்பாரும், துவண்டு விழுவாரும், அன்னநடை பயில்வாரும், அரை உடையில் நிற்பாருமாக, அந்தப்புரம் அழகு புரண்டோடும் இன்பப் புரமாகக் காட்சியளித்தது. பூக்காட்டில் யானை புகுவது போல் உள்ளே புகுந்தான் இடைதுறையான்.

"எங்கே அவள், அந்தச் சண்டாளி?"

"யார்? எந்தச் சண்டாளி?" என்று அந்தப்புரம் மொத்தமாக விழித்தது.

"கமலினி எங்கே?" என்று படபடப்பும், கோபமும் தோன்றக் குதித்தான் இடைதுறையான்.

அத்தனை மங்கையரையும் உற்று நோக்கினான். தத்தம் நிலையை விட்டு மாறாத மங்கையர், தாங்களும் கண்களால், கமலினி (அதுதான் அவள் பெயர்) தேடினார்கள். எங்கு நோக்கினும் அவளைக் காணவில்லை. ஒவ்வொரு பெண்ணுக்கும் பொறாமை கரை புரண்டு ஓடியது. அந்த நிலையிலும் தாங்கள் இருக்கும்போது அவள் என்ன பேரழகி என்று நினைத்தார்கள், அவர்கள்! வந்திருப்பவன் கோபத்தோடு கேட்பதைக் கூட அவர்கள் உணரவில்லை.

இடைதுறையான் பின்புறம் திரும்பித் திரும்பிப் பார்த்தபடி அந்தப்புரத்தின் ஏழாம் கட்டிற்குள் நுழைந்தான். "சதிகாரி ஓடிவிட்டாள்" என்று மெல்ல முனகினாள். ஏழாம் கட்டின் கதவைப் படீரென்று சாத்தினான். உள்ளே பஞ்சணையில் தாபத்தோடு படுத்திருந்த ஒருத்தி, தன்னிடத்தில்

மன்னருக்குக் கருணை பிறந்து விட்டதாகக் கருதி எழுந்து நின்று ஊடல் புரிய ஆரம்பித்தாள். அப்படி ஒருத்தி, இருப்பதைக் கவனிக்காத இடைதுறையான் தன் ஆடை களைக் களைய ஆரம்பித்தான். அவன் மேலாடையைக் கழற்றியதும், அந்தப் பெண் அளவு கடந்த ஊடல் கொண்டு 'பிரபு' என்று காதல் பேச ஆரம்பித்தாள். அதையும் கவனிக் காமல் இடைதுறையான் சேலையை எடுத்துக் காட்டியபோது அந்தப் பெண், 'குப்' என்று சிரித்துவிட்டாள்.

தூக்கத்திலிருந்த இராசேந்திரன் திடுக்கிட்டுக் கண் விழித்தான். தளநாயகனின் சப்தம் அவன் காதுகளில் இடியாய் மோதியது.

"இடைதுறையானை உடனே கைது செய்ய வேண்டும்" என்று திரும்பத் திரும்ப ஒரே வார்த்தையைச் சொன்னான், தளநாயகன்.

இப்போது இராசேந்திரனுக்குக் கோபம் வந்து விட்டது.

"தளநாயகா! உனக்கு பைத்தியம் முற்றிவிட்டது. வீணாகக் கலவரம் புரிகிறாய்? ஏன் கைது செய்ய வேண்டும்? திடீரென்று என்ன கண்டாய்?"

"மன்னா! சூழ்ச்சி, பெரிய சூழ்ச்சி! திட்டமிட்டு சதி புரிகிறார்கள்" என்று தளநாயகன் படபடத்தான்.

"சரிதான்! தோற்றவர்கள் சதி புரிவது இயற்கை என்பதால் கூறுகிறாயா பித்தனே! நாம்தான் நாட்டைத் திருப்பிக் கொடுத்து விட்டோமே, நல்லெண்ணத்தோடு" என்று அலட்சியமாகக் கூறினான்.

"கொடுத்துவிட்டோம்; அதுதான் ஆபத்து! சோழ சிம்மாசனத்துக்கே குறி வைக்கிறார்கள். முழு விவரமும் தெரிந்ததால் கூறுகிறேன். மன்னா! என்னை நீர் நம்பலாம்.

முதலில் கைது செய்ய அனுமதி கொடும். பிறகு உண்மையைத் தெளிவுபடுத்துகிறேன். விவாதத்திற்கு நேரமில்லை!" என்றான் தளநாயகன்.

இராசேந்திரன் அடிப்படை தெரியாமல் திண்டாடினான். ஆயினும் தளநாயகனிடம் அவனுக்கு முழு நம்பிக்கை இருந்ததால், "சரி, செய்! ஆனால் விளைவு தவறாகவோ, முடிவு விவேகமற்றதாகவோ முடியுமானால், நண்பன் என்றும் பார்க்கமாட்டேன்!" என்று கூறி அனுமதி கொடுத்தான்.

தளநாயகன் சடக்கென்று அவ்விடம் விட்டுச் சென்று தன் அணிக் காளைகளை அழைத்தான்.

"இடைதுறைப் படைகளை நிராயுதபாணிகளாக் குங்கள்! அரண்மனையைச் சுற்றி வளையுங்கள்; அந்தப்புரத் திற்குக் காவல் போடுங்கள். இடைதுறையானைக் கைது செய்யுங்கள்" என்று கூவினான். நல்லடி அணி, வாரிச் சுருட்டிக் கொண்டு, வாள் தூக்கி நின்றது. மற்றைய அணி களும், கண்மூடிக் கண் திறப்பதற்குள் தயாராகி விட்டன. இடைதுறைப் படைகளும், அரண்மனையும் வளைக்கப் பட்டன. அந்தப்புரத்திற்குக் காவல் போடப்பட்டது. சிறிது நேரத்திற்கு முன் உற்சாகமாகத் தோன்றிய இடங்கள் படை அமைப்புக்குள், அமைதி - சுடுகாட்டு அமைதி கொண்டன. இடைதுறைப் படைகளும், மக்களும் ஒன்றும் தோன்றாது விழித்தார்கள். அந்தப்புர மங்கையர் இப்போது அரசியல் கவலைப்பட ஆரம்பித்தனர். அந்தப் பகுதி முழுமையும் சந்தேகத்தில் புரண்டது.

இதற்குள், சோழ நாட்டுப் படைகளுடன் வந்த நடன மாதர், ரதங்களில் இடைதுறை நாட்டைச் சுற்றி வந்து கொண்டிருந்தனர். வென்றவர்கள் வீரர்கள்தான் என்றாலும்

கூட வந்தவர்களுக்குப் பெருமை கிடைக்காமலா போய்
விடும்! இடைதுறைத் தலைநகர் கூட அந்தப் பெண்களின்
ரதங்களுக்குத் தலைசாய்ந்து கொடுத்தது. யாருக்கும் துன்பம்
தராமல், சோழ மங்கையர் ஆனந்தப் பாட்டுப் பாடினர்.
அவர்களுக்கு வணக்கம் செலுத்திய இடைதுறை மங்கையர்,
பெருங்குணத்தோடு நாட்டைத் திருப்பித் தந்த சோழ
மன்னனின் இனத்துக்கு நன்றி செலுத்துவதாகவே நினைத்தனர்.
அரண்மனை மீண்டும் காவலுக்குள் ஆழ்ந்த கதை அவர்
களுக்கு எட்டவில்லை.

இந்த நிலையில், முத்துப் பாட்டையில் ரதங்களை
நிறுத்திவிட்டு வாணிகத் தெருவுக்குள் நுழைந்தனர் சோழ
மங்கையர். அங்கு கிடைத்த வரவேற்பு அவர்களைத் திக்கு
முக்காடச் செய்தது. ஒவ்வொருத்தியும் சோழ நாட்டு ராணி
போலவே நிமிர்ந்து நின்றனர். அதிகார தோரணை புதுமாதிரி
நிறைந்தது! வாணிகத் தெருவில் உட்கார்ந்திருந்த பெரிய
வணிகர்கள் கூட எழுந்து நின்று மரியாதை செலுத்தினர்.
உற்சாக வெள்ளம், சோழ மங்கையர் பால் கட்டுக்கடங்காமல்
காணப்பட்டது. திடீர் என்று பாட்டையில் பரபரப்புக்
காணப்பட்டது. சத்தம் பலமாகக் கேட்டது. குளம்படி ஓசை
காதை துளைத்தது.

"போய்விட்டது நாடு, மீண்டும் போய் விட்டது!
அரண்மனைக்குக் காவல்!" என்று ஒருவன் கூவுவது காதில்
விழுந்தது. வாணிகத் தெரு பரபரப்படைந்தது. சோழ
மங்கையரைக் கூர்ந்து கவனித்துக் கொண்டிருந்த வணிகக்
கூட்டம் எழுந்து பாட்டைக்கு ஓடியது. சோழ மங்கையர்
ஒருவரை ஒருவர் பார்த்துக் கொண்டனர்.

குதிரையில் இருந்தபடியே ஒருவன் கூவினான்:
"அரண்மனை மீண்டும் வளைக்கப்பட்டுவிட்டது. மீண்டும்

அடிமைகளாகி விட்டோம்" என்று அவன் கரகரத்த குரலில் கூறினான். கூட்டம் "சோழநாடு ஒழிக! மண்ணாசைக்காரர்கள் ஒழிக!" என்று கூவியது.

சோழ மங்கையர் திகைத்தனர். அவசர அவசரமாக ரதத்தில் ஏறிப் பறந்தனர். அரண்மனை அருகில் வந்ததும் தான் அவர்களுக்கு நிலைமை புரிந்தது. இப்போது அவர்கள் மகாராணிகளாகவே ஆகிவிட்டனர். தடுப்பாரின்றி, அந்தப் புரத்திற்குள் நுழைந்தனர். அங்கிருந்த மங்கையரை, தரையில் உட்கார வைத்து வரிசையாக எண்ண ஆரம்பித்தாள் ஒருத்தி.

திடீரென்று ஒருத்தி, "நான் எண்ணிவிட்டேன், முப்பத்திரண்டு பேர்!" என்று குதித்தாள். மற்றொருத்திக்கு செல்லக் கோபம் வந்தது. "போடீ! முப்பத்து மூன்று!" என்றாள்.

"எப்படியடி?"

"அதோ பார்! ஒருத்தி நின்று கொண்டிருக்கிறாள்!" என்று ஒரு மூலையைக் காட்டினாள்.

அங்கே ஒரு தோழி பரிதாபமாக நின்று கொண் டிருந்தாள். அதைப் பார்த்ததும், ஒல்லியாக இருந்த ஒருத்தி, "சீச்சீ அவள் பணிப்பெண்ணடி!" என்றாள்.

""பணிப்பெண்ணா!" என்று அதிசயத்த ஒரு இளங்குமரி, நேரே அவளிடம் போய், "ஏம்மா! நீ பணிப் பெண்ணா? மன்னரின் அருள் உன்மீது விழவே இல்லையா?" என்று கிண்டலாக கேட்டாள்.

அந்தப் பெண் நாணிக் கோணி, "விழுந்தது, ஒரு நாள்... ஹி ஹி ஹி!" என்று சிரித்தாள். சோழப் பெண்கள் எல்லோரும் 'ஓ'வென்று சிரித்தனர். அந்த இளங்குமரி, மேலும் கிண்டலாக,

"ஒரு நாள் அருளா! குழந்தையைக் காணோமே!" என்றதும் கைகொட்டி நகைத்தனர் மற்றப் பெண்கள்.

சோழ மங்கையர் நகைப்பு, இடைதுறை மங்கையரின் காதில் வேல்கொண்டு தாக்கிற்று. உலகிலேயே மிகக் கொடுமையான தண்டனை எதிரியின் புன்னகையைப் பார்ப்பதுதானே! அதிலே, வயதான ஒருத்தி எழுந்தாள். அவள் முகம் சிவந்தது.

"சிரிக்கிறீர்களா! சிரியுங்கள்! எந்த நாடும் ஒரு நாள் சிரிப்புக்கு இலக்காகித்தான் தீரும். சோழ நாடும் இதற்கு விதி விலக்கல்ல!" என்று ஆவேசமாகக் கூறினாள். 'பளார்' என்று ஒரு அறை அவள் கன்னத்தில் விழுந்தது.

"கோழை நாடல்லடி, சோழ நாடு! வேற்று நாட்டான் உட்காராத ஆசனமடி சோழ சிம்மாசனம். பேடியின் சிற்றன்பப் பதுமையே! கொழுப்பு இன்னும் உருகவில்லை போலிருக் கிறது" என்றாள். அறைந்த சோழ மங்கை.

'குபு குபு' வென்று கண்ணீரைக் கொட்டி அழுதாள் அந்த மங்கை. அவள் முகத்தைப் பார்த்த மற்ற பெண்களும் தங்களையும் அறியாமல் அழ ஆரம்பித்தனர்.

"பட்டத்து ராணி எங்கே? யார் அவள்?" என்று கம்பீரமாக வினவினாள், சோழ நாட்டு இளங்குமரி.

பதில் இல்லை; மௌனம் சூழ்ந்தது.

"சொல்ல மாட்டாயா யார் அவள்?" என்று அந்த மங்கையைத் தூக்கிக் குலுக்கிக் கேட்டாள்.

சிவந்த கன்னத்தோடு அந்த மங்கை, உதடு துடிக்க, "நானேதான்!" என்று கூறிவிட்டு விம்மி அழுதாள்.

இளங்குமரி தீயை மிதித்தவள் போல் ஆனாள். அவள் மனம் தளர்ந்தது. அடிமை நாட்டின் ராணியே ஆயினும்

அதிகாரக் குழுவின் நாட்டியப் பெண்ணிடம் அறைவாங்கி மௌனம் சாதிக்க வேண்டிய நிலையில் இருப்பதை அவளுடைய உள்ளம் சிந்தித்தது.

மற்றைய சோழ மங்கையர் இப்போது பட்டத்து ராணிக்குப் பரிந்து, "குமாரி! அவசரம் உன் கண்களை மறைத்து விட்டது. புத்தி கெட்டவளே, பேசாமல் போ!" என்றனர். இளங்குமரி ஒதுங்கினாள்.

ஒரு சோழ மங்கை, பரிவோடு பட்டத்து ராணியின் பக்கம் வந்து, "அம்மா மன்னியுங்கள்!" என்றாள். அது பட்டத்து ராணியின் காதில் விழவே இல்லை. அவள் இதயம் கலங்கிப் போயிருந்தது.

அரண்மனையை வளைத்த தளநாயகன், சுற்றிலும் இடைதுறையானைத் தேடினான்; காணவில்லை. 'தப்பி விட்டான்' என்று கருதினான். பாதுகாப்பை ஒழுங்குபடுத்தச் செய்தான். கடைசியாக அந்தப்புரம் நோக்கி வந்தான்.

"பேடிப் பயல்! இங்கேதான் அடைக்கலம் புகுந் திருப்பான். ஒளிந்து கொள்ள இதுதானே சரியான இடம்" என்று அவன் மனம் கூறியது.

தளநாயகனைக் கண்டதும் சோழ மங்கையர் ஒதுங்கி நின்றனர். இடைதுறைப் பட்டத்து ராணி அப்படியே நின்றாள். அசையாமல் நின்றாள். மற்ற இடைதுறை மங்கையர் இருந்த இடம் பெயரவில்லை.

பட்டத்து ராணியைக் கூர்ந்து கவனித்தான் தளநாயகன்.

அவள் முகம் வாடி, சோபை இழந்து கிடந்தது. 'இடைதுறையானின் பட்டத்தரசியா இவள்?' என்ற சந்தேகத் தோடு அவளைக் கவனித்தான், தளநாயகன். அவளும் அதைப் புரிந்து கொண்டவள் போல், தலை குனிந்தபடி, கண்ணீர்

சொரிந்து நின்றாள். சிறிது நேரம் தான் தளநாயகன் சிந்தனையில் இருந்தது; மறுகணம் கடமை உணர்வு கொண்டான்; சூழ்நிலை பரபரப்பை மட்டும் நினைவு கொண்டான். சந்தேகப் பார்வை போயிற்று; அதிகாரக் குரல் முன்வந்து நின்றது.

"எங்கே இடைதுறையான்?" இடிக்குரலில் அவன் கேட்டான்.

'யாருக்குத் தெரியும்?' என்பது போல் அமைதியாக இருந்தது அந்தப்புரம்.

கேள்வி பதில் பற்றி, தளநாயகனின் வீரர்கள் கவலைப் படவில்லை. அவர்கள் அந்தப்புரத்தின் சகல கட்டுகளிலும் புகுந்து தேடினர்; சுவரைக் கூடத் தட்டிப் பார்த்தனர். எங்கும் இடைதுறையானைக் காணவில்லை. தளநாயகன், - நிலை மையைப் புரிந்து கொண்டான். சூழ்நிலை அறிந்து இடைதுறையான் தப்பி ஓடியிருக்க வேண்டும் என்கிற முடிவு அவன் மனத்தில் உறுதியாக அமர்ந்து கொண்டது. இடுப்பிலே கை வைத்தபடி தலையை மேலும் கீழும் ஆட்டி, உதட்டைக் கடித்தான், தளநாயகன். கண்களால், அந்தப் பெண்ணைத் தேடினான், அவளையும் காணவில்லை.

'நன்றி செலுத்த வேண்டும்' என்றுதான் தளநாயகன் கமலியைத் தேடினான். அவளையும் காணாதது அவனுக்குப் புதிராகவே இருந்தது. ஆயினும் அதைப் பற்றி அவன் சிறிதும் கவலைப்படவில்லை.

"சரி, இந்தப் பெண்கள் அனைவரையும் கைது செய்யுங்கள்" என்று வீரர்களுக்கு உத்தரவிட்டு விட்டு திரும்பி நடந்தான் தளநாயகன். இராசேந்திரன் தங்கியிருந்த இடத்துக்கு வந்தான்.

அங்கே...

இராசேந்திரன், சிந்தனையோடு முன்னும் பின்னும் உலாவிக் கொண்டிருந்தான். உள்ளே வந்த தளநாயகன் உற்சாகக் குரலில், "மன்னா!" என்றான்.

பதிலின்றி திரும்பினான் இராசேந்திரன்.

தளநாயகன் தோற்றம் இப்போது மிகவும் கம்பீரமாக இருந்தது. "நான் சொன்னதுதான் சரி" என்கிற மாதிரி அவன் கண்கள் இராசேந்திரனைப் பார்த்தன. வெற்றிப் போதை யோடு, தளநாயகன் பேசினான்.

"எடுத்துச் சொன்னபோது, ஏற்க மறுத்தீரே, மன்னா! என்ன நடந்தது இப்போது? சதி உருவாகும் இடத்திலே நம் தயாள குணத்தைக் காட்டிக் கொள்ள முயன்றோமே, அது எவ்வளவு தவறு தெரியுமா? மன்னா, சரியான நேரத்தில் சூழ்ச்சியை முறியடித்து விட்டோம். இடைதுறையான் பேடி போலத் தப்பி ஓடிவிட்டான். இப்போது நாம் செய்ய வேண்டியது ஒன்றுண்டு. இடைதுறை நாட்டின் ஆட்சிப் பொறுப்பு, சேனைகள் முதலிய யாவற்றையும் சோழ மயம் ஆக்க வேண்டும். அணுவளவு சூழ்ச்சியென்றாலும், சோழ மண்டலத்திற்கு எதிராகத் துளி திட்டம் உருவாகிறது என்றாலும், அதில் சம்பந்தப்பட்டவர்களைத் துண்டம் துண்ட மாக எறிய வேண்டும். மன்னா, இங்கு மட்டும் அல்லவாம், நம் நாட்டிலும் அப்படி ஒரு கூட்டம் இருக்கிறதாம்! எள்ளிச் சிரிக்காதீர்! ஏதென்று கேட்காதீர்! இப்போது எப்படி, என் வார்த்தைகள் உண்மையாயினவோ அதுபோல் நான் சொல்வதும் உண்மையாவதைக் காண்பீர். எனக்கு நீர் ஒரே ஒரு அனுமதி மட்டும் தரவேண்டும். எந்த நேரத்திலும் உள்நாட்டு விவகாரத்தில் தலையிட்டு அவசியமானால் நடவடிக்கை எடுக்க அனுமதி தரவேண்டும்" என்று மடமட வென்று பேசி முடித்தான், தளநாயகன்.

இவ்வளவு நேரமும் வேறு பக்கம் பார்த்தபடி, தளநாயகன் பேச்சைக் கேட்டுக் கொண்டிருந்த இராசேந்திரன், சரி என்பது போலத் தலையை ஆட்டினான். தளநாயகனின் அருகில் வந்து, அவன் தோளில் கையை வைத்தபடி பேசினான்:

"நல்லது தளநாயகா, நல்லது; அந்த அதிகாரம் உனக்கு வழங்கப்படும்; இப்போது அடுத்து நடக்க வேண்டியதைக் கவனி. நாம் சோழ நாட்டிற்கு புறப்பட்டாக வேண்டும். வேண்டியவற்றைச் செய்து வைத்துவிட்டுப் புறப்படத் தயாராக வேண்டும், உம். கவனி."

விடைபெற்றுச் சென்றான், தளநாயகன். அவன் உள்ளத்தில் விறுவிறுப்புத் தட்டியது. சோழன் படையின் அத்தனை அணித் தலைவர்களையும் கூட்டினான். யாரை இடைதுறை நாட்டுக்கு நியமிப்பது என்று ஆலோசித்தான். கடைசியில், 'உறைந்தையடி' அணித் தலைவனான பெரு நள்ளியை நியமிப்பதென்று முடிவு கட்டினான். தனது அணிக் காளைகளையும் அவனுக்குத் துணை நிறுத்தினான். இந்த முடிவை இராசேந்திரனுக்கு கூறி அனுமதி பெற்றான். இடைதுறை நாட்டை, தனது இரும்புப் பிடிக்குள் நிறுத்தி வைத்துவிட்டு புறப்படத் தயாராயினர் இராசேந்திரனும், தளநாயகனும்.

இடைதுறை அரண்மனை ஆர்ப்பாட்டமாகக் காணப் பட்டது. இது சோழ நாடுதானோ என்கிற ஐயத்தை எழுப்பியது. அங்கு காணப்பட்ட தோற்றம், நடனம் வல்ல நகைமுக மாதரும் புறப்பட ஆயத்தம் செய்தனர். மறுநாள் அதிகாலையில் சோழன் படையில் ஒரு பகுதியும் இராசேந்திரனும், தளநாயகன் ஆகியோரும் பயணம் துவங்கினர்.

10. பிரிந்தவர் கூடிடில் பேசவும் வேண்டுமோ!

கருப்பையூர் தேக்கிக்
கண்விழித்துக் காத்திருந்து
விருப்போடு பெற்று
மெய்ச் சேர்த்துப் பாப்பாடி
பொறுப்போடு காத்தும்
பொன் பூட்டி மகிழ்ந்தான் தன்
திருப்பாதம் கண்டேன்.

"அரிசங்கமனின் ஆட்கள் தேடி வருகிறார்கள்!" என்ற சொற்கள் கருநாக மங்கையைக் கனல் பிழம்பாக்கின. "சதிகாரன்! வெறிபிடித்த வீணன்...!" என்று பற்களைக் கடித்தாள்.

"வரட்டும்! ஒவ்வொருவரையும் மூன்று துண்டுகளாக எண்ணி வீழ்த்துகிறேன்" என்ற வீரக் குரல் கேட்டது. எல்லோரும் திரும்பினர். மங்கையின் காதலன், வாளுக்கு முத்தமிட்டவாறு பேசிக் கொண்டிருந்தான். நந்தினி அவனைப் பார்த்தாள். - இரவில் கண்ட காட்சி மின்னி மறைந்தது. மங்கையின் உள்ளத்தில் ஆச்சரியம் பெருக்கெடுத்தது. தன் லட்சியமே நிறைவேறாது என்ற காதலன் அந்த லட்சியத் திற்குத் துணை தேடுகிறானே என்று அதிசயித்தாள். மனதில் மகிழ்வு பொங்கிற்று. 'போர்' என்று கேட்டால், பூரித்துக்

கிளம்பும் பரம்பரை; அதுவும் காதலியை எதிர்த்துக் கயவர்கள்
வந்தால் கனல் கக்காமலா இருக்கும்! அந்த நேரத்தில்
அவனுக்கு ஏற்பட்ட ஆத்திரத்திற்கு அதுதான் காரணம்.

ஆனால் மங்கை அதற்குத் தயாராக இல்லை. கூலி
களோடு பொருத அவள் விரும்பவில்லை. தவறி, தங்களில்
ஒருவர் அவர்களிடம் சிக்கிக் கொண்டாலும் விளைவு
பயங்கரமாக இருக்குமென்பதை அவள் அறிவாள். அதனால்
அவள் வேறு முடிவுக்கு வந்தாள். கம்பீரமாகத் திரும்பினாள்.

"நாம் இப்பொழுதே சாந்திமத் தீவிற்குப் புறப்படு
கிறோம்!" என்றாள்.

காதலனான வீரன் அதை விரும்பவில்லை.

"இல்லை! வீரர்களைக் கொன்று போட்டுவிட்டுத் தான்
போகவேண்டும்" என்றான்.

எல்லோரும் அந்தப் புதிய வீரனை ஆச்சரியத்தோடு
பார்த்தார்கள். மங்கையோ அவனோ, தங்களுக்குள்ள உறவு
முறையோடு பேசவில்லை. ஒரு வீரனும் தலைவியும்
பேசுவது போலவே பேசினார்கள்.

"இல்லை, உனக்குத் தெரியாது. நாம் இப்பொழுதே
புறப்படுகிறோம். ஆயத்தம் செய்யுங்கள்" என்றாள் மங்கை.
வீரர்களும், மங்கையரும் வேக வேகமாகத் தங்கள்
இருப்பிடம் ஏகினர். துணிமணிகளை மூட்டை கட்டினர்.
உணவுப் பொருள்கள் அனைத்தும் குதிரைகளின் மீது ஏற்றப்
பட்டன. கீழ் மாளிகையிலிருந்து சில முக்கிய பொருள்கள்
மட்டும் எடுத்துக் கொள்ளப்பட்டன. மற்றவை, எதிரி
களுக்குப் பயன்படாதவாறு உடைக்கப்பட்டன.

இவ்வளவும் நந்தினிக்கு ஆச்சரியமாக இருந்தது.
'அரிசங்கமனின் ஆட்களுக்கு இவர்கள் ஏன் பயப்பட

வேண்டும்?' என்று அதிசயித்தாள். கருநாக மங்கை அவளிடம் வரலாறு கூறும்போது அன்னையின் பகைக் கூட்டம் எது என்பதைக் கூறவில்லை. ஆகவே அரிசங்கமனைப் பற்றிய கணக்கு எதுவும் அவளுக்குப் புரியவில்லை. எல்லோரோடும் அவளும் புறப்படத் தயாரானாள். கணக்காயனின் பிணம் பத்திரமாக மூலிகைகளில் சுற்றப்பட்டு, எடுத்துக் கொள்ளப் பட்டது. நந்தினியை ஒரு ரதத்தில் ஏற்றி பக்கத்தில் இரண்டு பெண்களை உட்கார வைத்து படைகளின் நடுப் பகுதியில் அந்த ரதம் போகுமாறு உத்தரவிட்டாள் மங்கை. பிறகு, தானும் ஒரு ரதத்தில் உட்கார்ந்து கொண்டாள். காதலனான வீரனே அந்த ரதத்தை ஓட்ட ஆரம்பித்தான். எப்போதும் மங்கையின் ரதத்தை ஓட்டுகிற வீரன், அதைக் கண்டு அதிசயித்ததை யாரும் கவனிக்கவில்லை. படைகள் புறப்பட்டன. புழுதிப் படலம் எழுந்தது. மங்கை, அதுவரை தங்களுக்கு இடம் கொடுத்த ஆலங்காட்டைத் திரும்பிப் பார்த்தாள். தாயைப் பிரிந்து செல்லும் சேய்போல அவள் காணப்பட்டாள்.

பண்டங்களும், பாண்டங்களும் மட்டுமே சிதறிக் கிடக்க, சாட்சி தந்த ஆலங்காடு 'மனித நடமாட்டம் முடிந்து விட்டது' என்று அது சொல்வதுபோல் இருந்தது மங்கைக்கு.

படைகள் சென்று சிறிது நேரம் ஆகியிருக்கும். தனிமையில் உழலும் விதவை போலக் காட்சி தந்த ஆலங் காட்டில் ஒரு பரிதாப உருவத்தின் காலடி பட்டது. அந்த உருவம் ஆலங்காட்டைச் சுற்றிச் சுற்றிப் பார்த்தது. நாடிழந்து, மக்களையும், நலத்தினையும் துறந்து, கேடடைந்து அங்குற்ற தனக்கும் ஆலங்காட்டுக்கும் நிலைமையில் ஒற்றுமை யிருப்பதாக இந்த உருவம் கருதியது. அந்த உருவம் தான் 'இடைதுறை மன்னன்!' இடைதுறையான் ஆலங்காட்டின் பகுதிகளுக்குள் நுழைந்து ஒவ்வொரு இடமாகப் பார்த்தான்.

அவனுக்கு அந்த இடம் எந்தக் கதையையும் கூறவில்லை. உடைந்து கிடக்கும் பொருள்கள் அவனுக்குக் குழப்பத்தையே ஏற்படுத்தின.

திறந்து கிடந்த கீழ்மாளிகைக்குள் குனிந்து பார்த்தான். ஒரே கருக்கிருட்டு. இறங்கும் படிகளில் சில மட்டும் அவன் கண்களுக்குத் தெரிந்தன. துணிச்சலோடு மெதுவாக இறங்கினான். தட்டுத் தடுமாறி, கைகளால் தடவிப் பார்த்தான். உருப்படியான எதுவும் அவன் கைகளுக்குக் கிடைக்க வில்லை. 'வழ வழ'வென்று, கயிறு போல ஒரு பொருள் அவன் கைகளில் பட்டதுதான் தாமதம். திடுக்கிட்டுத் துள்ளி விழுந்து அந்தப் பொருளை உதறி எறிந்தான். அது மங்கையின் கழுத்தில் இருந்த இறந்துவிட்ட நாகம்! இடைதுறையானைப் பயம் கவ்வியது. வெளியே போய்விடுவதுதான் சரி என்று தீர்மானித்தான். கால் தடவித் தரை கண்டு மெதுவாக நடந்தான். படிக்கட்டுகளுக்கு மேலே தெரிந்த வெளிச்சம் ஓரளவுக்கு அவனுக்கு உதவியது. படிக்கட்டுகளை நெருங்கினான். படாரென்றொரு சப்தம். கீழ்மாளிகைக் கதவு மூடிக் கொண்டது! அதன் மீது புரவிகளின் காலடிச் சத்தம் கேட்டது! இடைதுறையான் கூவினான். கேட்டாரில்லை. கதவின் மீது ஆட்களும், புரவிகளும் நடமாடும் சப்தம் மட்டும் அவனுக்குக் கேட்டுக் கொண்டிருந்தது.

மங்கையின் குழுவினரும் மாலையில் வெகுதூரம் சென்று விட்டார்கள். 'இனி ஆபத்தில்லை!' என்கிற நிலைமைக்கு வந்து விட்டார்கள். ஆட்டமும், பாட்டமும் கிளம்பின. வட பெண்ணையாற்றின் மூல இடமான மலாட்டுப் பகுதியில் எல்லோரும் ஓய்வு கொண்டனர். புரவி களையும் ரதங்களையும் விட்டு இறங்கியதுமே, எல்லோரும் புல்வெளியில் போய் விழுந்து கால் கைகளை நீட்டி களைப்புத்

தீர்த்துக் கொண்டனர். மங்கை களைப்பின்றி இருந்தாள். நந்தினிக்கு மனக்களைப்பு அதிகமாய் இருந்தது. கூடாரங்கள் அடிக்கப்பட்டன. நந்தினி ஒரு கூடாரத்தில் தனியே தங்கினாள். மங்கை, சிறிது தூரத்தில் தன் கூடாரத்தை ஏற்படுத்திக் கொண்டாள்.

இரவு வந்தது; மங்கை நந்தினியிடம் வந்து, "வசதியாக இருக்கிறதா?" என்று கேட்டாள்.

நந்தினி தலையை ஆட்டினாள். "அவசரமானால் கூப்பிடு வருகிறேன்" என்று கூறிவிட்டு மங்கை வெளியேறினாள்.

தனிமைத் தணலில் வெந்தாலும் தாயின் நினைவில் ஆறுதல் கொண்ட நந்தினி கண்ணயர்ந்தாள்.

மங்கையும் தனித்துத்தான் கண்ணயர்ந்தாள். அவளது காதலன் தூரத்தில் புல்வெளியில் பள்ளிக்கொண்டான்.

உள்ளே கிடந்த இடைதுறையான், பேச்சு மூச்சின்றி படிக்கட்டிலேயே உட்கார்ந்து விட்டான். பசி அவனைப் படாதபாடு படுத்தியது. வெகுநேரங் கழித்து, இரவின் அமைதியிலே, இடைதுறையான் மெதுவாகத் தலையைத் தூக்கி, கீழ்மாளிகைக் கதவை மேலே தூக்கினான். அவன் நினைத்ததுபோல், அங்கே அமைதி இல்லை. வீரர்கள் பலர் தீப்பந்தங்களை எரிய வைத்தவாறு உட்கார்ந்து கொண் டிருந்தனர். பயத்தால், இடைதுறையான் மேனி சிலிர்த்தது. முகம் வியர்த்தது. பழையபடியும் கதவைச் சாத்திய சப்தம் ஒரு வீரனுக்குக் கேட்டு விட்டது!

"அண்ணே! சத்தம் கேட்குது!" என்று மற்றவர்களிடம் கூறினான். சில வீரர்கள் எழுந்து, சத்தம் வந்த திசையை நோக்கி நடந்தனர்.

ஒவ்வொரு இடமாக தீப்பந்தம் பிடித்தபடி தேடினர்.
அந்த அமைதியான நேரத்தில், கீழ்மாளிகைக்குள் கிடந்த
இடைதுறையானுக்கு அவர்கள் காலடி ஓசை கேட்டது.
மூச்சைக்கூட இறுக்கிப் பிடித்துக் கொண்டு கிடந்தான். ஒரு
வீரன் கீழ்மாளிகைக் கதவின் மேற்பகுதியைப் பார்த்து
விட்டான்.

        "அண்ணே! இங்கு ஒரு பெட்டி புதைந்து
கிடக்கண்ணே!" என்றான், மெதுவாக.

        இது இடைதுறையானுக்குச் சத்தமாகக் கேட்டது.
அவன் உயிரே நின்றுவிடும் போலிருந்தது. கதவின் உட்
பகுதியைத் தாளிட்டிருந்தானாயினும், இப்போது, தன்
கைகளால் கெட்டியாகப் பிடித்துக் கொண்டான். மேலே
வீரர்கள், அது பெட்டியென்றே கருதித் தோண்ட ஆரம்பித்
தார்கள். இந்த நேரத்தில் ஒருவன் ஒரு யோசனை சொன்னான்.

        "அண்ணே! பெட்டி ஒருவேளை பெரிசாயிருந்தாலும்
இருக்கும், அதனாலே, மூடியை உடைத்துப் பார்த்து
விடுவோம்!

        இப்போது இடைதுறையான் செத்தோம் என்கிற
முடிவுக்கே வந்துவிட்டான். கடைசி காலத்தில் ஏற்படுகிற
அசாதாரண துணிச்சல் அவனுக்கு ஏற்பட்டது. படபடவென்று
உள்ளே இறங்கினான். கைக்குக் கிடைத்ததெல்லாம்
தூக்கினான். ஒரு ஆசனத்திலிருந்து கிழித்துப் போடப்பட்ட
உறை அவன் கைக்கு கிடைத்தது. அதை அப்படியே
தலையில் மாட்டிக் கொண்டான். மேலே வீரர்கள், மூடியை
உடைப்பதற்கான ஆயத்தம் செய்து கொண்டிருந்தனர்.
இடைதுறையான், படாரென்று கதவைத் திறந்து, "ஆய்! ஏய்!
ஹூய்! ஹூ" என்று பயங்கரச் சப்தங்களோடு பூமிக்குத்

தாவினான். வீரர்கள், நடுங்கிக் கூச்சல் போட்டவாறு ஓட
ஆரம்பித்தனர். இடைதுறையான் விடவில்லை.

"பேய் அண்ணே! பிசாசண்ணே!" என்று வீரர்கள்
குளறியபடி ஓடினர். இடைதுறையான் ஒரு தீப்பந்தத்தை
பிடுங்கிக் கொண்டான். தொண்டை இடங்கொடுத்த மட்டும்
கத்தினான்.

ஒரு வீரன், "ஐயோ! தலையில்லாப் பிசாசண்ணே!
கொள்ளிக்கண்ணு அண்ணே!" என்று கூவியதும், எல்லா
வீரர்களும் மறைந்து கொள்ள ஆரம்பித்தனர்.

இடைதுறையான் 'தப்பினோம்' என்று பறக்க
ஆரம்பித்தான்.

வீரர்கள் "அப்பாடா!" என்று பெருமூச்சு விட்டனர். ஒரு
வீரன் மட்டும், "அரிசங்கமனுக்கும் வேறே வேலை இல்லை.
நம்ம உசிரை வாங்குறாரு. குடுக்கிற பொன்னே மட்டும் சரியா
குடுக்கமாட்டேங்கறாரு. நாம் இவ்வளவு அவதிப்பட
வேண்டியிருக்கு" என்று சலித்துக் கொண்டான்.

மலாட்டுப் பகுதியிலே இறங்கிய மங்கையும் மற்றை
யோரும் கூடாரங்களில் நிம்மதியாக உறங்கிக் கொண்டிருந்
தனர். நந்தினி, தந்தச்சிலை பூமியில் கிடத்தப்பட்டிருப்பது
போல் தூங்கிக் கொண்டிருந்தாள். அவளது கூடாரத்திற்குப்
பக்கத்தில், நடனமங்கை ஒருத்தியும், ஒரு வீரனும் பேசிக்
கொண்டிருந்தனர். சிரிப்பும் கூத்துமாக அந்த இருவரும்
உல்லாசமாக இருந்தனர். கண்ணயரும் எண்ணமே
அவர்களுக்கு இல்லை. குறுஞ் சிரிப்பு, பெருஞ் சிரிப்பு,
எல்லாம் வந்து வந்து போய்க் கொண்டிருந்தன. 'இச்சென்ற
ஒலியோ இச்சை தீர்க்கும் எண்ணமோ இல்லாமல் வெறும்
பேச்சிலேயே இருவரும் வெகுநேரம் இருந்தனர். இந்தச்

சலசலப்பினால், உள்ளே உறங்கிக் கொண்டிருந்த நந்தினியின் தூக்கம் கலைந்தது. மெதுவாக கண்களைத் துடைத்தபடி எழுந்து வெளியில் வந்தாள். வீரனின் மடியில் நடனமங்கை சாய்ந்தபடி இருப்பதைக் கண்டாள். ஒதுங்கி நின்று, 'யாரங்கே?' என்று குரல் கொடுத்தாள். இருவரும் பயந்து எழுந்து ஓடி வந்தனர்.

என்ன நினைத்தோ நந்தினி, "கொஞ்சம் மெதுவாகப் பேசுங்கள்" என்று கூறிவிட்டு மீண்டும் உள்ளே சென்று விட்டாள். இருவரும் மெல்ல நடந்தபடி அந்த இடத்தை விட்டே அகன்று விட்டனர்.

உள்ளே சென்ற நந்தினி தளநாயகனின் நினைவு மீண்டும் வரப்பெற்றாள். உறக்கம் வரவில்லை. படுத்துப் படுத்துப் புரண்டாள். பிறகு இதயத்தைக் கஷ்டப்பட்டு மூடிக் கொண்டு தூங்க ஆரம்பித்தாள்.

அதே நேரத்தில் ஆலங்காட்டுப் பகுதியிலிருந்து விடுபட்ட இடைதுறையான் பித்தனைப் போல், கால் போன போக்கில் போய்க் கொண்டிருந்தான். களைப்பு மேலிட்டது. ஒரு படிக்கட்டுத் தென்பட்டது. அவன் கண்களுக்கு. அதை நோக்கி நடந்தான். அது ஒரு குளம். அங்கே வந்து சேர்ந்தான், இடைதுறையான். அவன் கண்களில் கண்ணீர் பொங்கிப் பொங்கி வழிந்து கொண்டிருந்தது மன்னாதி மன்னன்! மஞ்சத்தில் துயின்றோன்! தாதியர்கள் கால்பிடிக்க, தளிர்க் கொடிகள் அருகிருக்க காலும் தலையும் பெண்களின் மடியில் இருக்க வாழ்ந்த சுகபோகி, படிக்கட்டில் அப்படியே கட்டை யெனச் சாய்ந்தான். வழிந்த கண்ணீரைத் துடைக்கவும் மாட்டாமல், கண்களை மூடிக் கொண்டான். உறக்கம் சிறிது நேரத்திற்கு அவனது இன்னல்களை மூடிவைத்துக் கொண்டது.

அங்கே...

நந்தினி தூங்கிக் கொண்டிருந்த கூடாரத்திற்குள் ஒரு உருவம் மெல்ல மெல்ல நுழைந்தது. மினுக்கிட்டுக் கொண்டிருந்த தீப வெளிச்சத்தில், கோடி சூரிய ஒளியோடு இயங்கிக் கொண்டிருந்த நந்தினியின் முகத்தை, அது கூர்ந்து கவனித்தது. கழுத்திலிருந்தபடியே மார்பில் புரளும் மணி வடமும், மூச்சால் விம்மித் தாழும் மார்பகத்தின் மீது அது விளையாடுவதும், கருவிழிகளை மூடிக் கொண்டிருக்கும் இமைகளின் மீது, சிறு வியர்வு அரும்பிக் கிடப்பதும், நெற்றியிலே அந்த வியர்வை முத்துகள் போல சரங்கோர்த்து நிற்பதும், ஒருக்கச் சாய்ந்து படுத்து, இடது கையை நேராக நீட்டி வைத்தபடி அவள் இருக்கும் அழகும், அந்தக் கைகளிலே தாங்களும் துயில்வதுபோல சரிந்து கிடக்கும் வளையல்களும், மேலாடைக்கும் சேலைக் கட்டுக்கும் இடையிலே உள்ள மேனியின் வெண்மை கண்ணாடிபோல் பிரதிபலிப்பதும், பாதத்தில் பூசப்பட்டிருந்த செம்பஞ்சுக் குழம்பின் நேர்த்தியும், தண்டை, 'நான் பாக்கியசாலி' என்று சொல்லிக் கொண்டிருப்பதும் அந்த வெளிச்சத்தில், அந்த உருவத்திற்கு நன்றாகத் தெரிந்தன.

'இதுநாள் வரை, மங்கைதான் பேரழகி என்று கருதினோம்; இல்லை! இவளே அழகின் தலை. ஆகா! பார்த்தால் பசி தீரும்!' என்று அந்த உருவம் நினைத்தது. வெகுநேரம் அந்த உருவம் அப்படியே நின்றது. விடிகின்ற நேரம் படிகின்றது என்பதற்கு அறிகுறிகள் தென்பட ஆரம்பித்தன.

அந்த உருவம் என்ன நினைத்ததோ என்னவோ, தாள முடியாத உணர்ச்சியோடு, நந்தினியின் கன்னத்தில் மாறிமாறி

முத்தங்கள் பொழிந்தது. எடுத்து, அப்படியே அவளை அணைத்துக் கொண்டது. கட்டித் தழுவியது. நந்தினி விழித்துக் கதறினாள்! அவள் சத்தம் கேட்டு எல்லா வீரர்களும் விழித்துவிட்டனர். அந்த உருவம் நந்தினியை விடவில்லை.

"அடப்பாவி! சண்டாளா!" என்று நந்தினி கூவினாள்.

நந்தினியின் குரல் கேட்டு, பக்கத்துக் கூடாரங்களில் இருந்த வீரர்கள் எழுந்தோடி வந்தனர். நந்தினி அந்த உருவத்தின் கைகளுக்கிடையில் திணறிக் கொண்டிருந்தாள். ஒரு வீரன் சடாரென்று பாய்ந்தான், அந்த உருவத்தின் மீது. நந்தினியை அணைத்துக் கொண்டிருந்த கைகளை இழுத்து, அந்த உருவத்தைத் தூக்கி நிறுத்தினான். இரண்டு கன்னத்திலும் மாறி மாறி அறைந்தான். இதற்குள், கலவரம் அறிந்த கருநாக மங்கை ஓடி வந்தாள். நடந்தது அறிந்தாள், கொதித்தாள், கூட்டம் நெருக்கித்தள்ளி வேடிக்கை பார்த்தது. பல வீரர்களும் அன்னையின் செல்விக்கு ஏற்பட்ட அவமானத்தை எண்ணிக் கொதித்தனர்.

"ஒரே வெட்டாக வெட்டுங்கள்!" என்றான் ஒரு வீரன்.

மற்றொருவன் வாளை உருவினான்.

மூன்றாமவன் தடுத்து, "கொன்றுவிட்டால், யார் இவன் என்பதை அறிய முடியாது. நில்! இவனைக் கட்டி இழுத்து வெளியில் கொண்டு வாருங்கள்" என்றான்.

கருநாக மங்கை, தலையை ஆட்டி, "அதுதான் சரி, வெளியில் கொண்டு வாருங்கள்" என்றாள்.

நந்தினி, அவிழ்ந்த கூந்தலும் அழுத கண்ணுமாய் நின்றாள்.

"அயோக்கியன்!"

"அக்ரமக்காரன்!"

"அங்கம் அங்கமாக வெட்ட வேண்டும்."

"அரிசங்கமனின் ஆளாகத்தான் இருக்க வேண்டும். இல்லையென்றால், நந்தினியைக் குறி வைப்பானா?"

"எப்படி இவன், இடம் கண்டு வந்தான்? யாரோ சதிகாரர்கள், நமது கூட்டத்தில் கலந்திருக்கிறார்கள்!"

"இனி எச்சரிக்கையாய் இருக்க வேண்டும்!" - இப்படிப் பலவாக கூட்டம் பேசிற்று. நந்தினியைத் தன் தோளில் சாய்த்தவாறு, வெளியில் கொண்டு வந்தாள் மங்கை. அதற்குள் வீரர்கள், அந்த அக்ரமக்காரனை வெளியில் இழுத்துவந்து கம்பத்தில் கட்டினர்.

மங்கை, நந்தினியை உட்கார வைத்து, பக்கத்தில் இரு தோழியரை அமர்த்தி, ஆசுவாசப்படுத்திவிட்டு, கட்டப் பட்டிருக்கும் ஆளிடத்தில் வந்தாள். அவனைச் சுற்றி நின்ற வீரர்களைப் பார்த்து, "விலகுங்கள்!" என்று உத்தரவிட்டாள். வீரர் கூட்டம் அமைதிகொண்டு விலகியது. தனியே, அந்த ஆளின் எதிரே போய் நின்றாள் மங்கை. எரிதணல் போல் காட்சி தந்த கண்களால் அவனை விழித்துப் பார்த்தாள். ஆள் - அழகன் - அறிமுகமில்லாத முகம் - அக்ரமம் செய்திருக் கிறான். இதில் அரிசங்கமனுக்குப் பங்கிருக்க வேண்டும். அத்தனையும் இவனிடமிருந்து தெரிந்து கொள்ள வேண்டும் என்று தீர்மானித்தாள்.

"யார் நீ? உண்மையைச் சொல்" என்று அதட்டினாள்.

அவன் மௌனமாக நின்றான்.

கூட்டம் "சொல்லடா துன்மார்க்கா!" என்று கத்தியது.

அவன் புன்னகை புரிந்தான்.

"சொல்கிறாயா, இல்லையா? மீண்டும் மௌனம் சாதித்தால் சாட்டையடி விழும்!" என்றாள் மங்கை.

அவன் வாய் திறக்கவில்லை.

"சாட்டையடி கொடுங்கள்" என்று கூவினாள் மங்கை.

ஒருவன் பயங்கரமான சாட்டை ஒன்றைக் கொண்டு வந்தான். அப்போதும் அந்த உருவம் புன்னகையோடு மௌனம் சாதித்தது.

'பளார்' என்று ஒரு அடி, உருவத்தின் காலில் விழுந்தது. உடனே அந்த உருவம், "நன்று! நன்று" என்று கூவியது. "நன்றா? அடிவிழுந்தது நன்றா?" என்று அதிசயித்தது கூட்டம்.

"வீரர்கள் கையில் இன்னும் பலம் இருக்கிறது. சரி என்னை அவிழ்த்துவிடுங்கள். உண்மையைச் சொல்லி விடுகிறேன்!" என்றது அது.

மங்கை அவனை அவிழ்த்து விடும்படிச் சைகை காட்டினாள்.

அந்த உருவம் அவிழ்த்து விடப்பட்டது.

"ஒரு முடாவில் தண்ணீர் கொண்டு வாருங்கள்" என்றது அந்த உருவம்.

"தண்ணீரா? எதற்கு" - இது மங்கை.

"அப்போதுதான் முழு உண்மையும் தெரியும்!"

மங்கை சம்மதித்தாள்; தண்ணீர் வந்தது. அந்த உருவம் படபடவென்று தன் தலைப்பாகையை எடுத்தது. உள்ளே சுருட்டி வைக்கப்பட்டிருந்த ஆறடிக் கூந்தல் தொப்பென்று அவிழ்ந்து, அந்த உருவத்தின் முதுகில் புரள ஆரம்பித்தது. மீசை எடுக்கப்பட்டது; தண்ணீரில் உருவம், முகம் கழுவியது.

கூட்டம் ஆச்சரியமாக, இமை கொட்டாது நின்றது.

"யார்? யார்? ஆ!"

"கமலினி!" என்று அன்பும் ஆவலும் மிஞ்சக் கூவினாள், மங்கை. "அக்கா!" என்று ஓடிவந்து கட்டிக் கொண்டாள் கமலினி. ஆம்! அவளேதான்! இடைதுறையானிடம் நடித்துக் கொண்டிருந்த அதே கமலினிதான்! தளநாயகனுக்கு வேவு கூறிய அதே கமலினிதான்.

கூட்டம் உற்சாகத்தால் குதித்தது. நந்தினிக்கு ஆச்சரியம் தாங்க முடியவில்லை. கமலினியை அவளுக்கு முன் பின் தெரியாது. ஆகவே அவள் குழப்பத்தில் இருந்தாள்.

அதற்குள் கமலினி ஓடிவந்து நந்தினியை கட்டிக் கொண்டு மீண்டும் முத்தம் கொடுக்க ஆரம்பித்தாள். இப்போது நந்தினியும் மறுக்கவில்லை; கூட்டமும் தடுக்க வில்லை.

மங்கை மெதுவாக அவர்கள் பக்கம் வந்து, அமர்ந்து நந்தினியிடம், "நந்தினி! இவள் உன் சகோதரி! ஆம், உன் அன்னையின் அன்பில் வளர்ந்த இவள் முறையில் உனக்கு சகோதரிதான்! இடைதுறை நாட்டில் வேவுக்காரியாக நியமிக்கப்பட்டாள். அதன் மூலம், சோழ நாட்டிற்கு அடிக்கடி போய்வரும் வசதிபெற்றாள். சோழ நாட்டிலிருந்து, நடைபெறும் விவரங்களை அறிவித்துக் கொண்டிருந்தாள். அரிசங்கமனிடம் தூது போவதுபோல் இடைதுறையானிடம் நடித்து, அங்கே சென்று நடக்கும் காரியங்களைத் தெரிந்து கொள்வதாக எழுதியிருந்தாள். அப்போது பலமுறை உன்னைப் பற்றியும் விசாரித்து எழுதியிருக்கிறாள். உன் காதலர் பற்றிக் கூட எழுதியிருந்தாள். பல ஆண்டுகளுக்குப் பின் இப்போது தான் சந்திக்கிறோம்" என்று சுருக்கமாகச் சொல்லி முடித்தாள்.

வீரர்கள் கலைந்து அதே பேச்சாகப் பேசி சிரித்த வண்ணம் காலைக் கடன்களை முடிக்கப் புறப்பட்டனர். மங்கை, நந்தினி, கமலினி ஆகிய மூவரும் உற்சாகத்தோடு எழுந்து நதிப்புறம் சென்றனர். தூரத்தில் ஒரு வீரன் தனியாக நிற்பதை நந்தினி கண்டாள். அவன் இந்த மூவரையும் பார்த்த படி நிற்பதையும் அவள் கவனித்தாள். அவன் யாரென அவளால் சுலபத்தில் அடையாளம் கண்டுபிடிக்க முடிந்தது. ஆனால் நந்தினி கவனித்த அந்த வீரனை மங்கை கவனிக்க வில்லை. சட்டென்று நந்தினி மங்கையைத் தொட்டு, "அதோ பார்" என்றாள்.

மங்கை திரும்பி பார்த்தாள். அவள் முகம் மாறுபட்டது. நந்தினியை ஒரு மாதிரியாகப் பார்த்தாள். அந்தப் பார்வை, 'அது உனக்குத் தெரியுமா?' என்று கேட்பதுபோல் இருந்தது. நந்தினியும் தன் தவறை உணர்ந்தாள். 'தவறு செய்து விட்டோமே!' என்று அவள் உள்ளம் வருந்தியது. ஆனாலும், 'இனி மறைத்துப் பயனில்லை' என்று எண்ணினாள். மறைத்தால், மங்கையின் மனதில் குழப்பம் இருந்து கொண்டேயிருக்கும் என்று எண்ணி, ஒரு முடிவுக்கு வந்தாள். முன்பின் யோசிக்காமல் மங்கையிடம், "எல்லாம் தெரியும், கவலைப்படாதே! போய் அவரைக் கவனி, பிறகு பேசுவோம்!" என்று சொல்ல வந்தவள் ஏதோ எண்ணி மீண்டும் வாயை மூடிக் கொண்டாள். மங்கை முகம் சிவக்க அவர்களுடனே மௌனமாகச் சென்றாள்.

மூவரும் பேசாமல், நதிக்கரைக்கு வந்தனர். சுழித்துக் கொண்டு ஓடும் வெள்ளம் மூவர் மனத்திலும் வட்டமிடும் எண்ணங்களைப் படம்பிடித்தது. இளங்கதிரின் ஒளிக் கதிர்கள் நதியில் வரிபோடும் அலைகளைத் தட்டித் தழுவின. மூவரின் மேனிகளையும் அந்த இளங்கதிர் மினுக்கத் தவறவில்லை.

நந்தினி வாய் திறந்தாள்.

"கிழக்கு நோக்கி ஓடும் நதியின் அலைகள் தெற்குக் கரையிலும் மோதுகின்றன!" என்றாள், நதியைப் பார்த்தவாறு.

"ஆமாம்! ஆச்சரியமாகத்தான் இருக்கிறது. இடையில் பிரிந்து தெற்கு நோக்கியே அலைகள் சில வருகின்றன!" என்றாள், கமலினி அதனை விளக்கும் பாணியில் ஆச்சரியத்தோடு.

உண்மையில் அவர்கள் இருவரும் நதி அலைகளைப் பற்றியே பேசினார்கள். ஆனால், மங்கைக்கு அது தன்னைப் பார்த்து சாடை பேசுவது போல் இருந்தது. தன்னை நதி என்றும், தான் அவர்களோடு வந்ததை கிழக்கு நோக்கி ஓடுவது என்றும், தன் எண்ணம் காதலனிடம் இருப்பதை தென் கரையில் மோதும் அலைகளாகவும் உவமிக்கிறார்களோ என்று ஐயப்பட்டாள்.

கமலினி வேடிக்கையாக, "என்ன அவசரம் பார் இந்த நதிக்கு! கொஞ்சம் பொறுமையாக இருக்கக் கூடாதா" என்றாள்.

மங்கைக்கு 'சுறுக்'கென்று தைத்தது. நந்தினி களங்க மின்றி, "காதல் வேகத்தைவிட அதிக வேகம்!" என்றாள்.

மங்கை தன்னைத்தான் குறிக்கிறார்கள் என்று முடிவே கட்டிவிட்டாள்.

கமலினி, "காதல் வேகம், நதியைக்கூட விட வில்லையா! அடி குறும்புக்காரி!" என்று நந்தினியின் கன்னத்தில் தட்டினாள்.

இதுவரை பொறுமையாக இருந்த மங்கை பொறுமை இழந்தாள். சலனமின்றி, "பருவம் பலரையும் தான் ஆட்டிப்

படைக்கிறது! இன்றைக்குத் தப்பியவர்கள் கூட நாளைக்கு விழுந்து விடுகிறார்கள். இதில் பாகுபாடு என்ன இருக்கிறது?" என்றாள்.

நந்தினிக்கு யாவும் இப்போது புரிந்து விட்டது. தாங்கள் விளையாட்டாகப் பேசியதை, மங்கை சாடைப்பேச்சாக கருதுகிறாள் போலிருக்கிறது என்று இப்போது நினைத்தாள். அவளுக்கு, தன்மீது சந்தேகம் ஏற்பட்டு விட்டதையும், அவளது காதலைத் தான் அறிந்து கொண்டு விட்டதை உணர்ந்து ள்ளதையும் இப்போது அறிந்தாள். இனியும் நேரடியாகப் பேசி தீர்க்காவிட்டால், மனக்குழப்பம் நீடித்துக் கொண்டே போகும் என்று அவளது இதயம் கூறிற்று.

இதற்குள், கமலினி, ஆடைகளைக் கூட களையாமல் 'தொப்பென்று' நதியில் விழுந்து ஆட ஆரம்பித்தாள். நதிக்குள் அமர்ந்தவாறே பல் துலக்க ஆரம்பித்தாள். இந்த நேரத்தைத் தவறவிடக் கூடாது என்று நினைத்த நந்தினி மங்கையின் அருகில் வந்து, "மங்கை, உட்கார், கொஞ்சம் பேச வேண்டும்" என்று உரிமையோடு கூறினாள்.

மங்கையும், "சரி, அதற்காகத்தான் இருக்கும்" என்று எண்ணமிட்டவாறு அமர்ந்தாள்.

நந்தினி அவள் பக்கத்தில் அமர்ந்து, "மங்கை, என்னை தவறாக எண்ணிக் கொள்ளாதே! நீ அவரைக் காதலிப்பது எனக்குத் தெரியும். ஒரு நாள் இரவு, நான் அதைக் கண்டு விட்டேன். தவறுதான் என்றாலும் என்னையறியாமல் நடந்து விட்டது. ஆனாலும், உன்னிடத்திலே அதைச் சொல்ல வேண்டாமென்று நினைத்தேன். வாய் தவறி வந்து நீ குழம்ப வேண்டிய நிலை ஏற்பட்டதால் இப்போது சொல்கிறேன். எனக்குத் தெரிந்து விட்டதே என்று வருந்தாதே. இது நடக்கக் கூடாத காரியமல்ல!" என்றாள்.

மங்கை தலை குனிந்தபடி, "இது அன்னையின் காதில் சீக்கிரம் விழுந்தால், அவர்கள் இங்கு நான் செய்த பணி இது தானோ என்று நினைப்பார்கள்!" என்றாள்.

"நிச்சயமாக விழாது! பின்னால் எப்படிச் சொல்ல வேண்டுமோ அப்படிச் சொல்ல நான் இருக்கிறேன்!" என்று நந்தினி உறுதியளித்தாள்.

"இது கமலினிக்குத் தெரிய வேண்டாம்!" என்று மெதுவாகக் கேட்டுக் கொண்டாள் மங்கை.

"தெரியாது! அவளுக்கு ஓட்டை வாய்போல இருக்கிறது! இது என்னுடனேயே இருக்கும்" என்றாள் நந்தினி.

சிறிது நேரம் அந்த இடத்தை அமைதி ஆண்டது. இடையிடையே, கமலினி தண்ணீர் கொப்பளிக்கும் சத்தமும் கள்ளக்குரலில் பாடும் சப்தமும் கேட்டுக் கொண்டே இருந்தன. பிறகு, மங்கை மெதுவாக நந்தினியை விசாரிக்க ஆரம்பித்தாள்.

"நந்தினி! உன் காதல் பற்றி ஒரு முறை கமலினி எங்களுக்கு எழுதியிருந்தாள். உன் காதலன் பெரிய வீரனாமே?" என்று கடைக்கண் பார்வையோடு கேட்டாள்.

நந்தினிக்குப் பெருமை தாளமுடியவில்லை. உடல் சிலிர்த்தாள்.

"ஆமாம்! இப்போதுகூட இடைதுறைப் போருக்கு அவர் தான் போயிருக்கிறார். மன்னருக்கு அவரிடத்திலே உயிர். இருவரும் தோளில் கைப்போட்டுப் பேசிக் கொள்வார்கள். ஒருநாள்கூட அவரைப் பார்க்காமல் மன்னரால் இருக்க முடியாது! நீ அவரைப் பார்த்திருக்க மாட்டாய் மங்கை! நான் பெருமைக்குச் சொல்லவில்லை. பார்ப்பதற்கு அவர் தங்கச் சிலை மாதிரி இருப்பார். வலது கையை மடக்கினாரானால்

சதை அப்படியே திரண்டு திரண்டு கோலம் போடும். எழுதி
வைத்த மாதிரி முகம் அவருக்கு... என்னை எதிரே உட்கார
வைத்துப் பார்த்துக் கொண்டேயிருப்பார். இடையிடையே
'நந்தினி' என்று தன்னையும் அறியாமல் அழைப்பார்.
அப்போது அவர் முகம் குழந்தை மாதிரி ஆகிவிடும்!" என்று
கூறிவிட்டு சிரித்தாள்.

மங்கையும் சிரித்தாள்.

"பக்கத்தில் உட்கார்ந்து கொண்டு, கண்ணே! என்
மடியில் சாய்ந்து கொள் என்று கொஞ்சுவார். வெகு நேரம்
மறுத்துவிட்டு அவர் அழுகிற அளவுக்கு வந்ததும் சாய்ந்து
கொள்வேன். அப்பாடா! அதில் எவ்வளவு மகிழ்ச்சி தெரியுமா?
என்னென்னவோ வர்ணிப்பார்! முத்தமாகப் பொழிந்து
தள்ளுவார்! உதட்டை ஒருமுறை கடித்து விட்டார்! அதற்குப்
பிறகு... உரைப்பு சாப்பிடும் போதெல்லாம் உதடு எரியும்..."

நந்தினி வெட்கப்படாமல் காதல் உணர்வில் பேசிக்
கொண்டே போனாள். மங்கை இதையெல்லாம் ஆச்சரிய
மின்றிக் கவனித்தாள். அவளுக்கு அவள் சுகம்; இவளுக்கு
இவள் சுகம்! நந்தினி மேலும் பேசவில்லை. பழைய ஞாபகங்
களை உருவகப்படுத்திப் பார்த்தபடி புளகாங்கிதம் பெற்றாள்.
இப்போது மங்கையும், நந்தினியும் ஒருவருக்கொருவர் மனம்
விட்டுப் பேசிக் கொள்ள ஆரம்பித்தனர். மங்கை, தான் களவு
மணம் புரிந்தது பற்றியும் தன் காதலன் தன்னை மகிழ்வித்தது
பற்றியும் கூறினாள். தான் முதன் முதலாக உடலுறவு
கொண்டது அன்று இரவுதான் என்றும் கூறினாள். நந்தினி
உடனே 'ஐயோ! ஐயோ!' என்றாள். "ஏன்?" என்று கேட்டாள்
மங்கை. "பகிரங்கத் திருமணத்திற்கு முன்னால் உடலுறவு
கொள்வதென்றால் எனக்குப் பயம்! ஐயோ! அப்படிச்
செய்யலாமா!" என்று அதிசயித்தாள், நந்தினி.

மங்கை முகத்தை நாட்டிய பாணியில் ஆட்டி, "சும்மா கதை அளக்காதே! நீ பேசாமலா இருந்திருப்பாய்!" என்று தீர்மானம் தொனிக்கக் கூறினாள். நந்தினி, "நிச்சயமாகச் சொல்கிறேன் மங்கை! ஆரத் தழுவியது உண்மை. அதரத் தேன் உண்டது உண்மை; கிட்டவே இருந்ததும் உண்மை; தொட்டு விளையாடியதும் உண்மை. ஆனால் கடைசி எல்லைக்கு நாங்கள் போகவில்லை!" என்றாள்.

மங்கை உடனே, "ஊம்... என்னால் நம்ப முடிய வில்லை. இவ்வளவுக்கும் பிறகு சும்மாவே இருந்திருப்பாய் என்று கனவுகூடக் காணமுடியாது. சும்மா அளக்காதே! உண்மையைச் சொல்!" என்றாள்.

நந்தினி, "சொன்னால் நம்பமாட்டாய்! நாங்கள் அதில் எச்சரிக்கையாகவே இருந்தோம். அன்னை இன்றி திருமணம் இல்லை என்ற உறுதியுடனேயே நான் இருந்தேன். என் காதலர் கூட பலவந்தம் செய்வதில்லை. திருமணம் திருமணம் என்று தான் கெஞ்சுவார். உதட்டிலே ஒட்டிய உதடுகளைத் தவிர, என் உடலின் எந்தப் பகுதியையும் அவர் காணவுமில்லை, காண முயன்றதும் இல்லை!" என்று உறுதியாகக் கூறினாள்.

"ஏன்! களவு மணத்தில் என்ன தவறு! அதுவும் திருமணத்தில் ஒரு முறைதானே!" என்றாள் மங்கை.

"இருக்கலாம். ஆனால் எல்லா முறைகளும் எல்லோருக்கும் பிடித்து விடுகிறதா என்ன! அதற்காக நீ செய்தது தவறு என்று கூறவில்லை. அவர்தான் மணவாளர் என்று முடிவுகொண்டு நீயும், நீதான் மனைவி என்று முடிவு கொண்டு அவரும் களவொழுக்கத்தில் ஈடுபட்டது தவறு என்று நான் சொல்லவில்லை. ஏதோ எனக்கு அது பிடிக்க வில்லை! பிடிக்கவில்லை என்றால், என்ன சந்நியாச விரதமோ

என்று கேட்காதே! அந்த ஆசை இல்லாமலா இருக்கும்! இருந்தது. ஆனால் அன்னையைக் காணுமுன் நான் அன்னை யாக விரும்பவில்லை, அவ்வளவுதான்" என்று மளமள வென்று பேசி முடித்தாள்.

மங்கை, இப்போது அவளை ஆச்சரியமாகப் பார்த்தாள். 'பெண்கள் பலவீனமானவர்கள் என்று சொல்கிறார்களே பைத்தியக்காரர்கள். சகல வசதிகள் இருந்தும் உடல் வெறியை அடக்கி வைத்துக் கொண்டிருக்கும் பெண்ணும் இருக்கிறாள்!' என்று மங்கை நினைத்தாள். பேச்சின் இனிமையில் இருவரும் பல ரகசியங்களையும் பரிமாறிக் கொண்டனர். ஒருவரையொருவர் கட்டிப்பிடித்ததன் மூலம் தங்கள் மனோ நிலையை வெளிப்படுத்திக் கொண்டனர். நேரம், நிலை உட்பட அவர்கள் பேச்சில் வராத காதல் விவகாரம் இல்லை எனலாம். அந்த உற்சாகத்தில் உடன் வந்த கமலினியையும், தாங்கள் முடிக்க வேண்டிய காலைக் கடன்களையும் மறந்தே விட்டனர். இப்போது, திடீரென்று மங்கைக்கு ஒரு 'அதிர்ச்சி' கலந்த எண்ணம் ஏற்பட்டது.

"அடடா! இடைதுறை நாட்டு நிலைமை என்ன என்பதையே கேட்காமல் விட்டுவிட்டோமே!" என்றாள். காதல் பேச்சு, 'லட்சியத்தையும் மறக்கடிக்கிறது' என்பதில் அவளுக்கு வெட்கமும் கவலையும் ஏற்பட்டது. உடனே "கமலினி! கமலினி!" என்று சப்தம் கொடுத்தாள். நந்தினியும் சறுக்கி விழுந்தவாறே எழுந்து, நதியைப் பார்த்தாள். கமலினியைக் காணோம். "ஐயோ, கமலினி எங்கே? கமலினி! கமலினி!" என்று கூவினாள் நந்தினி. அவர்களைப் பீதி பிடித்துக் கொண்டது.

சுழன்றோடும் நதியின் அலைகள் மரண கோஷங்களை
யெழுப்புவதாக அவர்களுக்குப் பட்டது. கமலினி ஆற்றில்
அடித்துக் கொண்டு போகப்பட்டாள் என்றே அவர்கள் முடிவு
கட்டினர். "கமலினி" என்று சோகம் தட்டும் குரலில் கூவினாள்
நந்தினி. ஆற்றைப் பார்த்தபடி அப்படியே கல்லாய் சமைந்து
விட்டாள் கருநாக மங்கை.

"அக்கா!" என்று ஒரு குரல் அமைதியாகக் கேட்டது.
ஆவலோடு திரும்பிய மங்கைக்கு அந்தக் குரலில் இருந்த
சோகம் பிடிபடவில்லை. நந்தினியும் ஆவலோடு திரும்பிப்
பார்த்தாள். அங்கே விழியிடை நீர் தேக்கி கமலினி நின்று
கொண்டிருந்தாள். மங்கையும் நந்தினியும் ஏககாலத்தில்,
"கமலினி இங்கேயா இருக்கிறாய்? நாங்கள் பயந்தே போய்
விட்டோம்!" என்று பயம் ததும்பக் கூறினார்கள். கமலினி
மௌனமாக நின்றாள். அவள் கண்கள் மட்டும் நீரைக்
கக்குவதை நிறுத்தவில்லை. "ஏன் கமலினி, ஏன் அழுகிறாய்?"
என்று பரிவோடு கேட்டாள் மங்கை. கமலினி என்ன பதில்
சொல்லப் போகிறாள் என்று ஆவலோடு எதிர்பார்த்தாள்
நந்தினி.

"ஒன்றுமில்லை" என்று கண்ணீரைத் துடைத்துக்
கொண்டாள் கமலினி.

காரணத்தை அறிந்து கொள்ள மங்கை துடித்தாள்.
இடைதுறை நாட்டிலே வேவு பலிக்கவில்லையோ என்று
அவள் ஐயுற்றாள். கமலினியின் கண்ணீருக்கும் அதற்கும் தான்
தொடர்பு இருக்க வேண்டும் என்று அவள் கருதினாள்.
இடைதுறை நாட்டுப் போர் பற்றி அறிய ஆவலுள்ளவளாக
இருந்தாள் நந்தினி. கமலினி எதற்கும் வாய் திறக்கவில்லை.
கண்ணீர் மட்டும் சுரந்து கொண்டே இருந்தது.

மங்கை அவளைப் பரிவோடு உட்காரவைத்து, "என்ன சங்கதி கமலினி? ஏன் அழுகிறாய்...? எங்களைக் குழப்பாதே!" என்றாள்.

கமலினி மெதுவாக, "ஒன்றுமில்லை. நீங்கள் பேசிக் கொண்டிருந்தது என் எண்ணங்களைக் கிளறி விட்டு விட்டது. என் வாழ்விலே நேர்ந்த பயங்கரமான சம்பவங்கள், என்னைத் தாளமுடியாதவளாகச் செய்து விட்டன" என்றாள்.

நந்தினிக்கு இப்போது ஆவல் மீறிற்று. "என்ன சம்பவங்கள்?" என்று அவசரமாக கேட்டாள்.

கமலினி தலையைக் குனிந்து கைகளால் பூமியிலே கோலம் போட்டவாறு பேச ஆரம்பித்தாள்.

"நெறியோடு நின்று காதலும் மணமுமாக வாழ ஆசைப்படும் உங்களிடம் அந்தப் பயங்கரச் சம்பவங்களை எப்படிச் சொல்வேன்?" என்று விம்மினாள். அந்த விம்மல் உள்ளடக்கிக் கொண்டிருக்கும் ரகசியங்களை அறிந்து கொள்ளும் ஆவலில் மங்கையும், நந்தினியும் மௌனமாக இருந்தனர்.

கமலினி மீண்டும் தொடர்ந்தாள்.

"இடைதுறை நாட்டில் வேவுக்காரியாக நான் நியமிக்கப் பட்டதிலிருந்து இடைதுறைத் தலைநகரிலேயே நாடோடி போல் வேஷம் போட்டு வாழ்ந்து கொண்டிருந்தேன். சந்தி களிலே ஆடுவதும், ஆட்டத்தைக் கண்டு ரசித்தவர்கள் கொடுத்ததைக் கொண்டு வாழ்வதும், அந்த நேரங்களில் அரண்மனை ரகசியங்களைத் தெரிந்து கொள்வதுமாக இருந்து வந்தேன். தங்கிக் கொள்வதற்கு மட்டும் வணிகர் ஒருவர் தம் குடிசையிலே இடம் கொடுத்தார். இத்தனையிலும் பருவ உணர்ச்சிகள் என்னைத் தாக்காமலேயே வாழ்ந்து வந்தேன்.

நாட்டிலே என்னைப் பார்ப்போர்கள் யாரும் எனக்காகப் பரிதாபப்படும் அளவிலேதான் என் வாழ்வு இருந்தது. 'ஐயோ பாவம், எவ்வளவு அழகாக இருக்கிறாள்? இப்படி நடுத் தெருவில் ஆடிப் பிழைக்க வேண்டியவளாய் இருக்கிறாளே!' என்ற பச்சாதாபக் குரலை அடிக்கடி கேட்பேன். அப்போ தெல்லாம் என்னைப் பற்றிய கவலையே எனக்கு எழுவது கிடையாது. ஆடியும் பாடியும் அவல நிலையில் வாழ வேண்டிய நிர்ப்பந்தம் ஒரு கொள்கைக்காகத்தானே ஏற்பட்டிருக்கிறது, என்று மனம் தேறுவேன். இந்த நிலை யிலே அரிசங்கமனின் ஆட்கள் அடிக்கடி இடைதுறை நாடு வருவதையும் கண்காணித்துக் கொண்டிருந்தேன்.

"ஒருநாள் வணிகரின் குடிசையிலிருந்து புறப்பட்டேன். நதியில் போய் குளித்துவிட்டு வரலாம் என்று எண்ணத்தில் தான் போனேன். அப்போது நான் நாடோடியாக இல்லை. குல முறை காக்கும் சோழ மங்கையாக, குனிந்த தலை நிமிராத கோழையாக, ஆபரணங்களால் அழகுபடுத்திக் கொள்ளாத வளாக, அவிழ்ந்த கூந்தலையும் முடிக்க மறந்தவளாக, தொடர்ந்து வரும் துணையற்ற - தன்னந்தனியாக நதிப்புறம் நோக்கிச் சென்றேன். எப்படியாவது அரண்மனைக்குள் சேர்ந்து கொண்டு அரிசங்கமனுக்கும், இடைதுறையானுக்கும் உள்ள உறவை கிரகித்துக் கொள்ள வேண்டும் என்ற எண்ணமே அப்போது என் மனதில் நின்றது.

"நதியிலே குளித்துக் கொண்டிருக்கும் போது என் மேலாடை கரையிலேயிருந்தது. குளித்துவிட்டு மேலே வந்து பார்க்கும் போது மேலாடையைக் காணோம். ஈரச் சேலையின் ஒரு பகுதியை மேலாடையாக ஆக்கிக் கொண்டு சுற்று முற்றும் பார்த்தேன்; காற்றடித்ததும் மேலாடையெங்கும் பறந்து போயிருக்குமோ என்று ஒரு சந்தேகம். கடைசியாக

ஒரு கொடியினருகில் என் மேலாடை தொங்கிக் கொண்
டிருப்பதைப் பார்த்தேன். ஓடிப்போய் அதை எடுக்கும் போது,
நறுக்கென்று ஒரு கை என் கரத்தைப் பிடித்தது. பயந்து ஓடி
பின் வாங்கினேன், சிரித்தபடியே இடைதுறை மன்னன்
வெளியில் வந்தான். நான் பயந்தாலும் அவன் இடைதுறை
மன்னன் என்பதைத் தெரிந்துகொண்டு, தலை குனிந்தபடி
நின்றேன். அவனை மயக்கி அரண்மனைக்குள் புகுந்து
விடலாம் என்று எண்ணமிட்டேன். அப்போதும் கூட என்னை
நானே காத்துக் கொள்ள முடியும் என்று நம்பினேன்.
அன்னையின் கட்டளையே அதுதானே? 'உன்னையும் காத்து
பணியையும் நிறைவேற்று' என்றுதானே அன்னை
சொன்னார்கள்.

"அதன்படி காரியத்தை நிறைவேற்ற முடியும் என்று
நம்பினேன். இப்படி நான் சிந்தித்துக் கொண்டிருந்தபோது,
என்னையே வைத்த கண் வாங்காமல் பார்த்துக் கொண்
டிருந்தான் இடைதுறை மன்னன்.

"நீ குளித்துக் கொண்டிருக்கும் போதே நான் வந்து
விட்டேன்" என்றான்.

"அழகு ததும்பும் உன் பருவப் பொலிவை நான் அணு
அணுவாய் ரசித்தேன்" என்றான். எனக்கு நெருஞ்சி முள்ளிலே
புரள்வதுபோல் இருந்தது. மாற்றான் என் மேனியைக்
கண்டான் என்பதையே என்னால் சிந்திக்க முடியவில்லை.

"இவ்வளவு அழகைத் தேக்கி வைத்துக்
கொண்டிருக்கும் நீ யார்?" என்று கேட்டான். சுருக்கமாக
"நாடோடி!" என்றேன். அந்த வார்த்தையைக் கேட்டதும்
அவன் சத்தம் போட்டுச் சிரித்தான். 'தாயில்லையா தந்தை
யில்லையா?' என்றான். 'யாருமில்லை' என்றேன் ஒரு

வார்த்தையில். 'தடையில்லை' என்றான்; அடி எடுத்து வைத்தான்; அருகில் வந்தான்; நான் பயந்தேன்; பின் வாங்கினேன். எட்டிப் பிடித்தான். கிட்ட இழுத்தான். 'என்னோடு வா' என்றான். என் உடல் நடுங்கிற்று! 'எங்கே?' என்றேன். 'அரண்மனைக்கு' என்றான். என் மனம் மகிழ்ந்தது. ஆனாலும் பயம் நிறைந்தது. கையை மெதுவாக விடுவித்துக் கொண்டேன். அவன் பின்னாலே சென்றேன். ரதத்திலே ஏற்றினான். அரண்மனைக்குச் சென்றோம்.

அங்கே விலை உயர்ந்த சேலை ஒன்று தந்தான். அணிந்து கொண்டேன். நகைகள் கொடுத்தான். மறுத்து விட்டேன். அரசாங்க அலுவல்களைக் கூட அவன் மறந்து விட்டான். நான் அலங்கரித்துக் கொள்ள வேண்டும் என்பதிலேயே கருத்தாக இருந்தான். அவனை நெருங்க விடாமல் நானே அலங்காரங்கள் செய்து கொண்டேன். அதுவரையில் நாங்கள் அரண்மனை அந்தரங்க அறையில் இருந்தோம். அடிக்கடி அங்கே சேனா வீரர்களும் வரப் போக இருந்தனர். அதனால் அவன் என்னை 'அந்தப்புரத்திற்கு வா' என்றான். அங்கே அழைத்துச் சென்றான்.

பல நாட்டு பெண்களும், பலவகை அழகிகளும் குவிந்து கிடந்த அந்த இடத்தில் எனக்கென்று தனி அறை ஒதுக்கினான். பணிப் பெண்களை அழைத்தான். கேட்பதை யெல்லாம் கொடுங்கள் என்று உத்தரவிட்டான். அதுவரை அதுபோன்ற அந்தப்புரங்களைக் கண்டறியாத எனக்கு ஆச்சரிய மாக இருந்தது.

அத்தனை பெண்களும் என்னை முறைத்துப் பார்த் தார்கள். புதிதாக ஒருத்தி வந்துவிட்டாள் என்ற பொறாமையில் பொருமினார்கள். எனக்கு மன்னரே பணி செய்வதைக் கண்டு

கொதித்தார்கள். ஏன்? நான் எதிலே குறைவு? என்பதுபோல்
ஒருத்தி அபிநயம் காட்டுவாள், ஆரம்பத்தில் என்னிடம் கூட
மன்னர் இப்படித்தான் இருந்தார் என்று ஒருத்தி ஜாடையாகச்
சொல்லுவாள். சோழ நாட்டில் நாம் காண முடியாத வகை
யெல்லாம் அங்கே அந்தப் பெண்களிடம் கண்டேன்.
வயதேறிய பட்டத்து ராணி இதையெல்லாம் சாதாரணமாகக்
கருதிப் போய்க் கொண்டிருந்தாள்.

        அந்திப்பட்ட அந்த நேரத்திலே என் அறையை விட்டு
மன்னன் போவதாக காணோம். என்ன நடக்குமோ என்று
பயந்து நான் நின்று கொண்டே இருந்தேன். படுக்கையிலே
அமர்ந்தான். என் பக்கத்திலே வா என்றான். எந்த வழியும்
தெரியாமல் திகைத்தேன். என்ன செய்வதென்று புரியாமல்
விழித்தேன். அவனே எழுந்து என் அருகில் வந்தான். என்
கையைப் பிடித்து உட்கார வைத்தான். அப்போது எனக்கு ஒரு
வழி தோன்றியது. "ஐயோ! இதை அரிசங்கமன் கண்டால்
கொன்று விடுவார்" என்றேன். 'அரிசங்கமனா, அவனுக்கு நீ
என்ன வேண்டும்? என்று ஆச்சரியத்துடன் கேட்டான்.
தயக்கமின்றி, 'நான் அவருடைய காதலி' என்றேன். 'அவர்
தங்களுடைய நெருங்கிய நண்பரல்லவா? என்னால்
அவருக்கும் உங்களுக்கும் பகைமை வரக்கூடாது?' என்றேன்.
'நீ இடைதுறை நாட்டுக்கு எப்படி வந்தாய்?' என்று அவன்
கேட்டான். 'இதுதானே என் தாயகம். அடிக்கடி அரிசங்கமன்
ஆள் அனுப்புவார். அவருடன் நான் போய்வருவேன்!' என்று
கூறினேன்.

        'எனக்கும் அவனுக்கும் உள்ள உறவு உனக்குத்
தெரியுமா?' என்று அவன் கேட்டான். 'ஓ! நன்றாகத் தெரியும்.
சோழ சிம்மாசனத்தைக் கைப்பற்றுவதற்கு நீங்கள் திட்டமிடு
கிறீர்கள்' என்றேன். அவன் திடுக்கிட்டான். நான் மேலும்,

'அதற்கான வழிவகைகள் பலவற்றை நானே அரிசங்கமனுக்குக் கூறியிருக்கிறேன். இந்தத் திட்டத்தை உருவாக்கியவளே நான்தான்!' என்றும் கூறினேன்.

அவன் மிகுந்த ஆச்சரியத்துடன் பேரைக் கேட்டான். கமலினி என்றேன். உடனே அவன், "கமலினி! எல்லா வகையாலும் நீ எங்களுக்கு வேண்டியவளாகி விட்டாய். அரிசங்கமனுடைய காதலிதான் நீ என்றாலும் உன்னை விட்டு விட எனக்கு விருப்பமில்லை" என்றான். நான் திடுக் கிட்டேன். 'அரிசங்கமனுக்குத் தெரியாமலேயே நீ இந்த அந்தப்புரத்திற்குள் இருந்து விடலாம். மற்றவற்றை நான் கவனித்துக் கொள்கிறேன்!' என்றான்.

'இது சிநேகிதத் துரோகமல்லவா?' என்றேன்.

'இல்லை, நீ அவனுக்கு வெறும் காதலிதானே; உங்களுக்குத்தான் மணம் ஆகவில்லையே! அதனால் தவறில்லை.' புதுவிளக்கம் கொடுத்தான்.

என் பதிலைக் கூட எதிர்பாராமல் என் கையைப் பிடித்து இழுத்துத் தன்னருகில் கொண்டு போனான். நான் நடுங்கி, 'ஐயோ என்னை இப்போது விட்டு விடுங்கள். எல்லோரும் தூங்கட்டும்' என்றேன். அவன் தாளமுடியாத வெறியுணர்ச்சியில் இருந்தான். ஆனாலும் முதல் நாளிலேயே பலவந்தப்படுத்த விரும்பாதவன் போல், 'சரி இன்னும் கொஞ்ச நேரத்தில் வந்துவிடுவேன்' என்று சொல்லிவிட்டுப் போய்விட்டான்.

நான் ஓரளவுக்கு மனம் தேறினேன் என்றாலும் சிறிது நேரத்தில் வந்துவிடுவானே என்ற பயம் இருந்தது. அப்போது பணிப்பெண் ஒருத்தி உள்ளே வந்தாள். 'மிகவும் களைத் திருப்பீர்கள். இந்தப் பாலைச் சாப்பிடுங்கள்' என்றாள். எனக்கு

அவள் சொன்னது புரிந்தது. 'களைப்பு ஒன்றும் இல்லை; இன்னும் ஒன்றுமில்லை' என்று நான் ஆத்திரமாக பளிச் சென்று கூறிவிட்டேன். என் தலை கலைந்திருப்பதையும், நான் நின்ற நிலையையும் பார்த்து 'எல்லாம்' நடந்துவிட்ட தாகவே அவள் கருதியிருக்கிறாள்.

அப்போது அந்தப்புரத்தின் மற்ற பெண்கள்கதவு ஓரமாக ஒருவர் மேல் ஒருவராக விழுந்து கொண்டு என்னைப் பார்த்தார்கள்.

அவர்களில் ஒருத்தி என்னைப் பார்த்து, "உம் அப்படி யொன்றும் அழகில்லை' என்று சலித்துக் கொண்டாள்.

நான் கோபமாக 'படாரென்று' கதவைச் சாத்தினேன். அப்போது உள்ளே பணிப்பெண் நின்றாள். கூர்ந்து கவனித்தேன். அவள் கருப்புத்தான். ஆனாலும் தோற்றத்தில் என்னைப் போலவே இருந்தாள். உடற்கட்டு முழுக்கமுழுக்க என்னைப் போலவே இருந்தது. அவளை அருகில் அழைத்து, "எனக்கு ஒரு உதவி செய்வாயா?' என்று கேட்டேன். என்ன தான் பணிப் பெண்ணாயிருந்தாலும் நான் கேட்ட உதவியை அவள் மறுத்தாள். என் நிலையைச் சொல்லிக் கெஞ்சினேன். என் கெஞ்சுதலுக்கு அவள் இணங்கினாள். என் கொள்கை என்னைக் காத்து, இன்னொருத்தியைப் பலியாக்கப் போகிறது என்று எண்ணியபோது எனக்குக் கண்ணீரே வந்து விட்டது. ஆனாலும் அவளுக்கு மன்னரோடு மகிழ்ந்திருக்கும் சபலமும் கொஞ்சம் இருந்தது என்பது எனக்குத் தெரியாது. முதலில் மறுத்த அவள் பிறகு அந்த நேரத்தை உற்சாகத்தோடு வரவேற்கத் தொடங்கி விட்டாள்.

அந்த அறையிலிருந்த ஆடையாபரணங்களால் அவளை அலங்கரித்தேன். என்னுடைய ஆடை போலவே அவள்

ஆடையும் இருக்கும்படி பார்த்துக் கொண்டேன். உடனே எனக்கொரு எண்ணம் தோன்றிற்று. நிறைய மது வேண்டும் என்று நினைத்தேன். அந்தப் பணிப்பெண்ணை ஆடை யாபரணங்களுடன் வெளியிலனுப்ப பயந்தேன். பிறகு தைரியத்தை வரவழைத்துக் கொண்டு அவளைக் கட்டிலுக்குக் கீழே படுக்கச் சொல்லிவிட்டு, நானே கதவைத் திறந்து, வேறோர் பணிப்பெண்ணைப் பார்த்து, மது கொண்டுவர உத்தரவிட்டேன். சிறிது நேரத்தில் அவள் ஒரு பெரிய கிண்ணத்துடனும் மதுக்குடத்துடனும் வந்தாள்.

அவளை உள்ளே வரவிடாமல் நானே அவற்றை வாங்கி உள்ளே வைத்தேன். சிறிது நேரத்திற்கெல்லாம் அவனும் வந்துவிட்டான்.

அவன் இப்போது தன்னை ஒரு வாலிபன் போலச் செய்து கொண்டிருந்தான். அவனைப் புன்னகையோடு வரவேற்றேன். அதைச் சம்மதம் என்று அவன் முடிவு கட்டிக் கொண்டு மிக உற்சாகமாகக் கதவைத் தாளிட்டான். அவனைப் படுக்கையில் உட்காரச் சொன்னேன். உட்கார்ந்தான். பழம் கொடுத்தேன்; தின்றான். மதுக் கொடுத்தேன்; குடித்தான். அந்தப்புர காதல் வர்ணனைகளை அடுக்கடுக்காகப் படித்தான். பக்கத்தில் வந்து 'உட்கார், உட்கார்' என்று உயிரை வாங்கினான். திட்டம் கெட்டுவிடக் கூடாதே என்பதற்காக அருகிலே போய் அமர்ந்தேன். திடீரென்று நான் எதிர்பாராத விதமாக என்னைக் கட்டிப்பிடித்து விட்டான். 'விடுங்கள், விடுங்கள், சன்னலை சாத்த வேண்டும். விளக்கை அணைக்க வேண்டும்' என்று கூவினேன். 'சரி சீக்கிரம்' என்று சொல்லி விடுவித்தான். அதற்குள் நிறைய மது குடித்துப் போதையில் இருந்தான். நான் சன்னலை அடைத்து விளக்கை அணைத்தேன். 'வா வா' என்று அவன் அவசரப்பட்டான். நான் அங்கு நின்ற

படியே செருமினேன். ஐயோ! பணிப்பெண்ணுக்கு ஜாடை வார்த்தை சொல்லி வைக்க மறந்து விட்டேன்.

'வா! வா!' என்று அவசரப்பட்டான். இடைதுறையான். நான், 'இன்றைக்கு நம் கற்பு அழிந்தது' என்ற முடிவிலேயே திகைத்து நின்றுக் கொண்டிருந்தேன். அவன் அவசரம் பொறுக்காமல் ஓடிவந்து என் கையைப் பற்றினான். நான் பறித்துக் கொண்டு போய் கட்டிலுக்குப் பக்கத்தில் 'தொப்' என்று விழுந்தேன். விழுந்தபடியே உள்ளிருந்து பணிப் பெண்ணை 'சட்' டென்று கிள்ளினேன். அந்த இருளிலே அவள் வேகமாக வெளியிலே வந்து எனக்கு முன்னால் நின்று கொண்டாள். நான் கட்டிலுக்குள் பதுங்கிக் கொண்டு விட்டேன்.

அவன் ஓடிவந்து அவளது கையைப் பற்றிக் கொண்டான். குடி வெறியிலே அவளைத் தாறுமாறாக வர்ணித்தான். அவளும் அதிலே பங்கு கொண்டாள். என்னைப் போல் அவள் பயப்படவில்லை. அளவுகடந்த உற்சாகத்தில் அவனுடன் பேசினாள். சொல்லப்போனால் அவனைக் காட்டிலும் அவளே முந்திக் கொண்டவள் போலிருந்தாள். எனக்குத் திகிலும், ஆச்சரியமும் கலந்து கலந்து பிறந்தன.

அவன் அவளிடம் 'அடி என் கோமளமே! உன்னை அரிசங்கமன் எப்படியெல்லாம் வர்ணிப்பான்!' என்று கேட்டான். நான் திகைத்தேன். அவளுக்கு, அதற்குப் பதில் சொல்லத் தெரியாதே என்று விழித்தேன். அதற்குள் அவள், 'என் மருக்கொழுந்தே! ராசாத்தி என்றெல்லாம் பேசுவாரு!' என்று கொச்சை மொழியில் பதில் சொன்னாள்.

அதற்கு அவன், 'சீச்சீ! கொஞ்சம் கூட காவிய நயம் தெரியாத பயல், இந்த அரிசங்கமன். காட்டுத்தனமாக

வர்ணித்திருக்கிறான். உன்னைப்பற்றிக் கவிதை கவிதையாக
பொழிந்து தள்ளாமே!' என்றான்.

அவள் 'ஹி! ஹி! ஹி!' என்று சிரித்தாள். எனக்குப் பயம்
அதிகரித்து விட்டது. அவள் பேச்சிலிருந்து எங்கே அவன் இது
ஒரு நாட்டுப்புறம் என்று தெரிந்து கொள்வானோ என்று
திணறினேன்.

அவன் கவிதையாகப் பாடினான். அவள், 'ஏஞ்சாமி,
ஏஞ்சாமி!' என்றாள்.

இப்படிக் கமலினி சொன்னதும் நந்தினியும், மங்கையும்
விழுந்து விழுந்து சிரித்தார்கள். ஓரளவுக்குக் கவலைகள்
மறந்து, கமலினியும் அந்தச் சிரிப்பில் பங்கு கொண்டாள்.
பிறகு மேலும் சொன்னாள்:

"நல்லவேளையாக அவன் அவளைப் புரிந்து கொள்ள
வில்லை. சத்தம் கேட்கும்படி முத்தமிட்டான். அவள்
அவனோடு மிக உற்சாகமாக இருந்தாள். திடீரென்று 'உன்
பெயர் என்ன சொன்னாய்? மறந்து விட்டேனே!' என்று
கேட்டானவன்.

இந்தப் புரியாதவள் 'கருப்பாயி!' என்று சொல்லிவிட்டு
'ஹி! ஹி!' என்று சிரித்தாள். எனக்கு உயிரே நின்றுவிடும்
போலிருந்தது. அவன், என்ன நினைவில் இருக்கிறானோ
என்று புரியாமலிருந்தேன்.

'விளையாடுகிறாய், வேடிக்கைக்காரி நீ!' என்று
மீண்டும் கேட்டான். இனிப் பேசாமலிருந்தால் குட்டு வெளிப்
பட்டு விடுமெனப் பயந்து, கட்டிலுக்கு மேல் மெதுவாகத்
தலையைத் தூக்கி, 'கமலினி!' என்றேன். அந்த குடிவெறியில்
அவன் இது வேறு குரல் என்பதை அறியவில்லை.

'கமலினியா? அதென்ன பெயர்?' என்றான். இப்போது நான் செத்தே போய்விட்டேன். இன்னொரு தடவையல்லவா எழுந்து பதில் சொல்ல வேண்டும்!

அதற்குள் அந்தப் பணிப்பெண், 'இல்லே! கஞ்சினி!' என்றாள் புரியாமல். ஐயோ இந்த விவாதம் இன்னும் எவ்வளவு நேரம் நடக்குமோ என்று நான் திகைத்துக் கொண்டிருந்தேன். உடனே அவன், 'சரி! அதுபோகட்டும்! இன்றைக்கு ராத்திரி பூரா நாம தூங்கவே கூடாது!' என்றான்.

'ராத்திரி என்ன! நாளைக்குக் கூடத் தூங்கவே வேண்டாம்!' என்று பதில் சொன்னாள். அவன் சிரித்தான்! அந்தச் சிரிப்புச் சத்தம்தான் எனக்குக் கடைசியாகக் கேட்டது. பிறகு அவர்கள் பேசவில்லை.'

- என்று கமலி சொன்னதும், மங்கை உதட்டைக் கடித்தபடி 'படக்கென்று' கமலினி தலையில் தட்டிச் சிரித்தாள். நந்தினியும் சிரித்தபடி, "ஏன் காதலர் நினைவு வந்து விட்டதோ?" என்றாள். "எனக்கா உனக்கா?" என்று மங்கை, கழுத்தை ஒரு வெட்டு வெட்டினாள். பொதுவாக இரண்டு பேருக்கும் என்கிற மாதிரி இரண்டு தலைகளும் குனிந்தன. கமலினி மேலும் சொல்ல ஆரம்பித்தாள்.

"கட்டிலுக்குக் கீழேயே நான் தூக்கமின்றிப் புரண்டு கொண்டிருந்தேன். பொழுது விடிந்தது. அப்போதுதான் அவர்கள் இருவரும் அயர்ந்து தூங்கிக் கொண்டிருந்தார்கள்.

திறந்திருந்த ஒரு சன்னல் வழியாக வெளிச்சம் வர ஆரம்பித்தது. அப்போது பழையபடியும் பயம் என்னைச் சூழ்ந்து கொண்டது. மெதுவாக எழுந்தேன். அவன் விழித்துக் கொண்டால் உண்மை வெளியாகிவிடும். பணிப்பெண் கொலை செய்யப்படுவாள். என் கற்பு பலாத்காரமாகச் சூறையாடப்படும் என்று நினைவு ஓடியது.

வலக்கரத்தால் அவனை அணைத்தபடி அவன் படுத்திருந்தான். வேறு வழியின்றி மெதுவாக அவளைத் தட்டி எழுப்பினேன். நல்ல தூக்கத்தில் அவள் பதறி எழுந்தாள். நான் சட்டென்று அவள் வாயைப் பொத்தினேன். அவள் ஓரளவு தெளிந்ததும், நான் சாடை காட்டியதுபோல அவன் கையை எடுத்து, மெதுவாக கீழே வைத்துவிட்டு, கீழே இறங்கினாள்.

நான் மெதுவாகப் பக்கத்தில் உட்கார்ந்தேன். லேசாகக் கலைந்திருந்த தலையை முழுக்கக் கலைத்து விட்டுக் கொண்டேன். படுக்கையில் முத்துகள் சிதறிக் கிடந்தன. கன்னங்களை என் நகங்களாலே கீறிக் கொண்டேன். என் கழுத்திலிருந்து முத்து மாலையை மெதுவாகக் கழற்றி, கட்டிலுக்குக் கீழே போட்டேன்.

மெதுவாக அவனைச் சத்தமிட்டு அழைத்தேன். அவன் எழாமல் என் முந்தானையைப் பிடித்து இழுத்தான். நான் ஒரு முறை தலையணையில் விழுந்து 'உஸ்' என்று சத்தமிட்டு எழுந்தேன்.

அவன் இப்போது தூக்கம் கலைந்து எழுந்து விட்டான். 'இப்போது என்ன திடீர் வெட்கம்?' என்று கேட்டான். 'பொழுது விடிந்ததற்குப் பிறகு கூடவா? சும்மாயிருங்கள்!' என்றேன்.

'வேண்டாம்! வேண்டாம்! பொழுது போகட்டும்!' என்றான். விடிந்த பொழுது எப்போது போகும் என்று எதிர் பார்ப்பவன் போல் காணப்பட்டான்.

'பாருங்கள்! உங்களால் என் முத்துமாலையே அறுந்து விட்டது!' என்றேன்.

'போகட்டும்! ரத்தினமாலை வாங்கித் தருகிறேன்!' என்றான். 'இப்படியா கன்னத்தையெல்லாம் கிள்ளுவது?'

என்றேன். 'ஆ அப்படியா! எங்கே பார்ப்போம்!' என்று என்கிட்டே வந்தான். 'போதும் போங்கள்!' என்று திரும்பினேன். அவன் போதை தணியாதவனாக ஓங்கிச் சிரித்து கதவைத் திறந்து வெளியேறினான்.

நான் பதினோராவது முறையாகப் பிழைத்தேன். கதவைத் தாளிட்டுவிட்டு, திரும்பி வந்து கட்டிலுக்குக் கீழே படுத்திருந்த பணிப்பெண்ணைத் தட்டி தட்டி எழுப்பினேன். அவள் தன்னை மறந்து தூங்கிக் கொண்டிருந்தாள்.

நான் எழுப்பியதும் தளர்ந்த நிலையில் எழுந்தாள். 'ஆகா! ஆகா!' என்று வாய்விட்டுக் கூறினாள். 'சீச்சீ, போதும் போதும் போ!' என்றேன். அவள் என்னவோ போகாத உலகத்திற்குப் போய் வந்தவள் போல, என்னை அலட்சிய மாகப் பார்த்துவிட்டு வெளியேறினாள்.

அவள் வெளியேறிய சிறிது நேரத்திற்கெல்லாம் என் அறைக்கு வெளியே சத்தம் கேட்டது. நான் திடுக்கிட்டு என்னவென்று ஓடிப்போய்ப் பார்த்தேன். அந்தப்புரப் பெண்கள் அனைவரும் அந்தப் பணிப்பெண்ணை திட்டிக் கொண்டிருந்தார்கள். விஷயம் தெரிந்து விட்டதோ என்ற அச்சத்தில் பன்னிரண்டாவது முறையாக எனக்கு உயிர் போயிற்று.

ஒன்றும் அறியாதவள் போல் அருகில் சென்று 'என்ன என்ன?' என்று கேட்டேன். 'பார்! இவள் அந்தப்புரச் சேலை யையும், நகைகளையும் அணிந்து கொண்டிருக்கிறாள் திருடி!' என்றார்கள்.

நான் பெருமூச்சுவிட்டு, அதிகாரத்தோடு பணிப் பெண்ணிடம், "எடுத்து வைக்கச் சொன்னால், ஏண்டி திருடினாய்? இங்கே வா?" என்று அவளை என் அறைக்கு

இழுத்து வந்து, அவளுடைய உடைகளையே கொடுத்து அணிந்து கொள்ளச் சொல்லி அனுப்பினேன்.

உடனேயே அந்தப் பெண்ணை, பட்டத்துராணி வேலையிலிருந்து நீக்கிவிட்டாள். 'ஐயோ, அவள் போய் விட்டாளே, இன்று என்ன நடக்குமோ' என்று பயந்தபடியே இருந்தேன்.

இந்த நிலைமையில், நடுப்பகலில் என் அறைக்கு வந்தான் இடைதுறையான். வந்து உட்கார்ந்து கொண்டு 'பொழுது போக மாட்டேனென்கிறதே! போகமாட்டே னென்கிறதே!' என்று பல்லைக் காட்டினான். பட்டப் பகலில் என் கற்பு பலியாகிவிடுமோ என்று நான் பயப்பட வேண்டிய கட்டம் வந்தது. இந்த நேரத்தில் ஒரு தூதுவன் ஓடிவந்து, அவனிடம் ஒரு ஏட்டைக் கொடுத்தான்.

அதைப் படித்துப் பார்த்த இடைதுறையான், மெல்ல என்னிடம், 'அரிசங்கமன் வந்திருக்கிறானாம். நீ அவன் கண்ணில் பட்டுவிடாதே! அறைக்குள்ளேயே இரு. நான் இப்போது போய் அவனைப் பார்த்து இளமரக்காவில் இருக்கச் சொல்லிவிட்டு வருவேன். மாலையில் போய் நள்ளிரவில்தான் திரும்புவேன். நீ வெளியில் தலை காட்டாதே!' என்று கூறிவிட்டு வெளிக் கிளம்பினான்.

மாலைப் பொழுது வந்தது. நான் அந்தப்புரத்தை விட்டு வெளியேறி தோட்டத்திற்குப் போகிறவள் மாதிரி போனேன். அரிசங்கமனுக்கும், இவனுக்கும் உள்ள பேச்சு வார்த்தை என்ன என்று அறியும் முடிவில் புறப்பட்டேன்.

தோட்டத்திலிருந்து முக்காடு போட்டுக் கொண்டு 'விடு, விடு' என்று நடந்தேன். ஆனால் இளமரக்கா எங்கிருக் கிறதென்று எனக்குத் தெரியாது. கால் போனபடியே நடந்து போய்க் கொண்டிருந்தேன்.

ஐயோ! அன்றைக்கு நான் பலியாவேன் என்று நிச்சயமாக நான் எண்ணவேயில்லை.

எங்கெங்கேயோ சுற்றினேன். நல்ல இருட்டு. வழி தெரியவில்லை. குத்துகிற முட்களையும் லட்சியம் செய்யாது எப்படியும் இளமரக்காவைக் கண்டுபிடித்து விடுவது என்று தேடி அலைந்தேன்.

வெகு நேரத்திற்குப் பிறகு தூரத்தில் தீப்பந்த வெளிச்சம் தெரிவதைக் கண்டேன். அதையே வழிகாட்டியாகக் கொண்டு, விடுவிடென்று நடந்தேன். கடைசியில் அந்த இடத்திற்கு வந்து சேர்ந்தேன்.

அந்த இளமரக்கா மிகவும் பூர்வீகமானது. ஆயிரம் ஆண்டுகள் பழமை வாய்ந்தது. இடைதுறைநாடு ஒரு தனி நாடாக இல்லாமல், தென்னாட்டின் ஒரு பகுதியாக இருந்த காலத்தில், தென்னாட்டுப் பிரதிநிதி ஒருவன் அவன் தங்கி யிருப்பதற்குக் கட்டப்பட்ட ஒரு கோட்டையும், மாளிகையும் ஒவ்வொரு தலைமுறையிலும் புதுப்பிக்கப்பட்டு வந்ததாம்.

நான் அன்று பார்த்தபோது, அந்த கட்டடம் இருந்த நிலை, அதனுடைய பழமையை எனக்குக் கூறவில்லை. ஆனாலும் உண்மையென்னவோ அதுதானாம். அந்த இடத்தில், யாருக்கும் தெரியாமல் வெளியிலேயே நின்றேன். வாசலில் இரண்டு காவலர்கள் இரண்டு தீப்பந்தங்களைப் பிடித்துக் கொண்டு நின்றிருந்தார்கள். உள்ளே எங்கணும் எண்ணெய் விளக்குகள் எரிந்து கொண்டிருப்பதைக் கண்ணாடிக் கதவுகள் எனக்கு எடுத்துக் காட்டிக் கொண்டிருந்தன.

மேல்மாடிக் கண்ணாடிக் கதவில் அடிக்கடி விழும் நிழல் உருவம், அங்கே மனித நடமாட்டம் அதிகமிருப்பதைக் கூறிற்று. இந்த இடத்தில் நாம் என்ன தெரிந்து கொள்ள

முடியும்; எப்படி உள்ளே போக முடியும்; பைத்தியக்காரத்
தனமாக இங்கே வந்து விட்டோமே! இனித் திரும்பிப் போய்ச்
சேர்ந்தால் போதும் என்ற நிலைமைக்கு வந்து சேர்ந்தேன்.

ஆனாலும் எப்படியாவது உள்ளே நுழைந்துவிட்டால்,
ஏதாவது கிரகித்துக் கொள்ள முடியும் என்று நம்பினேன்.
மாளிகையைச் சுற்றிச் சுற்றி வந்தேன். எந்தப் பக்கமும் போக
முடியும் - நுழைந்து விட முடியும் - என்ற நம்பிக்கை எனக்கு
இல்லாமலிருந்தது. உறுதியற்ற நிலையிலேயே மாளிகையின்
பின்பக்கம் வந்து விட்டேன்.

அங்கே ஒரு தோட்டமிருந்தது. என்ன காரணத்தாலோ
அதற்குச் சுவருமில்லை; வேலியுமில்லை. காட்டோடு காடாக
- ஆனால் சுத்தப்படுத்தப்பட்டு, பூங்கொடிகள் நடப்பட்ட
தோட்டமாக அது இருந்தது. காடு என்று நினைத்து உள்ளே
போன எனக்கு அது மாளிகையைச் சார்ந்த தோட்டம் என்பது
அப்போதுதான் புரிந்தது.

அதன் உள்ளே நுழைந்ததும் இடைதுறையான்
யாருடனோ பேசுகிற சத்தம் கேட்டது. பேச்சு முழுக்கக் கேட்க
வில்லையானாலும், கூடப் பேசுபவன் அரிசங்கமனாக
இருக்கும் என்று நினைத்தேன்.

சுருக்கமாக என் காதிலே விழுந்த சில வார்த்தைகளைக்
கொண்டு, இராச இராசர் மறைவுக்குப் பின் சோழநாடு பழைய
பெருமையிலேயே வாழ முடியாமல் இருப்பதாகவும்,
இராசேந்திரனை முழுவதும் மடக்கி தன் கைக்குள்ளேயே
போட்டுக் கொண்டு விட முடியும் என்று அரிசங்கமன்
சொல்ல, அதற்கான பொருள் வசதி முழுவதையும் மாதம் ஒரு
முறை பொன்கழஞ்சாகவே அனுப்பி விடுவதாகவும், இதில்
யாராவது ஒருவருடைய விஷயம் இராசேந்திரனுக்குத் தெரிந்து

விட்டால், அவர் மற்றவரைக் காட்டிக் கொடுக்க கூடா
தென்றும் இடைதுறையான் சொன்னான்.

இடையிடையே, ஏதோ அப்பொழுதே காரியம் பலித்து
விட்டது மாதிரி, இருவரும் சிரிக்கும் சப்தம் கேட்டது.
உடனே ஒருவர் தோளில் ஒருவர் கை போட்டுக் கொண்டு
இருவரும் மேல்மாளிகை சன்னலைத் திறந்து கொண்டு
நிற்பதைப் பார்த்தேன். அப்படியே ஒரு செடிக்குப் பின்னால்,
ஆடாமல் அசையாமல் உட்கார்ந்து விட்டேன். நான்
உட்கார்ந்ததை நிச்சயமாக யாரும் கண்டுபிடிக்க முடியாது.
ஆனால் திடீரென்று என் வாயை ஒரு கை பொத்தி, மறு
கையால் தலையை கெட்டியாகப் பிடித்துக் கொண்டது. நான்
திமிறிப் பார்த்தேன். முடியவில்லை.

"அந்த உருவம் அப்படியே என்னை மக்கட்டாகக் கட்டி,
தூக்கிக் கொண்டு, தோட்டத்தை விட்டு, காட்டிற்கு வந்து
விட்டது. என்னை 'தொப்'பென்று கீழே போட்டது. அந்த
இருளிலும் அந்த ஆளை என்னால் ஓரளவு பார்க்க முடிந்தது.
முன்பின் அறிமுகமில்லாத உருவம்.

'நீ யார்?' என்று அதட்டியது; நான் பதில் சொல்லாமல்
இருந்தேன். அவன் என்கிட்ட நெருங்கினான். நான் விலகிப்
போக முயன்றபோது, என் கையைப் பிடித்தான். 'பேரென்ன?'
என்றான்; பேசாமலிருந்தேன். 'ஊரெது' என்றான்; 'இதுதான்'
என்றேன். 'இதுதான் என்றால் உன்னை விடக்கூடாது'
என்றான். நான் திகைத்தேன். கையை முறுக்கி தூக்கி
நிறுத்தினான். 'விட்டு விடு!' என்று கெஞ்சினேன். 'உங்களை
யெல்லாம் சும்மா விடக்கூடாது' என்று கறுவியவன் மாதிரி
காணப்பட்டான்.

பலாத்காரமாக என்னைக் கட்டிப் பிடித்தான். அவன் தீது செய்ய நினைத்திருக்கிறான் என்பதை உணர்ந்து கொண்டேன். உணர்ச்சி வசப்பட்ட அவனிடமிருந்து, தப்பித்துக் கொள்ள போராடியதில் தளர்ச்சியுற்று, கீழே விழுந்தேன். "என்ன சொல்வேன் அக்கா! அதுவரையில் தந்திரத்தாலும், சாமர்த்தியத்தாலும் காப்பாற்றி வைத்துக் கொண்டிருந்த என் கற்பு எந்த சக்தியுமற்ற நிலையிலே அங்கு பறிபோயிற்று." இந்த இடத்தில் கமலினியின் தொண்டை அடைத்துக் கொண்டது. நந்தினி கண்ணீர் சொரிந்தாள். கருநாக மங்கை குனிந்தபடியே உட்கார்ந்து கொண்டிருந்தாள். சிறிது நேரம் மௌனம். 'பிறகு' என்று பேச்சை ஆரம்பித்தாள் நந்தினி. கமலினி தொடர்ந்து கூறத் தொடங்கினாள்.

"பிறகு என்ன ஆகும்? நான் எழுந்து அவனைக் கண்டபடி திட்டினேன். அவன் ஒன்றுக்கும் பதில் பேசாமல் இறுதியாகச் சொன்னான்; 'இந்த இடைதுறை நாட்டுப் பெண்கள் அத்தனைப் பேரையும் கெடுத்து, அக்கினிக் குண்டத்தில் தள்ளினாலும் என் மனம் அமைதி பெறாது. மூன்றாவது பலி நீ. நான்பட்ட அவமானத்திற்கு மூன்று போதுமெனக்கு! இனி நாடு போய்ச் சேருவேன்!' என்று கத்தினான்.

நான் ஒன்றும் புரியாமலிருந்தேன். நான் இந்த ஊர்ப் பெண்தான் என்று சொன்ன பொய் அவனுக்குச் சாதகமாக இருந்துவிட்டதோ, வேறு நாடு என்று சொல்லியிருந்தால் நம்மைக் காத்துக் கொண்டிருக்கலாமோ என்று எண்ணமிட்டேன். ஏன் பொய் சொன்னோம் என்ற கவலையோடு, 'உனக்கு எந்த நாடு?' என்று கேட்டேன். 'சோழ நாடு' என்றான். எனக்குத் தூக்கி வாரிப் போட்டது.

'நானும் சோழநாடுதான்!' என்றழுதேன். 'ஆ' என்ற
அவன் குரலிலே நடுக்கத்தைக் கண்டேன். விழித்த விழியை
இமைக்கவுமாட்டாமல் அவன் என்னைக் கூர்ந்து பார்த்தான்.
'இதை ஏன் முன்னாலேயே சொல்லவில்லை?' என்றான்.
அவன் என் தோள்களைப் பிடித்துக் குலுக்கினான்.

"சோழ நாட்டிலிருந்து நீ இங்கே ஏன் வந்தாய், எப்படி
வந்தாய், எதற்காக வந்தாய்?' என்று கேட்டான். அவன் குரல்
தழுதழுத்தது. 'அதையும் உன்னிடம் சொல்ல முடியாது'
என்றேன். 'அப்படியானால் நீ சோழ நாட்டுப் பெண் என்பதை
என்னால் நம்ப முடியாது!' என்றான்.

'நீ யார்? என்பதை முதலிலே சொல். அவமானத்திற்கு
மூன்று பலி என்றாயே, அந்த அவமானம் என்ன? அதைச்
சொல்! பிறகு நான் உண்மையைச் சொல்கின்றேன்' என்றேன்.

அவன் சொல்ல ஆரம்பித்தான், 'இதே இடைதுறை
நாட்டுப் பெண்ணொருத்தி சோழ நாட்டிற்கு வந்திருந்தாள்.
அரிசங்கமனின் விருந்தினளாக அவள் தங்கியிருந்தாள்.
விருந்தினள் என்ன! விபச்சாரத்திற்கென்றே வந்திருந்தாள்.
அரண்மனையிலே நானும் ஒரு வீரனாக இருந்தேன். நானும்
என் சகாக்களும் அடிக்கடி அவளை ஏரிக்கரையில்
சந்திப்போம். அப்போதெல்லாம் என் சகாக்கள் அவளைக்
கேலி செய்வார்கள். நானும் அதிலே பங்கு கொள்வேன்.
அதை அவள் அரிசங்கமனுக்குச் சொல்ல, அவன் ஒரு நாள்
என்னை ஆயுதச் சாலையில் அவமானப்படுத்தி, அவளைக்
கொண்டே என்னை அறையச் செய்தான், அறைந்ததோடு
என்னை, என் தாயை, என் குலத்தைப் பழித்துப் பேசினாள்.

'அரிசங்கமனை என்னால் எதிர்க்க முடியாது, ஏன்?
மன்னனால் கூட எதிர்க்க முடியாது. அவ்வளவு பலம்

பொருந்தியவன். ஆகவே அவனைப் பகைத்துக் கொள்ளாமல் இடைதுறைப் பெண்களைப் பழி தீர்ப்பதில் முனைந்தேன். இது பேடித்தனமாகக்கூட இருக்கலாம். ஆனால், அதுதான் என் மனதை அமைதிப்படுத்தும் போலிருந்தது. நான் அவளையும், அவள் சகோதரியையும் தான் கொன்றேன். உன்னைக் கொல்ல விரும்பவில்லை. கெடுத்தேன்.

'இடைதுறை நாட்டு அக்ரமக்காரர்கள் இதுபோல் பல செய்திருக்கிறார்கள். நீ இடைதுறை நாட்டுப் பெண்தான் என்றாலும், நான் செய்தது தவறல்ல என்றே முடிவு கட்டுகிறேன்' என்றான்.

'ஐயோ! நான் சோழ நாட்டுப் பெண்தான்!' என்று முழு விபரத்தையும் அவனிடம் கூறினேன். அவன் அழுதான், குதித்தான், பெருந்தவறு செய்து விட்டேனே என்று வருந்தினான். இதற்குள் குதிரைகளின் குளம்படிச் சப்தம் கேட்டது. இடைதுறை மன்னன் புறப்பட்டு விட்டான் என்பது தெரிந்தது. பெருந்தவறு நடந்து விட்டதுதான் என்றாலும், அதற்காக லட்சியத்தை மறந்துவிட நான் தயாராக இல்லை. லட்சியத்தை நிறைவேற்றி விட்டு அன்னையின் காலடியில் போய் விழுந்து தற்கொலை செய்து கொள்வது என்ற ஒரே முடிவுக்கு வந்தேன். அவனிடம் ஒன்றும் சொல்லாமல், விடுவிடென்று ஓட ஆரம்பித்தேன். பிறகு அவன் என்னவானான் என்பதே எனக்குத் தெரியாது.

விடிந்த பின்தான் அந்தப்புரத்திற்கு வந்து சேர்ந்தேன் - எனக்கு முன்னாலேயே வந்துவிட்ட இடைதுறையான் எனக்காக காத்துக் கொண்டிருந்தான் - 'எங்கே போனாய்?' என்று கேட்டான். உங்களைக் காணாமல் நிலவைப் பார்த்துக் கொண்டிருந்தேன்' என்று புளுகினேன், நம்பினான், கையைப் பிடித்து, என்னைப் படுக்கையில் உட்கார வைத்தான்.

அந்தச் சமயத்தில் அவனாலும் கெடுக்கப்படுவேனென்று தீர்மானமாய் தெரிந்தது, வேறு வழியின்றி எந்தத் தந்திரத் திற்கும் இடமின்றி எண்ணவுமின்றி இணங்கினேன். இனி என்ன இருக்கிறது என்ற முடிவுக்கு நான் வந்துவிட்டேன். அந்த நேரத்தில், அளவு கடந்த போதையில், அவன் அரிசங்கமனிடம் பேசிய அத்தனையையும் என்னிடம் கூறி விட்டான். அன்று முதல் அவனுடைய ஆசை நாயகியாக இருந்து, சகல விஷயங்களையும் தெரிந்துகொண்டேன். (பிறகு இடைதுறை நாட்டை இராசேந்திரன் கைப்பற்றியது, திருப்பிக் கொடுத்தது. மீண்டும் கைப்பற்றியது, திருப்பிக் கொடுத்தது, ஆகிய சகல வரலாற்றையும் கூறி முடித்தாள். தளநாயகனைச் சந்தித்ததைப் பற்றிக் கூறும் போது நந்தினி அக்கறையோடு கவனித்தாள். 'நீ அதிர்ஷ்டக்காரி' என்று நந்தினியைப் பார்த்து கமலினி கூறினாள். "மன்னரும் என் காதலரும் புறப்பட்டு விட்டார்களா?" என்று நந்தினி கேட்டாள். "அது எனக்குத் தெரியாது. அதற்கு முன்னாலேயே இடைதுறை நாட்டை விட்டுப் புறப்பட்டு விட்டேன்!" என்றாள் கமலினி.

பிறகு தழுதழுத்த குரலோடு கமலினி மங்கையிடம், "அக்கா, இவ்வளவு விஷயங்களையும் உன்னிடம் நான் சொல்லிவிட்டேன். இடைதுறையானுக்கும், அரிசங்கமனுக்கும் நடந்த அஞ்சல் போக்குவரத்து சம்பந்தப்பட்ட ஏடுகளைக் கொண்டு வந்திருக்கிறேன். அதை உன்னிடம் தருகிறேன். நீங்களே அன்னையிடம் முழு விபரங்களையும் சொல்லி, அவற்றைக் கொடுத்து விடுங்கள். இந்த உடலோடும், முகத்தோடும் அன்னையைப் பார்க்க எனக்கு வெட்கமாக இருக்கிறது. என் கடமை தீர்ந்துவிட்டது. இதோடு இந்த நதியே என்னைக் கொண்டு போய் விடட்டும்" என்று எழுந்தாள்.

மங்கை திடீரென்று எழுந்து கண்ணீரோடு அவளை வாரி அணைத்துக் கொண்டாள். நந்தினியும் அழுது விட்டாள். மங்கை, "அன்னையைப் பார்க்குமுன் நீ சாகக்கூடாது. அந்த வாக்குறுதியை எனக்குக் கொடு!" என்றாள்.

கமலினி விம்மி அழுதபடி, "ஐயோ! நான் இருப்பதால் இனி எந்த லாபமும் இல்லை" என்றாள். உடன் மங்கை நீ கெட நேர்ந்தது நம் லட்சியத்தினாலே தான். அதனால், நீ அன்னையைப் பார்த்த பிறகுதான் சாக வேண்டும். நீ வாழ வேண்டுமென்று நான் விரும்பவில்லை. அந்த வாழ்க்கை உனக்குப் பிடிக்காதென்பதும் எனக்குத் தெரியும். ஆயினும், அன்னையைச் சந்திக்கும்வரை, நீ சாகக் கூடாது" என்று கெஞ்சினாள். மனம் தேறி ஒரு முடிவுக்கு வந்த கமலினி அதை ஒப்புக் கொண்டாள்.

மூவரும் கூடாரம் நோக்கி நடக்க ஆரம்பித்தனர். அதற்குள் வீரர்களெல்லாம் காலைக் கடன்களை முடித்துக் கொண்டு, கூடாரங்களினருகில் ஆடிப்பாடிக் கொண்டிருந் தனர். நடந்து வரும்போது நந்தினி கேட்டாள்: "இந்த ஏடுகளை மன்னனிடம் கொண்டு போய் கொடுத்து, அவரையே நடவடிக்கை எடுக்கச் சொல்லி விட்டால், சுலபத்தில் முடிந்து விடுமே!"

அதற்கு மங்கை, "முடியாது. அதிலேதான் பெரிய ரகசிய மிருக்கிறது. இன்னும் பல விபரங்கள் சோழ நாட்டிற்குத் தெரிய வேண்டும். அரிசங்கமனைப் பற்றி இப்போது நாம் என்ன சொன்னாலும் மன்னர் கேட்க மாட்டார். தெரியாமலா அன்னை சாந்திமத் தீவிலே இருக்கிறார்கள்! சகல காரியங் களும் அங்கே நடந்து கொண்டிருக்கின்றன" என்றாள்.

இதற்குள் கூடாரம் வந்து விட்டது. பிறகு எல்லோரும் புறப்படுவதை ஆயத்தம் செய்தனர். படைகள் நடைபோடத் தொடங்கும் போது மங்கையின் பக்கத்திலே நின்ற கமலினி குதிரையின் மீது கம்பீரமாக வீற்றிருந்த ஒருவனைக் கண்டாள், கூர்ந்து கவனித்தாள். அகல விழித்தாள். "இவன்தான், இவன் தான்!" என்று கத்தினாள். மங்கை திடுக்கிட்டு அவள் கை காட்டிய வீரனைப் பார்த்தாள். அவள் முகம் கருத்தது.

சத்தம் கேட்ட அந்த வீரன் திரும்பிப் பார்த்தான், "ஆ" என்றான்.

அவன்தான் மங்கையின் காதலன். மங்கைக்கு ஒன்றுமே புரியவில்லை. கமலினியைக் கெடுத்தவன் தன் காதலனா? அவளால் நம்ப முடியவில்லை. உடலெல்லாம் 'குப்'பென்று வியர்த்தது. கமலினி அவனைப் பார்த்துச் சப்தம் போட்டாளே தவிர, அதற்குப் பிறகு ஒரு வார்த்தையும் பேசவில்லை.

காலையில் கமலினி மாறுவேடத்தில் நடத்திக் கொண்டிருந்த களேபரங்களை, அவன் கவனிக்காமல், ஆற்றங்கரையில் உலவிக் கொண்டிருந்ததால், இப்பொழுது அவளைக் கண்டு அதிர்ச்சியுற்றான். சிறிது நேரம் அந்த இடத்தில் மௌனம் குடிகொண்டது.

நந்தினியும் ஆச்சரியமாக நின்று பார்த்துக் கொண்டிருந்தாள். கமலினி அந்த மௌனத்திற்கிடையில் கண்ணீரோடு தலைகுனிந்தாள். படைகள் அப்படியே நின்று கொண்டிருந்தன. திடீரென்று 'அன்னை வாழ்க!' என்ற குரல் ஓங்கி எழுந்தது. 'வாழ்க! வாழ்க!' என்று படையெல்லாம் குரல் கொடுத்து நடைபோட ஆரம்பித்தன. அதுவரை வேடிக்கையாக நடந்தே செல்லலாம் என்று நடந்து வந்து கொண்டிருந்த மங்கை, கமலினி, நந்தினி மூவரும் ஒரே

ரதத்தில் ஏறி உட்கார்ந்து கொண்டனர். கமலினியை அணைத்த வாறுதான் மங்கை ரதத்தில் ஏறினாள்.

படைகள் போகும் பொழுது சிறிது நேரம் வரை மூவரும் ஒருவருக்கொருவர் பேசாமல் இருந்தனர். அப்பொழுது திடீரென்று மங்கைக்கு, தன் காதலன் சொன்ன கதையெல்லாம் நினைவுக்கு வந்தன. கமலினி கதை சொன்ன போது இந்த எண்ணம் அவளுக்கு வரவேயில்லை. காரணம் அவள் காதலன் அவளுக்குச் சொன்ன செய்தியில் அவள் இளமரக்காவுக்குச் சென்றதோ, யாரையும் சந்தித்ததோ, கெடுத்ததோ இல்லை, அவமானத்திற்குப் பழி வாங்கினேன் என்று மட்டுமே குறிப்பிட்டிருந்தான்.

மங்கைக்கு தன் காதலன் மீது இப்போது கோபமேற் பட்டது. அதை மட்டும் நம்மிடம் மறைத்து விட்டாரே என்று ஆத்திரப்பட்டாள். அந்தப் பழி கமலினியாகவும் இருந்திருக் கிறதே என்ற கவலையும் கொண்டாள். இந்த மௌனமே கடைசி வரை தொடர்ந்தது.

நள்ளிரவில் படைகள் குடக் கடலின் (அரபிக் கடல்) கரைக்கு வந்துசேர்ந்தன. சாந்திமத் தீவுக்குப் புறப்படுவதற்கு ஏராளமான படகுகள் ஏற்பாடு செய்தனர் வீரர்கள். விடியும் வரை படைகள் கடற்கரை மணலிலேயே ஓய்வு கொண்டன. அந்தக் கரையிலேயே குடிசைகளில் வசித்துக் கொண்டிருந்த படகோட்டிகள் பேரத்தை முடித்துக் கொண்டு உல்லாசமாகப் பாட ஆரம்பித்தனர். அந்தக் களைப்பினிடையிலும் மங்கை, கமலினி, நந்தினி மூவரும் பால் நிலவொளியிலே கடற்கரை மணலைக் கிளறியபடி உட்கார்ந்திருந்தார்கள்.

சிறிது தூரத்தில் நிம்மதியின்றி உலவிக் கொண்டிருந்த மங்கையின் காதலன், மங்கையைத் தனியாகச் சந்தித்துப்

பேச அவாவுள்ளவனாக முன்னும் பின்னும் நடந்து
கொண்டிருந்தான். மங்கை அவனை நெருங்கவேயில்லை.

பொழுது விடிந்தது. படைகள் ஒரே உற்சாக
வெள்ளத்தில் மிதந்தன. அந்த அதிகாலை நேரத்தில்
படகோட்டிகளின் தெம்மாங்கு வானைப் பிளந்தது. படைகள்
யாவும் படகிலே ஏறி அமர்ந்தன. அழகியதோர் படகில்
மங்கை, கமலினி, நந்தினி மூவரும் ஏறிக்கொள்ள, எட்டு
நாழிகைப் பயணத்திற்குப் பிறகு, படைகள் சாந்திமத் தீவின்
கரையை நெருங்கின.

அவசரம் பொறுக்காத சில வீரர்கள் கடலில் குதித்து
நீந்தியே கரை வந்து சேர்ந்தனர். குனிந்து தரையை முத்த
மிட்டாள் மங்கை. 'அன்னை வாழ்க' என்ற குரல் எழுந்தது.
கம்பீரமாகத் தோற்றமளித்துக் கொண்டிருந்த சாந்திமத் தீவு
வீரர்களின் கண்களில், மணமுடித்த பெண்ணுக்கு தாய் வீடு
காணப்படுவது போல் காணப்பட்டது.

"ஆகா! இது தீவுதானா? அல்லது ஒரு பெரிய நாட்டின்
கரையிலேயே வந்து இறங்கி விட்டோமா!" என்று நந்தினி
அதிசயித்தாள். காரணம், அவ்வளவு அழகிய மாளிகைகளை
அங்கே அவள் கண்டாள். எல்லோரும் அன்னை வாழும்
மாளிகைக்குப் புறப்பட்டனர்.

11. தாளிட்ட கதவும், தாளாத துன்பமும்

கணைஒன் றியஇரு கண்வலைக் கேஎன் கலைமுழுதும்
பணைஒன்று தோளிதன் பார்வையில் பட்டுப் பரிசழிந்து
துணைஇன்றி நின்று வருந்துறு வேற்கிவை
சொல்லிநில்லாய்
புணைஇன்றி யார்கடப் பாற்கடற் பாய்புனற்
பொன்னியையே!

- அம்பிகாபதிக் கோவை

ஆலங்காட்டின் அருகிலிருந்த குளக்கரைப் படிக்கட்டில் கண்ணயர்ந்த இடைதுறையான் காலையில் கண் விழித்தான். தாளமுடியாத பசியோடும், வேதனையோடும் நடக்க ஆரம்பித்தான். இப்போது அவனால் சரியான தடங்காண முடிந்தது. கதிரவன் மலைவாயிலில் விழும் நேரத்தில் சோழன் தலைநகருக்கு வந்து சேர்ந்தான். தன்னை யாரும் அடையாளம் கண்டுபிடித்துக் கொள்ள முடியாதவாறு, பதுங்கிப் பதுங்கி அரிசங்கமனின் இல்லம் வந்து சேர்ந்தான். அவன் வந்து சேர்ந்த போது அரிசங்கமன் வீட்டிலே இல்லை. புஞ்சராயர் தான் கட்டிலோடு கட்டிலாகப் படுத்திருந்தார். மரகதம் தோட்டத்தில் பூவெடுத்துக் கொண்டிருந்தாள்.

வந்து இடைதுறையான், வாசலிலே நின்றபடி 'ஐயா! ஐயா!' என்று சத்தம் கொடுத்தான். சத்தம் கேட்ட புஞ்சராயர்,

படுக்கையிலிருந்தவாறே மரகதத்தை அழைத்தார். தன்னை அழைப்பதை அரைகுறையாகக் கேட்ட மரகதம் பூக்கூடையை அங்கேயே வைத்துவிட்டு, துள்ளிக் குதித்து ஓடி வந்தாள்.

"யாரோ கூப்பிடுகிற சத்தம் கேக்குது, பாரம்மா!" என்றார் புஞ்சராயர். மரகதம் ஓடி வந்து வாசலில் பார்க்க வாடி வதங்கி இடைதுறையான் அங்கே நின்று கொண்டிருந்தான்.

"யார் நீங்கள்?" என்று கேட்டாள் மரகதம்.

"அரிசங்கமனின் நண்பன், அவர் இல்லையா?"

"இல்லை! அரண்மனைக்குப் போயிருக்கிறார். இன்னும் கொஞ்ச நேரத்தில் வந்து விடுவார். அவசரமாகப் பார்க்க வேண்டுமா?"

"ஆமாம்!"

"சரி! இப்படி உட்காருங்கள். கொஞ்ச நேரத்தில் வந்து விடுவார்" என்று ஒரு ஆசனத்தைக் காட்ட இடைதுறையான் அதில் அமர்ந்தான்.

"தண்ணீர் சாப்பிடுகிறீர்களா?" என்று பரிவோடு கேட்டாள் மரகதம். "ஏதாவது சுவை நீர் கொடுங்களேன்" என்று வெட்கத்தை விட்டுக் கேட்டான் இடைதுறையான். "தருகிறேன்!" என்று ஓடிய மரகதம், ஒரு பாத்திரம் நிறைய சுவை நீர் கொண்டு வந்தாள். அடக்கமாட்டாத ஆத்திரத்தோடு அதை வாங்கி, 'மடமட'வென்று குடித்தான் இடைதுறையான்.

ஒரு பெருமூச்சோடும், நிம்மதியோடும் பாத்திரத்தைத் திருப்பிக் கொடுத்தான். அதற்குள் அரிசங்கமனே அங்கு வந்து விட்டான். இடைதுறையானைக் கண்டதும் அதிர்ச்சியுற்றான், "எப்போது வந்தீர்கள்?" என்று கேட்டான். ஓடி வந்து கட்டிக் கொண்டான். "நாட்டைத் திருப்பிக் கொடுத்து விட்டார்

களென்று சொல்லியனுப்பியிருந்தீர்களே, என்னாயிற்று?"
என்று கேட்டான்.

நடந்ததை விளக்கமாகக் கூறினான் இடைதுறையான்.
அரிசங்கமன் கறுவினான், "இராசேந்திரன் காரியங்கள் இனி
ஒன்றும் நடக்காது" என்றான். தான் சோழ நாட்டு நிர்வாக
அணியைப் பிளந்து வைத்திருப்பதைக் கூறினான். அரண்மனை
அரசியலமைப்பைக் கூறினான். 'காலம் பார்த்து மோதினால்
காரியம் பலித்து விடும்' என்றான். இடைதுறையான் நிம்மதி
யடைந்தான். காலம் வரும்வரை, வீட்டிலேயே வசிப்ப
தென்று முடிவாயிற்று.

இந்தப் பேச்சுகளையெல்லாம் கவனியாமல், மரகதம்
தோட்டத்திற்குப் பூவெடுக்கப் போய்விட்டாள்.

இதற்கிடையில் இடைதுறை நாட்டை விட்டுப்
புறப்பட்ட இராசேந்திரன், தளநாயகன் முதலியோரும், படை
களும் ஆலங்காட்டுப் பகுதியில் வந்திறங்கி தேடிப் பார்த்தனர்.
அவர்கள் முன்பு கண்ட மங்கையரையோ, படைகளையோ
அங்கே காண முடியவில்லை. அந்த இடம் பாழாகக் கிடந்தது.
"எங்கே போயிருப்பார்கள்!" என்று கேட்டான் தளநாயகன்
இராசேந்திரனை.

"நான் என்ன அவர்களுக்கு உறவினனா? எங்கிருந்து
வந்தார்களோ அங்கே போயிருப்பார்கள்" என்று சிரித்தபடி
பதிலளித்தான் இராசேந்திரன்.

மீண்டும் அவர்கள் புறப்பட்டு அதிகாலையில் தலை
நகரம் வந்தடைந்தார்கள். நகரெங்கணும் ஒரே தோரணங்கள்;
வரவேற்பு; வீட்டுக்கு வீடு மங்கையரும், கிழவிகளும் நின்று
கொண்டு மலர் தூவினார்கள்.

தளநாயகனின் கண்கள் மேல் மாடங்களையே
கவனித்து வந்தன? அவன் எதிர்பார்த்த மாடத்தில், எதிர்பார்த்த
மங்கையைக் காணோம். ஆச்சரியமும், திகிலும் உந்தித்தள்ள
ஊர்வலத்தை, பராரியாய் போன இடைதுறையான் பரிதாப
மாகக் கவனித்துக் கொண்டிருந்தான்.

அரண்மனைக்கு வந்து ஊர்வலம் கலைந்தது. படை
களெல்லாம் விடைபெற்றுப் புறப்பட்டன வீடுகளுக்கு.
பொன் வாணிகர் தெருவிலே வாழும் வீரர்கள் சிலர், உற்சாக
மாக அந்தத் தெருவிலே ஓடிவந்தனர். அவர்கள் வீடு
களெல்லாம் உட்பக்கம் தாளிடப்பட்டிருந்தன. ஒரு வீரன் தன்
வீட்டின் முன்னால் போய் நின்றான். கம்பீரமாக தலையைத்
தூக்கி, கதவைத் தட்டி அவளது அழகை வர்ணித்து கதவு
திறக்கக் கோரினான்.

இப்படியே ஒவ்வொரு வீரனும் அழைத்த குரல் தெரு
வெங்கும் கேட்டது. கடைதிறந்து வந்த முல்லைப் படைகள்,
இடைவளைத்து வணங்கி எழுந்தன. வெற்றிப் புன்னகையும்,
மலர்ந்த விழிகளும் தெருவெங்கும் காணக்கிடந்தன.

அவசரம் தாங்காத ஒரு வீரன் அங்கேயே தன்
மனைவியைக் கட்டிப்பிடித்து முத்தமிட்டு விட்டான். தூரத்
திலிருந்து இதைக் கவனித்த ஒரு வீரன், "டேய், கடிகண்ணா!
தனியறை உள்ளேயிருக்கிறது" என்று சத்தமிட்டான். முத்தங்
கொண்ட இளமனைவி நாணம் தாங்காது ஓடினாள்.

சத்தமிட்டு வீரனது கையிலேயிருந்த குழந்தை தாளம்
போட்டுச் சிரித்தது. அந்தப் பொழுது வீரர்களுக்கெல்லாம்
ஆனந்தப் பொழுதாகக் கழிந்தது.

ஆனால்...?

தளநாயகனின் காதல் மாளிகை மட்டும் தான் திறப்பாரின்றிக் கிடந்தது. தட்டித் தட்டிப் பார்த்த தளநாயகன் பூட்டப்பட்டிருந்த பூட்டைக் கண்டு புத்தி பேதலித்தான். எதிர்த்துவரும் ஈட்டிக்கும் இமை கொட்டாத அந்த மாவீரன், கண்ணீர் சிந்தவே ஆரம்பித்தான். என்ன ஆயிற்றென்றும் அறியாமல் தகவல் சொல்வாரையும் காணாமல், மரகதத்தையும் சந்திக்க முடியாமல் இராசேந்திரனிடம் ஓடினான் தளநாயகன்.

செய்தி கேட்ட இராசேந்திரனுக்கும் குழப்பமே அதிகரித்தது. இந்த மறைவுகளுக்கு ஒரு முடிவே கிடையாதா என்று எண்ணினான். ஆயினும் தளநாயகனைத் தட்டிக் கொடுத்து, அமைதிப்படுத்தி, "விரைவிலேயே கண்டுபிடிக்க வழி செய்வோம்" என்றான். தளநாயகனும் ஓரளவுக்கு நிம்மதி யுற்றவனாய் இல்லம் நோக்கிச் சென்றான்.

முதற் பாகம் முற்றும்

ஆயிரம் தீவு அங்கயற்கண்ணி
இரண்டாம் பாகம்

1. சாந்திமத் தீவில் தங்க மேனியர்!

கொந்தொளி மாடக் கொடிமுடி நீழல்
செந்தமிழ் நாட்டுச் சிறுவர்கள் கூடிப்
பந்தயங்கட்டிப் பல வகை யான
பந்துக ளாடிப் பயன்பெறு வாரே!
வாய்ந்த மறவர் வகைபட வெல்லாம்
ஆய்ந்து பயிற்ற வணிகழற் செல்வர்
தீந்தமிழ் பாடிச் சினப்புலி போலப்
பாய்ந்து சிலம்பம் பயிலுவர் நாளும்!
செந்தமிழ் பாடித் தெரிவையர் கூடி
உந்தி பறந்துள் ளுவக்குவ ரோர்பால்
தெந்தன மென்னச் சிலம்பு புலம்பப்
பந்துக ளாடுவர் பாவைய ரோர்பலர்!

– இராவண காவியம்

அழகிய தென்னஞ் சோலைகளின் இடையே புகுந்து வரும் காலைக் கதிரொளி, கவிஞர்களின் மிகைப்பட்ட கற்பனையையும் உண்மையாக்கிக் கொண்டிருந்தது. அந்தத் தீவில், புள்ளினங்களின் ஒலியலைகள் புதிய சங்கீதமுறை படைத்துக் கொண்டிருந்தன.

அந்த நேரத்தில், மங்கையும் குழுவினரும் கலகலப் போடு 'அன்னை மாளிகை' நோக்கி நடந்தனர். கடற்கரை யிலிருந்து சுமார் ஒரு கல் உள்நோக்கிச் சென்றதும், அன்னையின் குழுவினரும் சாந்திமத் தீவின் பூர்வீக மக்களும் வாழும் நகர்புறத்தைக் கண்டனர். "அன்னை காவிரி மணிப்பெய ராணை!" என்ற பாடல் கூட்டுக் குரலில் கிளம்பிற்று! முக்கிய வீதியாம் 'சோழமாத்தெரு'வில் முதலில் நுழைந்தனர், மங்கையின் குழுவினர். அவர்களைக் கண்டதும் அந்தத் தெருவில் வசித்த மக்கள் அனைவரும் ஓடிப் போய் மலர் பறித்து வழி நெடுகத் தூவினர். உற்சாக வெள்ளம் அணை தப்பியது! நகரம், சோழன் தலைநகரைக் காட்டிலும் அழகாக இருந்தது. நந்தினி ஆச்சரியமாகப் பார்த்தபடியே நடந்தாள். தீவு என்றால் எப்படியிருக்கும் என்று அவள் மனத்திலே இருந்த கற்பனையை, கண் கண்ட காட்சி சிதற அடித்து விட்டது. 'அடேயப்பா! இதுதான் தீவா!' என்று அதிசயித்தாள். சோழ நாட்டைக் காட்டிலும் மங்கையர் அங்கே அதிகம் இருப்பதாக எண்ணமிட்டாள்! அவ்வளவு பேர் சாளரங்களை ஓவியக் கூடங்களாக்கிக் கொண்டிருந்தனர். கமலினி தன் நினைவின்றி நடைபோட்டுச் சென்றாள். மங்கை பெரிய கடமை ஒன்றை மனதில் தாங்கிச் சென்று கொண் டிருந்தாள்.

தெருக்களில் கும்மியடிப்பாரும், தென்பாங்கு இசைப்பாரும், தொழில் புரியப் போவாரும், கூட்டம் கூட்டமாக நடந்து கொண்டிருந்தனர். மங்கையின் குழு வினரைக் கண்டதும் அவர்கள் ஒதுங்கி நின்று வேடிக்கை பார்க்கலாயினர். சிலர் கைதட்டி வரவேற்றனர். இந்தச் செய்தியை அன்னை மாளிகைக்கு முதலிலேயே தெரிவித்து விட்டுக் குதிரையின் மீதேறிப் பறந்தான், அந்தத் தீவைச் சேர்ந்த ஒரு வீரன்.

மங்கையின் காதலன் இவற்றை எல்லாம் கண்டும் காணாதவனாய், குழப்ப நிலையில் தொடர்ந்து கொண் டிருந்தான். ஒரு ரதத்தில் நந்தினியின் தந்தையின் பிணம், மூலிகைகளில் சுற்றப்பட்டு, வாழை இலைக் கட்டு வலம் வருவது போல் வந்து கொண்டிருந்தது. அந்த அழகிய நகரிலே புதிய உணர்ச்சியும் உத்வேகமும் காணப்பட்டன! வந்த வீரர்களிலே சிலருடைய குடும்பமும் அந்தத் தீவிலே வசித்துக் கொண்டிருந்தது. அவர்களுடைய மனைவி மக்கள், முன்னறிவிப்பு இல்லாமல் வந்து சேர்ந்த தங்கள் கணவன் மார்களைப் பார்ப்பதற்கு முண்டியடித்துக் கொண்டு முன் வந்தார்கள்.

அன்னையைப் பார்த்த பின்னரே கலைந்து செல்ல வேண்டுமென்ற நியதிப்படி, அந்த வீரர்கள் தங்கள் வீடு களுக்குச் செல்லாமல் அன்னை மாளிகையை நோக்கிச் சென்றனர்.

கம்பீரமான ஒரு மாளிகை, அடுக்கடுக்காகக் கட்டப் பட்டு, பளிங்குக் கற்களால் போர்த்தப்பட்டிருந்தது. அதன் முன் பகுதியில் மிகப் பெரிய தூண்கள் நிறுத்தப்பட்டிருந்தன. பளபளவென்று அவை ஒளி வீசிக் கொண்டிருந்தன. மார்பு அங்கியிலே புலிச் சின்னம் அணியப் பெற்று, கைகளிலே, 'தாயகம் காப்போம்' என்று பச்சை குத்தப்பெற்று, வலக் கையிலே வேல் தாங்கி, முன்னும் பின்னுமாக நடந்து கொண்டிருந்தார்கள் காவற்காரர்கள்.

மாளிகையின் மேலே வழுவழுப்பான துணியொன்று புலிச் சின்னம் வரையப் பெற்று, பட்டொளி வீசிப் பறந்து கொண்டிருந்தது. ஆம்! சோழன் கொடியையே தன் கொடி யாகக் கொண்டிருந்தது அந்த மாளிகை. அங்கே பணிப்

பெண்களும், நாட்டிய மங்கையரும், வீரர்களும், அறிஞர்
பெருமக்களும், கவிவாணர்களும் வருவதும் போவதுமாக
இருந்தனர்.

முதலாம் பராந்தகன் காலத்தில் வந்து குடியேறியவர்
களின் பரம்பரை அவர்கள். கி.பி. 910ல் பராந்தகன் பாண்டிய
நாட்டின் மீது படையெடுத்து, மதுரையைக் கைக்
கொண்டதும், மதுரையை ஆண்டு வந்த இராசசிம்மன்
என்னும் பாண்டியன் தன் மணிமுடிகளுடனும், வேறு பல
பொருள்களுடனும் இலங்கைக்கு ஓடி விட்டான். அப்போது
இலங்கையை ஆண்டு வந்த ஐந்தாம் காசிபன், இராசசிம்ம
பாண்டியனுக்குத் துணையாகத் தக்க சேனாதிபதியின்
தலைமையில் பெரும் படையொன்றைப் பாண்டிய நாட்டிற்கு
அனுப்பினான்.

மதுரைக்கு வந்து சேர்ந்த இலங்கைப் படைகள்
அப்போது பராந்தகன் வசப்பட்டிருந்த மதுரையில் வாழ்ந்த
சில வீரர்களைத் தங்களோடு சேர்த்துக் கொண்டு, பராந்தகன்
மீது போர் தொடுத்தன. வெள்ளூரில் நடந்த அந்தப் போரில்
இராசசிம்மனின் ஆதரவாளர்களும் இலங்கைப் படையும்
ஒருங்கே தோற்றன. அதிலும் பராந்தகன் வென்றான்.

ஆயினும் இலங்கை அரசன் காசிபன் மீண்டும் மீண்டும்
பராந்தகனுக்குத் தொல்லை கொடுத்து வந்தான்.
பாண்டியனுக்கு ஆதரவாக, இலங்கை அரசனது துணையால்
தான் பாண்டியன் மீண்டும் மீண்டும் தொல்லை கொடுக்
கிறான் என்று அறிந்த பராந்தகன், ஈழத்தின் மீது போர்
தொடுத்து அதை வென்றான். அதையொட்டி அந்த வெற்றி
விழாவைக் கொண்டாட, ஈழத்திற்குப் புறப்பட்டுச் சென்ற
பல சோழ மக்களின் குடும்பங்களை, திரும்பி வரும் போது

வீசிய பெரும் புயலினால், திசை திருப்பி சாந்திமத் தீவில்
வந்திறங்கினர்.

அந்தத் தீவின் வளத்தையும் அது யாருடைய
ஆளுகைக்கும் உட்பட்டு இல்லை என்பதையும் கண்ட
அவர்கள் அந்தத் தீவிலேயே குடியேறி விட்டனர். அந்தத்
தீவின் பூர்விகக் குடிகளோடு ஒன்றுபட்டு வாழ ஆரம்பித்தனர்.
அவர்களது பரம்பரையினர்தான் அன்னை மாளிகையில்
பெரும் பங்கு கொண்டவர்களாயிருந்தனர்.

அந்தத் தீவிலேயே அழகிய வேலைப்பாடமைந்த
கட்டடங்களைக் கட்டிக் கொண்டு வாழ்ந்தவர்கள் அவர்கள்
தான். அவர்கள் சோழ நாட்டோடு ஓரளவுக்குத் தொடர்பு
கொண்டுமிருந்தனர். ஆண்டுக்கு இருமுறை சாத்திமத்
தீவிலிருந்து சோழ நாட்டிற்குக் கலம் புறப்படும். சில காலங்
களில் கொள்வினை கொடுப்பினைக்கும் சோழ நாட்டிற்குச்
சென்று வருவதுண்டு. ஆனாலும், அவர்கள் யாருடைய
ஆளுகைக்கும் உட்படாத சாந்திமத் தீவின் குடிமக்களாகவே
இருந்தனர்.

அந்தத் தீவின் பூர்விக மக்களும் தமிழையொட்டிய ஒரு
மொழியே பேசி வந்தனர். இவர்களது வருகைக்குப் பின்
தமிழைத் தங்கள் தாய்மொழியாகக் கொண்டனர் அந்தப்
பூர்விகக் குடிகள்.

அதற்குப் பிறகு சுமார் 80 ஆண்டுகள் கழித்து, அந்தத்
தீவு இராசராசன் கைக்கு வந்தது. வாழ்வோரும் சோழ மக்களே
என்பதையறிந்த இராசராசன், அங்கு வாழ்ந்தோர்களையே
அதை நிர்வகிக்கும்படி விட்டு விட்டான். அதற்குப் பிறகு
தான் அன்னை அங்கு வந்ததும், அவளை அன்னையாக அந்தத்
தீவு மக்கள் ஏற்றுக் கொண்டதும்.

அந்த மாளிகைக்கு மங்கையும், குழுவினரும் வந்து சேர்ந்தனர். மங்கை மாளிகை முகப்பில் படிகளில் ஏறி நின்று கொண்டாள். மற்றப் பெண்களும், படைகளும் கீழே அணி வகுத்து நின்றனர். நந்தினி எங்கு நிற்பது என்று புரியாமல், மங்கையின் பக்கத்தில் போய் நின்றாள்.

மங்கை 'அன்னை வாழ்க!' என்று கூவினாள். படைகள் ஒரே குரலில் 'வாழ்க! வாழ்க!' என்று கூவின. முரசுகள் முழங்கின. சங்கம் ஒலித்தது. மங்கையும், படைகளும் மௌனமாக நின்றனர். உள்ளிருந்து பன்னிரண்டு வீரர்கள் ஆயுத பாணிகளாகத் திரையை விலக்கி வெளியே வந்து மங்கையின் முன் நின்றனர்.

'தாயின் மீது ஆணை!'
'தமிழின் மீது ஆணை!'
'தாயகத்திற்கு நலமே புரிவீர்!'

'அவ்வெண்ணம் கொண்டே இங்கு வந்தேன்!' என்று ஒரு வீரன் சொல்ல, அதையே மங்கையும் சொன்னாள். அந்த வீரர்கள் ஆறு ஆறு பேராக இரண்டு பக்கமும் பிரிந்து நின்று கொண்டு மங்கைக்கு வழிவிட்டனர். அவளைத் தொடர்ந்து நந்தினியும் உள்ளே புகுந்தாள். பிறகு ஒவ்வொருவரின் ஆயுதங்களையும் கழற்றி வாங்கிக் கொண்டு, உள்ளே அனுமதித்தனர் வீரர்கள். மங்கையின் காதலன் மட்டும் புது முகமாயிருந்ததால் தடுத்து நிறுத்தி விட்டனர்.

நந்தினியின் தந்தையும், அன்னையின் கணவனுமான கணக்காயனின் பிணத்தை இரண்டு வீரர்கள் தூக்கிக் கொண்டு உள்ளே புகுந்தனர். உட்புறத்தில் தூண்களே இல்லாத ஒரு பெரிய அழகிய மண்டபத்திற்கு அவர்கள் வந்தனர். பொன் மணி மாடம் போல் மின்னிக் கொண்டிருந்தது அந்த மண்டபம். வீர ஓவியங்கள் சுவர்களில் வரையப்பட்டிருந்தன.

நேர் எதிரே மெல்லிய துணியால் கட்டப்பட்டிருந்த அறை ஒன்று தெரிந்தது. ஆம்! அன்னை உட்கார்ந்திருந்த சிம்மாசனம் தான் துணியாலே மூடப்பட்டிருந்தது. வந்தவர்கள் அன்னையின் உருவை முழுக்கக் காண முடியாதவாறு அந்தத் துணி அடைத்துக் கொண்டிருந்ததது. ஆயினும் கிரீடமணிந்த ஒரு மங்கை உள்ளே இருக்கிறாள் என்பதை மட்டும் வந்தவர்கள் புரிந்துகொள்ள முடிந்தது.

'அன்னை வாழ்க!' என்று மெல்லிய குரலில் கூட்டம் கூவி, வீரவணக்கம் செலுத்திற்று. மங்கை ஒரு அடி முன்னால் போய் நின்று, அன்னையை வணங்கிப் பேசலானாள்:

"சோழ மண்டலம் வாழ்வதாக! புலிக்கொடி தழைப்பதாக! கயமை கருகுவதாக! தாயகம் வாழ்வதாக! அன்னையே, இட்டகடன் முடிந்து திரும்பி வந்திருக்கும் எங்கள் செய்தியைத் தங்கள் திருமுன் படைக்கிறோம். வேண்டிய அளவு விபரம் தெரிந்து வந்துள்ளோம் என்பதையும் மகிழ்வோடு கூறிக் கொள்கிறோம். மாலை சூடி மகிழ்வித்து மனம் நிறைந்த வாழ்வருளிய மணவாளனைப் பிரிந்து, பதினைந்து ஆண்டுகளாகத் தாயகப் பணி புரிந்து வரும் தங்கள் திருமுன், துன்ப மயமான ஒரு செய்தியைப் படைக்க வருந்துகிறோம்.

"தங்கள் மணவாளரும் எங்கள் தந்தையுமாகிய பெருமானைக் கொண்டு வந்துள்ளோம், அன்னையே! துன்பத்தைத் தாங்கிக் கொள்ள உங்கள் இதயத்தைக் கல்லாக்கிக் கொள்ளுங்கள். எதிர்பாராத எந்த நிகழ்ச்சியும் இதயத்திற்குப் பேரிடியாகும் என்பதால் நெஞ்சுரம் படைத்த தங்களையே இப்படி வேண்டிக் கொள்ள நேர்ந்தது.

"தங்கள் கணவர் இயற்கையாகவே மரணமெய்தி பிணமாக உங்கள் முன் வந்துள்ளார்" என்று மங்கை துக்கத்தோடு நிறுத்தியதும் உள்ளே விம்மும் குரல் கேட்டது. ஆம்! அன்னை விம்மி விம்மி அழுதாள். அதைத் தொடர்ந்து கணக்காயன் பிணம் அன்னை முன் கிடத்தப்பட்டது.

தொடர்ந்து பேசிய மங்கை, "அன்பிற்குரிய தாயே! துன்பமயமாக இருக்கும் உங்கள் இதயத்தில் தொடர்ந்து பிறக்கப் போகும் மகிழ்ச்சிக்குத் தங்களைத் தயார் செய்து கொள்ளுங்கள். தங்கள் அருமைச் செல்வி, பண்பு நிறைந்த பருவமங்கையாக இங்கு வந்துள்ளாள். தங்களைக் காணும் ஆவலில் மிதந்தவளாக இருக்கிறாள்" என்றதும், நந்தினி மண்டியிட்டு வணங்கி எழுந்து, திரையை விலக்கிக் கொண்டு உள்ளே புகுந்தாள். 'அம்மா' என்ற குரலும், 'மகளே' என்ற குரலும் வெளியிலே நின்றவர்களுக்கு, பாசமும் பரிவுமாகப் பின்னி வந்து விழுந்தது.

மங்கை கை காட்டியதும் மற்ற அனைவரும் கலைந்து செல்ல ஆரம்பித்தனர். கமலினி மட்டும் அன்னையைச் சந்திக்க விருப்பமுள்ளவள் போல் நின்று கொண்டிருந்தாள். அவளை நெருங்கிய மங்கை, "இந்த நிலையில் அன்னையைப் பார்க்க வேண்டாம், வா! கொஞ்சம் ஆற அமரப் பார்க்கலாம்!' என்று அவளை அழைத்துக் கொண்டு வெளியேறினாள்.

மாளிகை வாசலில் இரண்டு காவற்காரர்களின் பிடியில் நின்று கொண்டிருந்தான் மங்கையின் காதலன். அவனைப் பார்த்த கமலினி வேறுபக்கம் திரும்பி நின்று கொண்டாள். மங்கையிடம் ஒரு வீரன், "அம்மா, இவன் யாரோ புதியவன், தங்களுடன் இத்தீவிற்கு வந்து விட்டான்!" என்று முறையிட்டான்.

மங்கை காதலனை ஏறிட்டும் பார்க்காமல், வீரனிடம், "இவனைக் கொண்டுபோய் கோமளத்தீவில் சிறை வையுங்கள்" என்று கூறியபடி கமலினியை அழைத்துக் கொண்டு ரதத்தில் ஏறிப் புறப்பட்டாள்.

மங்கையின் காதலன் திடுக்கிட்டான். வீரர்கள் அவனை இழுத்துக் கொண்டு புறப்பட்டனர்.

மங்கை, அவளுடைய காதலனைச் சிறை வைக்கச் சொன்னதும், அவனுக்கே ஆச்சரியமாக இருந்தது. உள்ளத்தால் ஒன்றுபட்டிருந்த மங்கை திடீரென்று ஏன் இப்படி மாறி விட்டாள்? அவனுக்கு விபரம் ஒன்றும் புரியவில்லை. காவலர்கள் இழுத்துச் செல்ல, மங்கை சென்று கொண்டிருந்த ரதத்தையே பார்த்துக் கொண்டு வந்தான் அவளுடைய காதலன். சிறிது நேரத்தில் புழுதிப்படலம் கிளம்பி ரதத்தை மறைத்து விட்டது. அதே மாதிரி இனந்தெரியாத வருத்தத்தின் சாயையும் அவன் இதயத்தைக் கவ்வியது.

மங்கை சென்ற ரதம் ஒரு மாளிகையின் வாயிலில் நின்றது. மங்கை முதலில் இறங்கினாள். கமலினி இறங்கு வோமா, வேண்டாமா என்று தயங்கிக் கொண்டிருந்தாள். "இறங்கு கமலினி!" என்றாள் மங்கை. "இல்லை அக்கா! இனி நான் எங்கும் வரவிரும்பவில்லை. நான் சாக வேண்டும். அதற்கு முன்னால்..." என்று முடிப்பதற்குள் மங்கை குறுக் கிட்டு, "ஏன் இந்த அவசரம்! வா!" என்று கமலினியின் கையைப் பிடித்து, ரதத்திலிருந்து இறக்கினாள். கமலினியின் கண்கள் கலங்கி, சிவப்பேறியிருந்தன. மங்கை அதைக் கவனிக்கவில்லை. அவள் கையைக் கெட்டியாகப் பிடித்துக் கொண்டு, மாளிகைக்குள் நுழைந்தாள்.

உள்ளே ஒரு அறையில் இருவரும் நுழைந்தார்கள். அப்பொழுதுதான், கமலினி கண்ணீர் விட்டு விம்மி அழுவதை மங்கை கண்டாள். "நீ நன்றாக அழு, ஆத்திரம் தீர அழுது தீர்த்து விடு. அப்படிச் செய்தாலாவது மனதிலுள்ள துயரச்சுமை குறையும். சிறிது ஆறுதலும் ஏற்படும். பிறகு இருவரும் அன்னையிடம் சென்று நடந்ததைக் கூறலாம்" என்றாள் மங்கை. பொங்கி வரும் துயரத்தை அடக்க முடியாமல் மேலும் பொருமினாள் கமலினி. மங்கை அவளுக்கு ஆறுதல் கூறிப் படுக்கையறைக்கு அழைத்துச் சென்றாள்.

தனக்குக் கொஞ்சம் வேலையிருப்பதால் வெளியில் சென்று வருவதாகவும், அதுவரை நிம்மதியாகப் படுத்து ஓய்வெடுத்துக் கொள்ளும்படியும் கமலினியிடம் சொல்லி அவளைப் படுக்க வைத்தாள் மங்கை. கமலினியும் படுக்கையில் படுத்துக் கொண்டாள். அவளுடைய உள்ளத்திலே கிளர்ந்தெழும் புயல்போன்ற துயர எழுச்சியை, ஓரளவு அறிந்து கொண்டாள் மங்கை. அவளைத் தனியே சிறிது நேரம் விட்டுச் செல்வதுதான் தகுந்த மாற்று என்று நினைத்து அங்கிருந்து அகன்றாள்.

சாந்திமத் தீவு மகிழ்ச்சியிலும், ஆரவாரத்திலும் நிரம்பி வழிந்தது. எங்கு பார்த்தாலும் ஆலங்காட்டிலிருந்து திரும்பி வந்த வீரர்கள், தங்கள் மனைவி மக்களுடன் சிரித்துப் பேசி மகிழ்ந்து கொண்டிருந்தனர். இதைப் பார்த்த மங்கையின் உள்ளத்திலும், தன் காதலனைப் பற்றிய நினைவு எழுந்தது. ஓட்டமும் நடையுமாகக் கடற்கரையை நோக்கி வந்தாள்.

அப்போதுதான் கடற்கரையில் நிறுத்தப்பட்டிருந்த ஒரு படகில் மங்கையின் காதலன் நின்று கொண்டிருந்தான்.

அவனுக்கருகில் ஒரு வீரன் துடுப்பைக் கையில் பிடித்துக்
கொண்டு தயாராக உட்கார்ந்திருந்தான். மற்றொரு வீரன்
படகை மணற் பரப்பிலிருந்து தண்ணீருக்குள் தள்ளிக் கொண்
டிருந்தான்.

மங்கை வேகமாக வந்ததால் அவள் நெற்றியில்
வியர்வைத் துளிகள் அரும்பியிருந்தன. நெற்றியில் படிந்திருந்த
கேசங்களை ஒதுக்கிவிட்டுக் கொண்டே, கடற்கரையை
நெருங்கினாள். மங்கையைக் கண்டதும் படகைத்
தண்ணீருக்குள் தள்ளாமல், வியப்புடன் அவளை எதிர்பார்த்து
நின்றான் அந்த வீரன். படகிலிருந்த வீரனும் கீழே குதித்துக்
கரைக்கு வந்தான்.

மங்கையின் காதலனுக்கோ இந்தச் சம்பவங்கள்
வியப்பையளித்தன. தன்னிடம் உள்ளத்தைப் பறிகொடுத்த
மங்கையின் போக்கு அவனுக்கு விசித்திரமாகப் பட்டது.
நெஞ்சில் நிறைந்தவளே நெருப்பாக மாறியதும், பயித்தியம்
போல், தன்னந்தனியே மீண்டும் அங்கு ஓடி வருவதும்
அவனுக்கு ஆச்சரியத்தை அளித்தன.

படகை நெருங்கியதும், "இன்னும் ஏன் தாமதம்?"
என்று வீரர்களை அதட்டிக் கேட்டாள் மங்கை. "இதோ
புறப்படத் தயார்!" என்றான் ஒரு வீரன். "அவனை இந்த
தீவிற்குள் அனுமதித்ததே தவறு. அவனைக் கோமளத் தீவிற்கு
உடனே கொண்டு சென்று சிறை வைக்காதது அதைவிடப்
பெரிய தவறு!" என்று கடிந்தாள். வீரர்கள் இருவரும் மௌன
மாக நின்றனர். மங்கையின் முகத்தில் தோன்றிய கோபக்
குறியும் அவளுடைய காதலனுக்கு அழகாகவே தென்பட்டது.
அதை மிகவும் ரசிப்பவன் போல் அமைதியாகப் படகில்
நின்று கொண்டிருந்தான். மங்கை தன் காதலனை ஒரு முறை

ஏறிட்டுப் பார்த்தாள். ஆனால் அவன் முகத்திலிருந்து எதையும் அவளால் உணர்ந்து கொள்ள முடியவில்லை.

"சரி! நான் கொண்டுபோய் இவனைக் கோமளத் தீவில் சிறை வைத்து வருகிறேன். நீங்கள் திரும்பிச் செல்லுங்கள்" என்றாள் மங்கை. வீரர்கள் இதைக் கேட்டுத் திகைத்தனர். மங்கை அவனைத் தனியாக அழைத்துச் செல்வதற்காக அவர்கள் திகைக்கவில்லை. இது அவளுக்குப் பழக்கம்தான் என்பது அவர்களுக்குத் தெரியும். தங்கள் வேலையில் குற்றம் கண்டு கடிந்த மங்கை தங்களுக்கு ஏதேனும் தண்டனை விதிப்பாளோ என்றே திகைத்தனர்.

"ஏன் நிற்கிறீர்கள்? படகைத் தண்ணீரில் தள்ளிவிட்டு நீங்கள் மாளிகைக்குச் செல்லலாம். இனி இவ்வாறு தாமதமாக நீங்கள் நடந்து கொள்ளக் கூடாது. 'தாயகத்திற்கு நலமே புரிவீர்' என்ற தாரக முழக்கத்தை மறந்திடாதீர்" என்று எச்சரிப்பவள் போல் நடித்துக் கொண்டு படகில் ஏறி உட்கார்ந்தாள். காவலர்கள் படகைக் கடலில் தள்ளிவிட்டு கரையில் வந்து நின்றனர். மங்கை படகைத் துடுப்பால் தள்ளிக் கொண்டு சென்றாள். கரையிலிருந்த வீரர்கள் 'அன்னை வாழ்க!' என்று முழக்கமிட்டுத் திரும்பினர்.

கரையில் நின்ற வீரர்கள் மறையும் வரை, மங்கை தன் காதலனை நிமிர்ந்து கூடப் பார்க்கவில்லை. அவனும் அலட்சியமாகவே கடலையே வெறித்துப் பார்த்துக் கொண் டிருந்தான். திடீரென்று படகு நின்று, மோதும் அலைகளில் தள்ளாடியது. அவன் நிமிர்ந்து பார்த்தான். மங்கையும் அவனைப் பார்த்தாள். இப்போது அவள் துடுப்புத் தள்ள வில்லை. அந்தத் துடுப்பை அவனிடம் நீட்டி, "ஐயா கைதியே! உமக்கு இப்போது வேறொரு தண்டனையளிக்கிறேன். இதோ இந்தத் துடுப்பினால் படகைச் செலுத்தும்" என்றாள்.

அவன் பேசாமலிருந்தான். மங்கையின் இதழ்க் கடையில் புன்முறுவல் நெளிந்தோடியது! "நீங்கள் இப்போது கைதி, ஞாபகமிருக்கட்டும்" என்றாள். 'ஆமாம், உன் மனச் சிறையில்!' என்றான் அவன். "அதற்காகவே உங்களைக் கோமளத் தீவிற்குக் கொண்டு செல்லுகிறேன்" என்றாள் மங்கை. "வீரனை விரட்டி விட்டு, என்னுடன் புறப்பட்டதுமே புரிந்து கொண்டேன்" என்றான் மங்கையின் காதலன்.

"அப்படியானால் ஏன் இதுவரை மௌனம் சாதித்தீர்கள்?"

"காவலர்களுக்கு முன்னால், என்னை கைது செய்யும்படி ஏன் கட்டளையிட்டாய்?"

"இருவரும் இப்படி ஏகாந்தமாய்ச் செல்ல!"

"எங்கே?"

"கோமளத் தீவுக்கு!"

"அது எங்கேயிருக்கிறது?"

"அதோ பாருங்கள், பசுமையான சோலையை! அதுதான் கோமளத் தீவு! அதிருக்கட்டும். கைது செய்து கோளமத் தீவுக்குக் கொண்டு செல்லும்படி உத்தரவிட்டதும், உண்மை யிலேயே பயந்து விட்டீர்களல்லவா!" என்று சிரித்துக் கொண்டே கேட்டாள் மங்கை.

"அல்லி ராஜ்யம் என்று கேள்விப்பட்டிருக்கிறேன்! ஆனால், உண்மையான ஒரு 'அல்லியின் ஆட்சியை' இங்கே தான் கண்டேன். விசாரணையில்லாத தீர்ப்பையும் இங்கே தான் அனுபவித்தேன். இந்த ஆட்சியின் போக்கை நினைத்தே மௌனம் சாதித்தேன்; ஆனால் பயப்படவில்லை. உண்மை வீரன் இதற்கெல்லாம் பயப்படுவானா?" என்றான் மங்கையின் காதலன்.

"அல்லியின் ஆட்சியல்ல இது; அன்னையின் ஆட்சி; கொள்கைக்காக, நாட்டின் நலனுக்காக அன்னை நடத்தும் சத்திய ஆட்சி. ஆனால் குற்றவாளி என்று முன்பே தெரிந் திருந்தால்தான் விசாரிக்காமல் சிறை வைக்கச் சொன்னேன்" என்றாள் மங்கை.

"குற்றமா! என்ன குற்றம் ?"

"இரண்டு குற்றங்கள்!"

"எனக்குத் தெரிந்தவரையில், அன்னையின் ஆட்சிக்கு எதிராக நான் எந்தக் குற்றமும் செய்யவில்லை."

"நான் சொல்லுகிறேன் கேளுங்கள். நீங்கள் இடைதுறை நாட்டுக்குச் சென்றிருந்ததை ஞாபகப்படுத்திக் கொள்ளுங்கள். அங்கே அவமானத்திற்குப் பழிவாங்கியதாக என்னிடம் வந்து சொன்னீர்களே, நினைவிருக்கிறதா?"

"ஆமாம்! ஆனால் நான் பெயரொன்றும் உன்னிடம் குறிப்பிடவில்லையே!"

"அதுதான் முதற் குற்றம். இரண்டாவது குற்றம் ஓர் அபலையை, கடமையில் கண்ணாயிருந்த கமலினியை, அன்னையின் ஆளாக இருந்து ஒற்றுவேலை செய்த உத்தமியை, சோழ நாட்டை ஆபத்திலிருந்து பாதுகாக்க அரும்பாடுபட்ட அழகியை நீங்கள் கற்பழித்து விட்டீர்கள்!"

இதைச் சொல்லும்போது மங்கை அழுதே விட்டாள். அவள் காதலன் இதை எதிர்பார்க்கவில்லை; வாயடைத்துப் போனான். ஆயினும் மனதைத் திடப்படுத்திக் கொண்டான். உண்மையை அவளிடம் ஒளிக்காமல் சொல்லுவதென்றும் தீர்மானித்தான்.

இதற்குள் படகு கரை வந்து சேர்ந்தது. இருவரும் படகிலிருந்து இறங்கிப் பக்கத்திலிருந்த சோலையை

அணுகினர். பொழுது போய்விட்டது. நிலா வானத்திலே
வட்டமிட்டிருந்தது. பசுமை நிறைந்த அச்சோலையில் பளிங்கு
மண்டபங்களும், மேடைகளும், அல்லியும் தாமரையும்
நிறைந்த ஓடைகளும் ஆங்காங்கே காணப்பட்டன.

மங்கைக்கு ஒருபுறம் கரை காணாத ஆனந்தம்,
காதலனுடன் தனித்து வந்ததற்காக! தன் காதலனிடமே
கற்பிழந்த கமலினியை நினைக்கும் போது மற்றொருபுறம்
ஆத்திரம். ஆனந்தமும் ஆத்திரமும் மாறி மாறி ஏற்பட ஒன்றும்
பேசத் தோன்றாதவளாய் ஒரு பளிங்கு மேடையில்
உட்கார்ந்தாள்.

அவள் உள்ளம் வேதனையால் வெந்து கொண்
டிருப்பதை அறிந்து கொண்டான் காதலன். அவள் பக்கத்தில்
அமர்ந்தான். அவளைத் தன் மடியில் படுக்க வைத்தான். அவள்
தலையைக் கோதினான். இப்போது அவனுடைய உள்ளம்
கமலினியின் சோகக் கதையைத் தெரிவிக்கத் தயாராகிவிட்டது.
அவன் நடந்ததையெல்லாம் சொன்னான். மங்கை கண்மூடி
மௌனமாகக் கேட்டாள்.

கடைசியில் அவன் சொன்னான்: "மங்கை! கமலினியை
இடைதுறை நாட்டுப் பெண் என்று நினைத்து, ஆத்திரத்தில்
அறிவிழந்தேன். அது பெரிய குற்றம். மன்னிக்க முடியாத
குற்றம். தமிழ்நாட்டிற்கு, அதிலும் சோழ நாட்டிற்கு மானக்
கேடுதான். அந்தச் சம்பவம் அன்று முதல் என் உள்ளத்தைப்
பொசுக்கி வருகிறது. இதற்குப் பிராயசித்தமாக நீ என்ன
சொன்னாலும் கேட்கிறேன்" என்றான்.

அவனுடைய உள்ளம் அந்தச் செய்கையால்
வருந்துவதை அவள் உணர்ந்து கொண்டாள். பதில் பேச
வில்லை. கண்களை விழித்து, காதலனைப் பார்த்தாள். அந்தப்

பார்வையிலேயே கவர்ச்சியிருந்தது; காந்தம் இருந்தது; இதயத்தைத் தாக்கும் சக்தியிருந்தது. அவன் அவளையே பார்த்தான். இனியும் அவனால் பார்த்துக் கொண்டே இருக்க முடியவில்லை. அவள் உதடுகள் துடித்தன. அவன் குனிந்தான். 'இச்' சென்ற ஒலி நிம்மதியான அச்சோலையிலே நன்கு கேட்டது.

முழுநிலா வானத்தில் ஒய்யாரமாகக் காட்சியளித்தது. தென்றல் பசுஞ் சோலையையும், அதனுள் மறைந்திருந்து களவொழுக்கத்தை மேற்கொள்ளும் காதலர்களையும் தழுவிச் சென்றது. இடையிடையே மரங்களில் கூடுகட்டி வாழும் பறவைகளின் ஓசை. இதைத் தவிர எவ்வித சலனமுமின்றி, கோமளத் தீவின் அந்தச் சோலை காட்சியளித்துக் கொண் டிருந்தது. மங்கைக்கும், அவளுடைய காதலனுக்கும் நேரம் போய்க் கொண்டிருப்பதே தெரியவில்லை. இருவரும் பல மேடைகளையும் ஓடைகளையும் தாண்டி, அழகான ஒரு பளிங்கு மண்டபத்தின் வாசலில் அமர்ந்தனர்.

நிலவின் மற்றொரு உருவம் அந்தப் பளிங்குத் தரையிலே தெரிந்தது. மங்கை அதைச் சுட்டிக் காட்டினாள். அவளுடைய காதலனோ அதை ரசிக்கவில்லை. 'இந்த முழு மதிக்கு அவை ஈடல்ல' என்றான், மங்கையின் அழகிய கன்னங்களை வருடிக் கொண்டே.

அவள் பளிங்குத் தரையில் படுத்தாள். அவன் கைகளைப் பற்றினான். அதன் பிறகு என்ன நடந்தது என்பதே யாருக்கும் தெரியாது. கண்விழித்துப் பார்த்திருந்த சந்திரனையும் மரங்கள் மறைத்துக் கொண்டன.

மறுநாட்காலை மங்கை மட்டும் தனியாக சாந்திமத் தீவிற்குப் புறப்பட்டாள். காதலன் கரையில் நின்று வழியனுப்

பினான். சமயம் நேரும்போது, அன்னையிடம் சொல்லி, அவனை அழைத்துச் செல்வதாகக் கூறிச் சென்றாள்.

முதலாம் நாள் இரவு மங்கையையும் காணாமல் தூக்கமும் வராமல், கவலைத் தீயில் கருகிக் கொண்டிருந்தாள் கமலினி. அதனால் விடியும் பொழுது நன்றாகத் தூங்கி விட்டாள். மங்கை வந்த சமயம்தான், கமலினியும் விழித் தெழுந்தாள். மங்கையின் கண்கள் சிவந்திருந்தன. தலைமயிர் கலைந்திருந்தது. சோர்வுடன் காணப்பட்டாள். இந்த நிலைமையில் மங்கையைப் பார்த்ததும் கமலினிக்குச் சந்தேகம் தோன்றியது. எழுந்து உட்கார்ந்தாள்.

"அக்கா! இன்னும் நான் இந்த உலகிலே வாழ வேண்டுமா?" என்று கேட்டாள் கமலினி.

"அவசரப்படாதே கமலினி! அன்னையிடம் எல்லா விபரமும் தெரிவித்த பிறகு உன் நோக்கம் போல் நடந்து கொள்ளலாம்" என்றாள் மங்கை.

"அக்கா! அன்னையிடம் தெரிவிப்பது இருக்கட்டும். ஆனால் அவரிடம் என்னை அழைத்துச் செல். உன்னிடம் கெஞ்சிக் கேட்கிறேன். என்னை அழைத்துச் செல்!" என்றாள் கமலினி கண்ணீர் பெருக.

மங்கைக்கு அவள் போக்கு ஆச்சரியமாக இருந்தது. "அவன் கோளமத் தீவில் சிறை வைக்கப்பட்டிருக்கிறானே?" என்றாள். "தெரியும் அக்கா! அதனால்தான் அவனைச் சந்திக்க வேண்டுமென்று சொல்லுகிறேன். நீ என்னிடம் எதையும் மறைக்க முயற்சிக்கலாம். ஆனால் உங்கள் அனைவரின் பாராட்டுதலையும் பெற்ற வேவுக்காரியான நான், எதையும் சரியாக அறிந்து கொள்வேன். நேற்று இரவு முழுவதையும் நீ வீணாகக் கழிக்கவில்லை என்பதை உன் தோற்றம்

அறிவிக்கிறது. அனுபவம் உள்ள நான் அதை உணர்கிறேன். ஆனால் அந்த இரவை உன் காதலனிடம் தான் நீ கழித்திருக்க முடியும். இப்போதாவது என்னை அழைத்துச் செல்வதாக வாக்குறுதி கொடு" என்றாள் கமலினி.

"நீ அங்கு வந்து என்ன செய்யப் போகிறாய்?" என்று கேட்டாள் மங்கை.

"உன் முன்பாகவே அவரிடம் ஒரு வார்த்தை பேச வேண்டும்; அவ்வளவுதான்" என்றாள் கமலினி. மங்கையும் சம்மதித்தாள்.

அன்று இரவு முன் நேரத்தில், மங்கையும் கமலினியும் படகிலேறி, கோமளத் தீவை நெருங்கிக் கொண்டிருந்தனர். மங்கையின் காதலன் கரையில் காத்து நின்றிருந்தான். ஆனால் படகில் இரு உருவங்கள் தெரிந்ததும் அவன் உள்ளத்திலே புயல் எழும்பியது. யாராயிருக்கலாம் என்று சிந்தித்தும், தெரியாதவனாய் திகைத்து நிற்கையில் படகு கரையை நெருங்கியது. கமலினியைக் கண்டதும் அவன் மனதில் புயல் வீசியது.

"வணக்கம்" என்றாள் கமலினி.

மௌனமாகப் பதில் வணக்கம் செய்தான் மங்கையின் காதலன். ஆனால் யாரும் எதுவும் பேசாமல் சோலையை அடைந்தனர். நேற்றுத் தங்கியிருந்த அதே மண்டபம். அதை நெருங்கியதும் மங்கையின் உள்ளத்தில் இன்ப கீதம் எழுந்தது. ஆனால் கமலினியின் உள்ளத்திலோ துயர கீதம் எழுந்தது.

"உங்களால் இந்த உத்தமி, நாட்டில் வாழ ஆசையின்றி, தற்கொலை செய்து கொள்ள முடிவு செய்து விட்டாள்" என்று திடீரென்று பேசினாள் மங்கை. அதற்கும் பதில் பேசாமல் அமர்ந்திருந்தான் அவன் காதலன்.

"அன்னையைப் பார்க்க வேண்டுமென்ற ஆவலே எனக்கு இல்லை. அவர்கள் முகத்தில் விழிக்கவே மாட்டேன். நான் சாகத்தான் வேண்டும். ஆனால் என் மனதில் நீண்ட நாட்களாக ஒரு ஆசை புரையோடிப் போயிருக்கிறது. அதை மட்டும் நீங்கள் நிறைவேற்றி விடுங்கள்" என்றாள் கமலினி.

'என்ன' என்று கேட்பது போல் நிமிர்ந்து பார்த்தான் அவன். "நான் இறப்பதற்கு முன்னால் உங்களுடைய மனைவியாக இறக்க வேண்டும். அதுவே என் ஆசை!" என்றாள் கமலினி.

"பைத்தியம் போலப் பேசாதே கமலினி! முதலில் நீ அன்னையைப் பார்க்க வேண்டும். அதன் பிறகுதான் மற்ற விஷயங்களை முடிவு செய்ய வேண்டும்" என்றாள் மங்கை.

"இல்லை அக்கா! என்னைத் தடுக்காதே! என் இஷ்டம் போல் என்னை விட்டுவிடு. ஆனால் முதன் முதலில் என்னைத் தன் இன்பத்திற்குப் பலியாக்கியவர் இவர்தான். அதுவரை பத்திரமாகப் பாதுகாத்து வந்த கற்பு, அன்று இவரால்தான் பறிபோயிற்று. ஆகையால் நான் அவர் மனைவி. அவர் என் கணவர். இதை அவர் ஒப்புக் கொள்ள வேண்டும். அதன் பிறகுதான் நிம்மதியாக நான் உயிர்விட முடியும். எங்கே, என்னை ஒருமுறை 'கண்ணே! கமலினி!' என்று கூப்பிடுங்கள்" என்றாள் கமலினி.

"கமலினி! அவர் என் காதலர். இது தெரிந்தும் அவரை உன் கணவராக ஏற்றுக் கொள்ளப் போகிறாயா?"

"அக்கா! என்று என் கற்பு முதன் முதலாகச் சூறையாடப் பட்டதோ, அன்றே இந்த உலகத்தில் நான் சாக வேண்டிய நாளும் நெருங்கிவிட்டது என்பதை உணர்ந்து விட்டேன். ஆயினும் அன்னையின் கட்டளையை நிறைவேற்ற, பிறந்த

பொன்னாட்டின் நலனுக்காக, என் மானத்தையும் இழந்து கொள்கைக்காக வாழ்ந்தேன். என் கடமை முடிந்தது. இனி நான் சாகவேண்டும். அதற்கு முதலில் என் கணவரிடம் விடை பெற வேண்டும். அதுதான் என் ஆசை! இதற்குக் கூட அனுமதிக்க மாட்டாயா?"

மங்கை தன் காதலனைப் பார்த்தாள். அவன் கண்கள் கண்ணீரைப் பெருக்கிக் கொண்டிருந்தன. ஆத்திரத்திலும், அவசரத்திலும் அநியாயமாக ஒருத்தியின் வாழ்க்கையைக் கெடுத்து விட்டான். தாய் நாட்டிற்குத் தன் கடமையைச் செய்து வந்த மங்கை நல்லாளின் மானத்தைப் போக்கிவிட்டான். இன்று அவள் கண்ணீர் விடுவதும், கணவனென்று ஏற்றுக் கொள்வதும், சாகத் துணிவதும் அதனால்தானே. இதை நினைக்கும்போது அவன் உள்ளம் வெடித்துவிடும் போல் இருந்தது.

"நீங்கள் ஏன் கண்ணீர் சிந்த வேண்டும்? அதற்காகப் பிறந்தவள் நான்தான்! வருகிறேன்!" என்று மங்கையின் காதலனிடம் கமலினி சொன்னாள். அப்பொழுதுகூட மௌன மாகத்தான் தலைகுனிந்து அமர்ந்திருந்தான் அந்த வீரன். மங்கை அவன் அருகில் அமர்ந்தாள். அவன் கண்ணீரைத் தன் புடவைத் தலைப்பினால் துடைத்தாள். "நீங்களும் ஏன் கண்ணீர் விட வேண்டும். அறியாமற் செய்த பிழையை தவறாகக் கருத முடியாது. வேண்டாம் வீண் சஞ்சலம்" என்று அவனுக்கு ஆறுதல் மொழிகள் கூறிக் கொண்டிருந்தாள்.

மங்கையின் தேறுதல் அவனுக்குச் சிறிது ஆறுதலாக இருந்தது. நிமிர்ந்து பார்த்தான்; கமலினியை காணவில்லை. மங்கையும் பார்த்தாள். கமலினி அங்கே காணப்படவில்லை. தூரத்தில் கடற்கரையை நோக்கிக் கமலினி சென்று கொண் டிருப்பதைப் பார்த்தனர்; திகைத்தனர்.

"கமலினி! கமலினி!" என்று கத்தினாள் மங்கை. ஆனால், கமலினி திரும்பிக் கூட பார்க்கவில்லை. ஆர்ப்பரிக்கும் அலைகள் அவள்மீது மோத, கடலுக்குள் இறங்கிவிட்டாள் கமலினி.

மங்கை வேகமாக ஓடிவந்தாள். பின்னாலேயே ஓடி வந்தான் அவளுடைய காதலனும். அவர்கள் கரையை நெருங்கினர். அதற்குள் கமலினி இடுப்பளவு தண்ணீருக்குள் இறங்கிவிட்டாள். ஓடிவந்த மங்கை 'கமலினி' என்று கத்தினாள். அதே சமயம் பேரலை ஒன்று ஆரவாரம் செய்து மோதி எழுந்து வந்தது. அந்தோ! கமலினியைக் காண வில்லை.

மங்கையின் பாதங்களைக் கழுவிச் சென்றது அந்த அலை. மீண்டும் 'கமலினி' என்று கத்தினாள் மங்கை. அவளுடைய காதலன் அருகில் வந்து நின்றான்; மங்கையின் கையைத் தொட்டான். "அல்லி, இதோ பார், கமலினியை மறந்து விடு. வீணாகக் கவலைப்படாதே! களங்கத்துடன் வாழக் கமலினி விரும்பவில்லை. உயிரை மாய்த்துக் கொண்டாள். அலைகடல் அவளை அணைத்துக் கொண்டது. வா, போகலாம்" என்றான்.

மங்கை அழுதுகொண்டே அவனைப் பின் தொடர்ந்தாள். இருவரும் மீண்டும் அந்தப் பளிங்கு மண்டபத்திற்குச் சென்றனர்.

"அல்லி! இந்த வாழ்வு எனக்குப் பிடிக்கவில்லை. எத்தனை நாட்களுக்குத்தான் மறைந்து வாழ்வது? இப்பொழுது நீ விரும்பினாலும் நாம் புறப்பட்டு விடலாம்" என்றான் அந்த வீரன்.

"நான் உடனே அன்னையிடம் போகவேண்டும். கமலினி இறந்ததையும், அவள் செய்த வேவு விவரங்களையும் கூற வேண்டும். அதற்குப்பின் அன்னையின் அனுமதி பெற்று, உங்களை வந்து அழைத்துப் போகிறேன்" என்றாள் மங்கை. அன்று மங்கைக்கு அது இன்பம் தரும் இரவாக இல்லை. துன்பமே நிறைந்திருந்தது.

மறுநாள் காலை கோமளத் தீவிலிருந்து தன்னந்தனியாகப் புறப்பட்டாள். வழி நெடுக அவளுக்கு கமலினியின் ஞாபகம் தான். சோழ நாட்டில் பிறந்தவள் கமலினி. ஆலங்காட்டில் வாழ்ந்தாள். இடைதுறை நாட்டில் வேவு பார்த்தாள். கோமளத் தீவில் உயிர் துறந்தாள். தமிழ்ப் பெண்களின் கடமை, தன்மானம், வீரம் இவற்றை நினைத்துப் பார்த்தாள் மங்கை. சிறகு இழந்த பறவை போல அவள் மனம் வேதனை யுற்றது.

அன்னையின் மாளிகைக்கு வந்தாள் மங்கை. வீரர்கள் வணங்கி வழிவிட்டு நின்றனர். உள்ளே புகுந்த மங்கை திரைக்குப் பக்கத்தில் வந்து நின்றாள். மங்கையைக் கண்டதும் நந்தினி ஓடிவந்து கட்டிக் கொண்டாள். "என்னை விட்டு எங்கே சென்றாய்? அடிக்கடி வருவாய் என்று நினைத்தேன் ஆனால் நீ..." என்றாள்.

மங்கை அவள் வாயைப் பொத்தினாள். நந்தினி அடங்கிவிட்டாள். பிறகு அன்னையிடம் கமலினியின் வேவு வேலை பற்றி விரித்துரைத்தாள். தற்கொலை செய்துகொள்ளப் போவதாகத் தன்னிடமும் நந்தினியிடமும் கூறியதைத் தெரிவித்தாள். முடிவில் உயிரை மாய்த்துக் கொண்டதையும் சொல்லி முடித்தாள். கேட்டுக் கொண்டு நின்ற நந்தினி கண்ணீர் வடித்தாள். மங்கையும் அழுதாள். திரைக்குப்

பின்னால் அன்னை கண்களைத் துடைத்துக் கொண்டதைப் பார்த்தாள் மங்கை.

அன்னைக்குத் தைரியம் கூறினாள். நந்தினியின் கண்ணீரைத் துடைத்தாள். தானும் சிறிது நிம்மதி பெற வீட்டிற்குத் திரும்பினாள்.

2. ஈழப்போருக்குத் தளநாயகன் பயணம்

படையாளர்கள் பற்பல வாகியபோர்ப்
படையாவையும் புண்பட னாய்ந்துசிலைத்
தொடையோடுயர் தோணிகள் தூணியுற
வடிவேலொடு வாள்முனை கையுளர்வார்.

- இராவண காவியம்

தளநாயகன் நந்தினியின் நினைவாகவே காலத்தைக் கழித்தான். பொழுது போவதே அவனுக்குச் சிரமமாக இருந்தது. காதல் நினைவு அவனை வாட்டி வதைத்தது. நந்தினியின் மாளிகைக்குத் தளநாயகனே சென்று பார்த்தான். அவன் மனதைப்போலவே மாளிகையும் பாழ்வெளியாகக் கிடந்தது.

மரகதத்தை ஒருமுறை சந்தித்தால் நந்தினியைப் பற்றித் தெரிந்து கொள்ளலாமென நினைத்தான். ஒரு நாள் மரகதத்தின் தோழி சித்தினியைச் சந்தித்தான். புரோகிதப் புஞ்சராயரின் வீட்டிற்கு, வடக்கிலிருந்து ஒரு மாமுனிவர் வந்திருக்கிறாராம். அரிசங்கமனுக்கும் நண்பராம். நடக்கப்போவதை முன் கூட்டியே அறிவிக்கும் ஞானியாம். அவருக்கு உபசரணை செய்வதிலும், அவரைத் தேடி வருபவர்களை வரவேற் பதிலுமே மரகதத்திற்குப் பொழுது சரியாகி விடுவதாகச் சித்தினி சொல்லிவிட்டுச் சென்றாள்.

'அந்த மாமுனிவர் யார்? ஏன் வந்திருக்கிறார்? அவரிடம் நந்தினியைப் பற்றித் தெரிந்து கொள்ள முடியுமா?' என்று சிந்தித்தான். மாமுனிவரைப் பற்றி இராசேந்திரனிடம் தெரிவிக்கச் சென்றான். ஆனால் அரண்மனையில் அவனுக்கு வேறு வேலை காத்திருந்தது.

இடைதுறை போருக்குச் சென்று திரும்பிய இராசேந்திரன் கவனம் தெற்கே திருப்பப்பட்டது. பாண்டிய நாடு முழுதும் பராந்தகன் காலத்திலேயே சோழநாட்டிற்கு அடிமையாகிவிட்டது. ஆயினும் அங்கிருந்து இலங்கைக்கு ஓடிய பாண்டியனின் வழி வந்தோர் பாண்டிய நாட்டை மீட்க எண்ணினர். இலங்கை அரசன் ஐந்தாம் மகிந்தனின் உதவியால் அடிக்கடி சேரனுக்குத் தொல்லைக் கொடுக்க ஆரம்பித்தனர்.

ஒற்றர்கள் மூலம் இச்செய்தி அறிந்தான் இராசேந்திரன். ஈழத்தை அடக்காவிட்டால் தமிழ்நாட்டில் நிம்மதி காண முடியாது என்பதை அறிந்தான். உடனே படையெடுத்துச் சென்று இலங்கையை வெற்றி கொள்ள முடிவு செய்தான். இந்தச் சமயத்தில்தான் தளநாயகன் இராசேந்திரனிடம் சென்றான்.

தளநாயகனின் உள்ளத்தை ஏற்கெனவே அறிந்திருந்தான் இராசேந்திரன். நண்பனின் காதல் நோய் அவனைச் சித்திரவதை செய்கிறது என்பதை தளநாயகனின் முகக் குறிப்பிலிருந்தே தெரிந்து கொண்டான். எத்தனையோ ஒற்றர்களிடம் நந்தினியைப் பற்றியும் சொல்லியிருந்தான். ஆனால் ஒருவராவது நந்தினியைப் பற்றிய விவரம் தெரிவிக்கவில்லை.

தளநாயகனின் சோர்வுற்ற மனதை வேறு பக்கம் திருப்ப நினைத்தான் இராசேந்திரன். அவனுடைய படைத் தலைமையில் இராசேந்திரனுக்குப் பரிபூரண திருப்தியிருந்தது.

இலங்கையை வெற்றி கொள்ள 'நல்லடி அணி'யை அனுப்பலாம் என்று முடிவு செய்தான். தளநாயகனைப் பார்த்ததும் தன் முடிவைத் தெரிவித்தான்.

தளநாயகனுக்கு இச்செய்தி இரட்டை மகிழ்ச்சியை அளித்தது. தூங்கிக் கிடக்கும் தோளுக்கும், வாளுக்கும் நல்ல பணி; சோர்வுற்ற உள்ளத்திற்கு மருந்து. தனது படையாகிய 'நல்லடி அணி' மீது இராசேந்திரனுக்கிருக்கும் நம்பிக்கை அவனது சோகத்தைத் துடைத்தது.

"நமது வலிவு பெற்ற கப்பற்படையுடன் நீ இலங்கை செல்ல வேண்டும். ஐந்தாம் மகிந்தனை வென்று, நமது ஆட்சியை அங்கே நிலைநிறுத்த வேண்டும். நமது பிரதிநிதி யாக ஒருவரை நியமித்து, படையின் ஒரு பகுதியையும் அங்கு பாதுகாப்புக்கு நிறுத்த வேண்டும். இதைச் செய்து முடித்துச் சீக்கிரம் திரும்பிவிடு. அதற்குள் நந்தினியைப் பற்றி நான் தகவல் அறிந்து தெரிவிக்கிறேன்" என்றான் இராசேந்திரன். தளநாயகனும் தன் நன்றியைத் தெரிவித்துத் திரும்பினான்.

மறுநாள் நகரெங்கும் பறை அறிவிக்கப்பட்டது. படைகள் பயிற்சிக்காக போய் வந்து கொண்டிருந்தன. இன்னும் பத்தே நாட்களில் படைகள் ஈழத்திற்குப் புறப்பட்டு விடும் என்று பேசிக் கொண்டார்கள்.

புரோகிதப் புஞ்சராயர் வீட்டில் அரிசங்கமனும் முனிவரும் ஒரு அறையில் பேசிக் கொண்டிருந்தார்கள். முனிவரின் முகத்திலே கவலைக் குறிகள் தென்பட்டன. "நீங்கள் ஒன்றும் யோசிக்க வேண்டாம். இன்றே அரண் மனைக்குச் செல்வோம். அரசருக்கு உங்களை அறிமுகப் படுத்துகிறேன். நீங்கள் முற்றும் துறந்த முனிவராக நடியுங்கள். எப்படியாவது ஈழத்தின் மீது படை எடுக்க மன்னனை அனுப்பலாம்" என்றான் அரிசங்கமன்.

சோழ அரண்மனையில் அரிசங்கமனுக்குகு சிறிது
செல்வாக்கு இருக்கிறது என்பதை அறிவான் சந்நியாசிக்
கோலத்திலிருந்த இடைதுறையான். ஆயினும், படையெடுப்பு
திட்டமிட்டு நடத்தப்படும். அதிலும் கடல் கடந்து படை
செல்வதால், தகுந்த திட்டம் தீட்டப்பட்டிருக்கும். இதை
முறியடிக்கும் சக்தி அரிசங்கமனுக்கு உண்டா? இதுதான்
இடைதுறையானுக்குச் சந்தேகம்.

"உங்களுக்குத் தெரியாது அரிசங்கமனின் பலம்.
நினைத்த காரியம் இதுவரை தடைப்பட்டதில்லை.
மன்னனைப் போருக்கனுப்பிவிட வேண்டும். அவனுடன்
பெரும்படையும் சென்று விடும். பிறகு சுலபமாக நமது
சதியை இங்கு விரிவாக்கி, சோழ நாட்டையை கவர்ந்து
விடலாம். ஆனால் நாட்டை இழந்து, நாடோடியாய் நீங்கள்
வந்திருக்கிறீர்கள். படை பலம் இல்லை. புத்திதான் நமக்குத்
துணையாக இருக்கிறது. இதை சாதுரியமாக உபயோகிக்க
வேண்டும். அதை நான் செய்வேன். உமது நடிப்பிலே
சந்தேகம் தோன்றாது நடந்து கொள்ளுங்கள். அதுதான்
முக்கியம்!" என்றான் அரிசங்கமன்.

அந்தச் சமயத்தில் பக்கத்து அறையில் பாத்திரம்
உருண்டுவிழும் சப்தம் கேட்டது. இருவரும் திடுக்கிட்டனர்.
'யாரது' என்று அதட்டினான் அரிசங்கமன்.

"நான்தான்" என்று கூறிக்கொண்டே மரகதம் அங்கு
வந்தாள். இருவர் முகத்திலும் தோன்றிய கலவரம் நீங்கியது.
"என்னம்மா அங்கே சத்தம்?" என்று கேட்டான் அரிசங்கமன்.

"பாத்திரத்தை எலி உருட்டி விட்டது!" என்றாள். "நீ
அங்கே வந்து நெடுநேரமாகிவிட்டதா?" என்று கேட்டான்
அரிசங்கமன். தாங்கள் பேசிக் கொண்டிருந்த ரகசியங்கள்

அவளுக்குத் தெரிந்திருக்குமோ என்று பயந்தான். ஆனாலும் தன் மகள் மரகதம். அவளிடமிருந்து செய்தி பரவுவதற்கு வழியில்லை.

"இப்போதுதான் அப்பா, இங்கு வந்தேன். உங்களிடம் ஒரு அனுமதி பெற வேண்டும்!" என்றாள் மரகதம்.

"என்ன அனுமதி?"

"என் தோழி சித்தினிக்கு இன்று பிறந்தநாளாம்! என்னை அவள் வீட்டிற்கு அழைத்துப் போக வந்திருக்கிறாள். நான் போய் சீக்கிரம் திரும்பிவிடுகிறேன் அப்பா!"

மரகதம் இந்த நேரத்தில் அங்கு இல்லாமலிருந்தால் நல்லது என்று நினைத்தான் இடைதுறையான். "நீ போய் வாம்மா! தோழி கூப்பிட்டால் போகத்தானே வேண்டும்! அதுவும் பிறந்தநாள் அல்லவா!" என்றான். அரிசங்கமனும் சிரித்துக் கொண்டே "ஆமாம், ஆமாம்" என்றான்.

மரகதம் புன்னகையை அள்ளி வீசிவிட்டு ஓடி மறைந்தாள். ஆனால் அவளைப் பற்றிய சந்தேகம் இடை துறையான் மனதை விட்டு மறையவில்லை. அவள் ஓடிச் சென்ற திக்கையே வெறித்துப் பார்த்தான் அரிசங்கமன். எவ்வளவோ தைரியம் சொல்லியும் அவன் மனம் சாந்தி பெற வில்லை. கடைசியில் மரகதம் எங்கு செல்கிறாள் என்பதை இருவரும் பார்க்க விரும்பினர். தெருவாசலுக்கு வந்தனர். அப்போது மரகதம் சித்தினியோடு தெருக் கோடியில் சென்று மறைந்தாள்.

இடைதுறையானுக்குச் சந்தேகம் வலுத்தது. அரிசங்க மனுடன் மரகதத்தைப் பின்பற்றிச் சென்றான். இருவரும் தெருக்கோடியின் திருப்பத்திற்கு வந்தனர். அங்கே அவர்கள் கண்ட காட்சி திடுக்கிடச் செய்தது.

சாலை ஓரத்தில் தளநாயகன் நின்று கொண்டிருந்தான். மரகதம் அவனுடன் பேசிக் கொண்டிருந்தாள். இடையே சித்தினியும் பேசினாள். சில சமயங்களில் மூவரும் சிரித்தனர். சில சமயங்களில் மரகதம், தளநாயகனின் கேள்விக்குப் பதில் அளிக்காது தயங்கி நின்றாள். இதைப் பார்த்ததும் அரிசங்க மனுக்கு ஆத்திரம் வந்தது. இடைதுறையான் கோபத்தால் குமுறினான்.

ஆனால் மரகதம் தளநாயகனிடம் பேசிய செய்தியே வேறு. இன்னும் பத்தே நாட்களில் படையுடன் இலங்கை செல்லப் போகிறான். அதற்குள் ஒருமுறை மரகதத்தை சந்தித்து நந்தினியைப் பற்றிய விவரம் அறிய ஆவல் கொண்டான். அதற்காகவே சித்தினியை அனுப்பினான். சித்தினியும் மரகதத்தை அழைத்து வந்தாள்.

இடைதுறை நாட்டின் மீது தளநாயகன் படையெடுத்துச் சென்ற பிறகு, நந்தினி காணாமற்போன விவரங்களைச் சொன்னாள், மரகதம். இருவருக்குமிடையில் நடந்த பேச்சு இதுதான். தூரத்தில் சந்நியாசியுடன் நின்று கொண்டிருந்த அரிசங்கமனைப் பார்த்து விட்டாள் மரகதம். உடனே அவளுக்குப் பயம் தோன்றியது. தளநாயகனிடம் விடை பெற்றுக் கொண்டு அங்கிருந்து நழுவி விட்டாள் மரகதம்.

கோபத்தினால் கொதிப்பேற வீட்டிற்குச் சென்றான் அரிசங்கமன். மரகதம் அங்கே வந்தாள். சந்தேகம் தலை விரித்தாட, நடந்ததைச் சொல்லும்படி மரகதத்தை வற்புறுத் தினான் அரிசங்கமன். அவளும் நடந்ததைச் சொன்னாள். ஆயினும் அவனுடைய பயம் நீங்கியபாடில்லை.

இராசேந்திரனின் ஆலோசனை மண்டபத்தில் அறிஞர் களும் படைத் தலைவர்களும் கூடியிருந்தனர். புரோகிதப்

புஞ்சராயரும் இருந்தார். தளநாயகனும் அங்கேயிருந்தான். அரிசங்கமனும் சந்நியாசிக் கோலத்தில் இடைதுறையானும் அங்கே அமர்ந்திருந்தனர்.

காலம் சூழ்நிலை, படைவலிமை, கப்பற்படை, எதிரியின் நிலை எல்லாம் ஆராயப்பட்டன. எல்லோருக்கும் அவரவர் அபிப்பிராயங்களைத் தெரிவிக்க உரிமையளித் திருந்தான் இராசேந்திரன். ஆனால் அரிசங்கமன் ஒரு திருத்தம் கொடுத்தான்.

"இதுவரை நடத்திய போர்களில் மன்னர் இராசேந்திரரே நேரில் சென்று, எதிரிகளை அடக்கினார். அதிலும் தரையின் மூலமாகவே நமது படைகள் நடந்து சென்று வெற்றி கண்டன. இப்போது திட்டமிடுவதோ இலங்கைப் படையெடுப்பு. இடையே நமது படைகள் கடலைக் கடந்தாக வேண்டும். இலங்கையில் திட்டபடி கரையிறங்க வேண்டும். இலங்கைப் படைகளை முறையாகத் தோற்கடிக்க வேண்டும். இம்மாதிரி நடவடிக்கை நமக்கு இதுதான் முதல் அனுபவம். ஆகவே, வழக்கம்போல மன்னரும் படையுடன் செல்வதே சோழ நாட்டின் பெருமை குன்றாதிருக்க வழி" என்றான் அரிசங்கமன். இதுவும் நல்ல யோசனை என்றுதான் பலருக்கும் பட்டது.

இதை ஆமோதிப்பவர் போல அரிசங்கமனுக்கருகி லிருந்து சந்நியாசி எழுந்தார். "விஜயீபவ!" என்று ஆசீர் வதித்தார். "மன்னரும் உடன் செல்வதே நன்மை பயக்கும்" என்று தெரிவித்து அமர்ந்தார்.

இராசேந்திரன் தளநாயகனைப் பார்த்தான். தளநாயகன் அதுவரை அபிப்பிராயம் எதுவும் கூறவில்லை. அரிசங்கமனின் திருத்தம் கேட்டு அவன் கொதித்தெழுந்தான்.

"இல்லை! மன்னர் செல்ல வேண்டிய அவசியமே இல்லை. மன்னரும் உடன் செல்ல வேண்டும் என்று சொல்வது, நமது படைகளின் வலிமையை அறியாதவர்கள் சொல்லும் வார்த்தை! மன்னர் தலைநகரில் சிறிது காலம் தங்க வேண்டும். உள்நாட்டுத் துறையில் அவர் கவனம் செலுத்த வேண்டும். இலங்கைப் படை எடுப்பை நான் வெற்றியாக முடிப்பேன். அதில் வீண் சந்தேகம் வேண்டாம்" என்று தளநாயகன் முழங்கினான்.

தளநாயகனையும் சிலர் ஆதரித்தனர். முடிவில் இராசேந்திரன் தன் தீர்ப்பைத் தெரிவித்தான். "உள்நாட்டுத் துறையில் கவனம் செலுத்த வேண்டியது மிகவும் அவசியம். நான் தலைநகரில் தங்கியிருக்க முடிவு செய்து விட்டேன். நானும் போருக்குப் புறப்பட வேண்டுமென்று ஒருசாரார் கருத்துத் தெரிவித்தனர். எனது மைந்தன் இளங்காளை - தின வெடுக்கும் தோளான் - இராசராசனைத் தளநாயகனுடன் அனுப்பி வைக்கிறேன்."

இச்செய்தி நகரெங்கும் அறிவிக்கப்பட்டது. எல்லோரும் இச்செய்தி கேட்டு மகிழ்ந்தனர். ஆனால் அரிசங்கமனும் இடைதுறையானும் கருவிக் கொண்டிருந்தனர். திட்டம் பாழாகி விட்டதே என்று பதறினர். ஆயினும் சளைக்காமல் சதியை விரிவுபடுத்த முடிவு செய்தனர்.

பத்தாவது நாள் படைகள் புறப்பட்டன. நகர் முழுவதும் அலங்கரிக்கப்பட்டிருந்தது. வீதிதோறும் வாசல்தோறும் மாடந்தோறும் ஆடவர் - பெண்டிர் குழுமி நின்றனர். படைகள் நடைபோட்டுச் சென்றன.

"எம் இறை வாழ்க!
மன்னர் வாழ்க!
இளவரசர் வாழ்க!"

- என்று மக்கள் கோஷமிட்டனர். படைகள் நகரைக் கடந்து, துறைமுக நகரை அடைந்தன.

"வெள்ளம் போல் வரும் படைகளைத் தடுத்து நிறுத்த வேண்டுமானால், இலங்கை மன்னன் - ஐந்தாம் மகிந்தன் பணிய வேண்டும். இல்லையேல், இலங்கை தூசுபோல் துடைக்கப்படும்" என்று முதல் எச்சரிக்கை அனுப்பினான் தளநாயகன்.

பின்னர், பெரிய பெரிய கலங்களில் சோழ நாட்டுப் படைகள் ஏறிக்கொண்டன. ஆயுதங்களும், உணவுப் பொருட்களும் ஏற்றிக்கொண்டு கலங்களைப் பின்தொடர்ந்து நூற்றுக்கணக்கான தோணிகள் மிதந்தன. கடலில் ஒரு பெரிய நகரமே மிதந்து செல்வதுபோல் காணப்பட்டது.

நள்ளிரவில், ஈழ நாட்டில் படைகள் கரையிறங்கின. போருக்கு வேண்டிய ஆயத்தங்களை படைவீரர்கள் விரைந்து செய்தனர். அதற்குள் மகிந்தனிடம் தூது சென்ற வீரர்களும் திரும்பினர். "சோழனிடம் பணிய மாட்டோம். தொடுப்போம் போர்" என்று சூளுரைத்தானாம் மகிந்தன். இது கேட்டு இளவரசன் இராசராசன் கொதித்தெழுந்தான்.

தளநாயகன் பதறவில்லை. "நடக்கட்டும் நமது அணிகள்!" என்று உத்தரவிட்டான். படைகள் நடந்தன. நாள் முழுவதும் நடந்த படைகள் **பொலனுவரையை** நெருங்கின. பொலனுவரை மகிந்தனின் தலைநகரம். அதைச் சுற்றிலும் மகிந்தனின் படைகள் காவல் காத்து நின்றன. பெரும் பகுதிப் படைகள் சோழன் அணிகளை எதிர்த்தன. ஆனால் வெள்ளம் போல் எதிர்த்து வரும் படைகளின் முன்னே, இலங்கைப் படைகள் எம்மாத்திரம்?

மகிந்தனின் படைகள் புறமுதுகிட்டன. ஏராளமான வீரர்களைக் களத்திலே பலி கொடுத்தனர் இலங்கையர். மிஞ்சிய படைகள் பின்வாங்கி ஓடின. பொலனுவரையைக் காத்து நின்ற மற்றப் படைகளும் தங்கள் உயிரைக் காப்பாற்றிக் கொள்ள ஓடி ஒளிந்தன. நகரத்தில் குழப்பம் ஏற்பட்டது. சோழன் படைகள் நகருக்குள் புகுந்தன. ஐந்தாம் மகிந்தன் சிறைபிடிக்கப்பட்டான். அவன் மைந்தன் காசிபன் எங்கோ தப்பி ஓடிவிட்டான். இலங்கை சோழனுக்கு அடிபணிந்தது.

அடுத்துச் செய்ய வேண்டிய காரியங்களில் தளநாயகன் சுறுசுறுப்புக் காட்டினான். சோழனின் பிரதிநிதியாக பொலனுவரையில் ஒரு அணித் தலைவனை நியமித்தான். அவனுக்குப் பாதுகாப்பாக ஒரு பெரும் படையையும் நிறுத்தினான்.

எஞ்சிய படைகளுடன் இளவரசன் இராசராசனும், தளநாயகனும் நாடு திரும்பத் துறைமுகத்திற்கு வந்து சேர்ந்தனர். ஆனால், கால நிலை மோசமாக இருந்தது. கடல் கொந்தளித்துக் கொண்டிருந்தது. கலங்களைச் செலுத்தும் மாலுமிகள் இந்த நேரத்தில் புறப்படத் தயங்கினர். ஆனால் இளவரசன் இராசராசனோ வெற்றிக்களிப்பில் மிதந்து கொண்டிருந்தான். உடனே புறப்பட ஆசைப்பட்டான். சோழ நாட்டிற்கு தன் வெற்றிச் செய்தியைத் தானே கொண்டு செல்ல ஆவல் கொண்டான்.

அவனுடைய ஆவலைத் தடுக்கத் தளநாயகன் விரும்ப வில்லை. இலங்கைக்கும், தமிழ் நாட்டுக்கும் இடையில் ஓரிரவுப் பயணம்தான். இதை எளிதில் கடந்து விடலாம் என்றே முடிவு செய்தான்.

மீண்டும் கலங்கள் சோழநாட்டை நோக்கிப் புறப்பட்டன. நள்ளிரவு; வானம் கருத்தது. இடி முழங்கியது. புயல் ஓங்கியது. மழை பெய்தது. கடல் குமுறி எழுந்தது. கலங்களின் மீது கட்டப்பட்டிருந்த பாய்கள் இறக்கப்பட்டன. சிறு கலங்கள் சில மூழ்கின. சில கலங்கள் ஒன்றோடொன்று மோதிக் கொண்டன. என்ன செய்வதென்றே ஒருவருக்கும் புரியவில்லை. இளவரசனும், தளநாயகனும் ஒரே கப்பலில் இருந்தனர். அவர்களுடைய கப்பல் எங்கு சென்று கொண் டிருக்கிறதென்பதே அவர்களுக்குத் தெரியாது. கடல் அலையின் ஆரவாரம் அதிகமிருந்தது. அதனால் பக்கத்தில் வந்து கொண்டிருந்த படைக்கலங்களைப் பற்றிய விபரம் கூடத் தெரியவில்லை.

பொழுது விடிந்தது. கீழ்வானம் வெளுத்தது. புயல் அடங்கிற்று. மழை நின்றது. கரை காணாத கடல் நடுவே தளநாயகனும், இளவரசனும் இருந்த ஒரு கப்பல்தான் சென்று கொண்டிருந்தது. அன்று முழுவதும் கப்பல் திசைமாறிச் சென்று கொண்டிருந்தது. மறுநாள் கப்பல் ஒரு கரையை அடைந்தது. சோழநாட்டின் ஒரு பகுதியில் கப்பல் தரை தட்டியதாகவே எல்லோரும் எண்ணினர்.

ஆனால், அங்கு மனித நடமாட்டமே காணப்பட வில்லை. எல்லோரும் கப்பலிலிருந்து இறங்கினார்கள். சில படை வீரர்கள் முன் செல்ல, தளநாயகனும் இராசராசனும் பின் தொடர்ந்தனர்.

ஆனால் அது ஒரு வளமிகுந்த தீவு. மனித சஞ்சாரமே இல்லை. சிறிது தூரம் சென்றனர். ஒரு அழகான மாளிகையை அங்கே கண்டனர். நம்பிக்கை பிறந்தது. எல்லோரும் அந்த அலங்கார மாளிகையின் வாயிலை அடைந்தனர்.

வீரர்கள் நடந்துவரும் காலடிச் சத்தம் கேட்டதும், மூன்று அழகிய பெண்கள் பலகணியின் வழியாக எட்டிப் பார்த்தனர். அவர்கள் முகத்திலே சோகமும், வியப்பும் குடி கொண்டிருந்தன. இளவரசன் கண்களும் அந்தப் பெண்களைச் சந்தித்தன. அவனுக்கும் அந்தச் சந்திப்பு ஆச்சரியத்தை அளித்தது.

3.   யார்பா லுரைப்பன்? யார்போ யுரைப்பர்?

செந்தமிழ்ப் பண்பாடுஞ் செவ்வாய் பசுங்கிள்ளாய்!
வந்தென் னவனுண்டு வாராதலர் செய்யும்
சந்தங்கொள் வேங்கைத் தமிழ்க்குன்ற வாணனுக்கின்
றெந்தன் நிலைமை யினிதெடுத்துச் சொல்லாயோ!
                                          - இராவண காவியம்

அன்னையிடம் அவசியம் அனுமதி பெற்றுவிடத்
தீர்மானித்தாள் மங்கை. இனியும் தன் காதலனைப் பிரிந்திருக்க
அவள் விரும்பவில்லை. கமலினியின் அவலச் சாவு அவளைப்
பயமுறுத்திக் கொண்டேயிருந்தது. பாதுகாப்பு இல்லாமல்
வாழ்ந்ததால் கமலினியின் கற்பு பறிபோனதை எண்ணினாள்.
அதனால்தானே அவளுடைய வாழ்வும் முடிந்தது.

அன்னையிடம் எல்லாச் செய்திகளையும் விவரமாக
எடுத்துரைத்தாள். தன் காதலன் கோமளத் தீவில் சிறை
யிருப்பதையும் சொன்னாள். அன்னையின் அனுமதி
கிடைத்தால் அவனை அழைத்து வருவதாகச் சொன்னாள்.
ஆலங்காட்டில் அன்னையின் படைக்கு அவன் செய்த உதவி
களையும், சேவைகளையும் எடுத்துரைத்தாள். "அவன் எந்த
நாட்டைச் சேர்ந்தவன்" என்று கேட்டாள் அன்னை.

"சோழ வள நாட்டைச் சேர்ந்தவன். இடைதுறை
நாட்டின்மீது வஞ்சம் கொண்டவன். அதனால்தான் கமலினி

கூட அவனால் கற்பிழக்க நேர்ந்தது" என்று எடுத்துரைத்தாள்
மங்கை.

மங்கையின் உறுதியான காதலை எண்ணிப் பார்த்தாள்
அன்னை. அவளுடைய சேவையையும் நினைத்தாள்.
அவளுடைய காதலனை அழைத்து வரும்படி மங்கைக்கு
அனுமதியும் கொடுத்தாள்.

அன்னையின் பெருந்தன்மை மங்கைக்கு ஆச்சரியத்தை
அளித்தது. இவ்வளவு விரைவில் அன்னை அனுமதிப்பா
ளென்று, மங்கை நினைத்துக் கூடப் பார்க்கவில்லை. அவள்
உள்ளம் புளகாங்கிதம் அடைந்தது. அன்னையை வணங்கி
எழுந்தாள். அவளுடைய கண்கள் ஆனந்தக் கண்ணீர்
வடித்தன. பக்கத்தில் நின்ற நந்தினியைக் கட்டித் தழுவிக்
கொண்டாள். அதே சமயம் நந்தினியின் உள்ளத்திலே மோதி
எழும் துன்பத்தை யார் அறிவர்?

கோமளத்தீவுக்குப் புறப்பட்டாள் மங்கை. சாந்திமத்
தீவிலிருந்து ஒரு கல் தூரம்தான் கோமளத் தீவு. ஆனால் அது
ஓராயிரம் கல்களிருப்பதாக உணர்ந்தாள். காதலனைத் தேடி
அவள் உள்ளம் பறந்து சென்றது. அவளுடைய கனவுகள்
நனவாகப் போகின்றன. இனி எந்தவிதப் பயமுமின்றி
அவனுடன் கூடி இல்லற வாழ்வு நடத்தலாம். அவளுடைய
உள்ளம் குதூகலத்தால் கூத்தாடியது.

கோமளத் தீவில் காதலனைச் சந்தித்தாள் மங்கை.
பூங்கொடிகளால் அவனைப் பிணைத்தாள். அவளுடைய
உள்ளத்திலே அவனைச் சிறை வைத்து விட்டதாகக் கூறினாள்;
குதித்தாள்; கூத்தாடினாள். மங்கையின் காதலனுக்கு
அவளுடைய மகிழ்ச்சியின் காரணம் புரியவில்லை. நீண்ட
நேரம் திண்டாடினான். அவள் சொன்னபடியெல்லாம் நடந்து

கொண்டான். கடைசியில் மங்கை எல்லா விபரங்களையும்
எடுத்துச் சொன்னாள். அவனுக்கு அப்போதுதான் உண்மை
தெரிந்தது. காதலியைக் கட்டியணைத்துக் கொண்டான்.

சாந்திமத் தீவில் உற்சாகம் பொங்கி வழிந்தது.
மங்கைக்குத் திருமணம்; மக்கள் மகிழ்ச்சி வெள்ளத்தில்
ஆழ்ந்தனர். அன்னை மணமக்களை ஆசீர்வதித்தாள்.
மங்கையைப் போல அவளுடைய கணவனும் சில உறுதி
மொழிகளை எடுத்துக் கொண்டான்.

"தாயின் மீது ஆணை!"

"தமிழின் மீது ஆணை!"

"தாயகத்திற்கு நலமே புரிவேன்!"

"அவ்வெண்ணம் கொண்டே இங்கு வந்தேன்!"

மங்கையின் காதலன் இதைச் சொல்லி முடித்ததும்
முரசுகள் முழங்கின. சங்கம் ஒலித்தது. மங்கையும்,
அவளுடைய காதலனும் எல்லோரையும் வணங்கிச்
சென்றனர். மாலைசூடி மகிழ்ந்த பின்னர், மனம் நிறைந்த
வாழ்வு பெற மணவாளனுடன் சென்றுவிட்டாள் மங்கை.

மங்கையின் திருமணம் நந்தினிக்குத் தளநாயகனை
நினைவுபடுத்திக் கொண்டிருந்தது. ஊர் முழுவதும்
உற்சாகத்தில் ஆழ்ந்திருந்தபோது நந்தினி மட்டும் பிரிவாற்றா
மையால் வெந்து நைந்து கொண்டிருந்தாள். அவளுக்கு
இரண்டு ஆசைகள் உண்டு. ஒன்று தன்னைப் பெற்றெடுத்த
அன்னையைக் காண வேண்டும். மற்றொன்று தளநாயகனுக்கு
மாலையிட வேண்டும். முதல் ஆசை நிறைவேறி விட்டது.
அந்த ஆசை நிறைவேறிய மகிழ்ச்சியில், சில நாட்கள்
தளநாயகனை மறந்திருந்தாள். இன்று மங்கையின்
திருமணமும் அவர்களுடைய இன்ப வாழ்க்கையும்

அவளுக்குத் தளநாயகனை ஞாபகப்படுத்திக் கொண்டே யிருந்தன.

ஒவ்வொரு நாளும் நந்தினியைக் காண மங்கை வருவாள். இருவரும் நீண்டநேரம் பேசுவார்கள். அவர்கள் பேச்சில், மங்கையின் காதலனைப் பற்றித்தான் அதிகம் அடிபடும். அவன் பேசிய சொற்கள், மங்கையிடம் அவன் நடந்து கொண்ட முறை இதையெல்லாம் கிண்டிக் கிளறிக் கேட்பாள். சில சமயங்களில் மங்கை வெட்கித் தலை குனிவாள்; சில சமயங்களில் பதில் சொல்ல மறுப்பாள். மங்கை சென்றதும் நந்தினிக்குத் தனிமை வேதனையளிக்கும். மங்கை சொல்லிச் சென்ற நிகழ்ச்சிகளையும், தளநாயகன் தன்னிடம் கூறிய உறுதிமொழிகளையும் நினைத்து உருகுவாள். இரவு நேரத்தில் தூக்கம் வராது துயருறுவாள். எழுந்து வெளியே சென்றால் வானத்தில் நிலவு அவளைப் பார்த்து ஏளனம் செய்யும், வீசும் தென்றல் வெம்மையாகத் தோன்றும். பறவையினங்கள் சோடி சோடியாக மரக் கிளைகளிலே உட்கார்ந்து, மூக்கினால் கொத்தி விளையாடும். இவை யெல்லாம் நந்தினிக்குத் துன்பத்தையே கொடுக்கும்.

'என் வாழ்வு மலரும் நாள் என்று? தளநாயகனுடன் கூடிக் களிக்கும் நாள் எப்பொழுது? என்னைக் காணாமல் தளநாயகன் எவ்வளவு வேதனைப்படுகிறாரோ? போருக்குச் சென்றவர் நலமாகத் திரும்பியிருப்பாரா? எதிரிகளின் நாடு களில் எத்தனையோ அழகிகளைப் பார்க்க நேர்ந்திருக்கும். அப்போதெல்லாம் என்னை நினைத்திருப்பாரோ! அல்லது அவருடைய மனம்தான் மாறியிருக்குமா? ஐயோ! அவரிட மிருந்து ஒரு செய்தி கூடக் கிடைக்கவில்லையே? அவரை எப்படி குறை கூற முடியும்? நான் இருக்குமிடம் அவருக்கு எப்படித் தெரியும்? நான்தான் செய்தி அனுப்ப வேண்டும்.

எப்படி அனுப்புவது? யாரிடம் உரைப்பேன்? யார் போய் உரைப்பார்? வேதனையால் வெந்துருகும் என் உள்ளத்திற்குச் சாந்தியில்லையா?'

இவ்வாறு பலவாறாக எண்ணினாள் நந்தினி. மெத்தை, முள் போல் தைத்தது. புரண்டு புரண்டு படுத்தாள். நினைவு மறந்து தூங்கிவிட்டாள்.

4. நினைத்தவை யனைத்தும் நிறைவேறினவே!
   பல்குழுவும் பாழ்செய்யும் உட்பகையும் வேந்தலைக்கும்
   கொல்குறும்பும் இல்லது நாடு

                                                    - குறள்

இடைதுறையானும், அரிசங்கமனும் அரண்மனை
யிலிருந்து புறப்பட்டனர். இடைதுறையான் முகத்தில் கவலை
தோய்ந்திருந்தது. அரிசங்கமன் அவனுக்கு ஆறுதல் கூறிக்
கொண்டு வந்தான்.

"இலங்கைப் படையெடுப்பு நமக்கு நல்ல சந்தர்ப்
பத்தையே அளித்திருக்கிறது. இராசேந்திரனுக்கு உறுதுணை
யானவன் தளநாயகன். அவனும், அவனுடன் பெரும்
படையும் கடல் கடந்து செல்லுகிறது. இளவரசனும் போய்
விட்டான். இனி மன்னன் ஒருவன்தான் இங்கிருக்கிறான்.
அவனை எளிதில் கவிழ்த்து விடலாம்," என்றான் அரிசங்கமன்.

"இராசேந்திரனும் போருக்குப் புறப்பட்டிருந்தால்
எவ்வளவோ நலமாயிருக்கும்" என்றான் இடைதுறையான்.
இருவரும் பேசிக் கொண்டே வீட்டை அடைந்தனர்.
தோட்டத்தில் மரகதம் பூவெடுத்துக் கொண்டிருந்தாள்.
புஞ்சராயர் மட்டும் படுக்கையில் படுத்திருந்தார். அவர் சபை
கலைந்ததும் உடனே வீட்டிற்கு வந்து விட்டார்.

"இராசேந்திரன் இலங்கை செல்லாதது தவறு" என்று அவருடன் சிறிது நேரம் விவாதித்தனர்.

இதற்கிடையில் மரகதம் அங்கே வந்துவிட்டாள். அவளைக் கண்டதும் அரிசங்கமனுக்கு ஆத்திரம் அதிகரித்தது. அவளை அழைத்துக் கொண்டு ஒரு தனியறைக்குச் சென்றான். இடைதுறையானும் அவர்களைப் பின்பற்றிச் சென்றான்.

அங்கே மரகதத்தை இருவரும் கண்டித்துக் கேட்டார்கள். ஏதாவது ரகசியத்தைத் தளநாயகனிடம் வெளியிட்டிருப் பாளோ என்ற பயம் அவர்களுக்கு. காலையில் அவசரமாக ஆலோசனைச் சபைக்குச் சென்று விட்டதால், மரகதத்தைச் சரியாக விசாரணை செய்ய முடியவில்லை.

மரகதம் நடந்ததையே கூறினாள். சந்தேகமிருந்தால் சித்தினியைக் கேட்கும்படி கூறினாள். இடைதுறையான் இதை நம்பவில்லை. ஏதோ அவள் பாசாங்கு செய்வதாகவே நினைத்தான். சதித் திட்டம் நிறைவேறும்வரை, மரகதத்தை வெளியில் எங்கும் போகவிடாமல் தடை செய்யும்படி கூறினான். அரிசங்கமனும் இதை ஆமோதித்தான்.

மரகதம் இதுவரை பொறுமையாகத் தானிருந்தாள். அரசியல் விவகாரம் அவளுக்குப் புரியாது. அதனால் அவளும் அதில் தலையிடுவதில்லை. வந்தவரை உபசரிப்பதில் மட்டும் அவள் கவனம் செலுத்தி வந்தாள். நந்தினி திடீரென ஒருநாள் காணாமற் போய்விட்ட பிறகுதான் அவள் சிறிது சிந்திக்க ஆரம்பித்தாள். நந்தினி காணாமற் போய் நீண்ட நாட்களாகி விட்டன. அவளைப் பற்றி தகவல் ஒன்றும் கிடைக்கவில்லை. அது அவளுடைய மனதை வருத்திக் கொண்டேயிருந்தது. அதனால் வீட்டிற்கு வருபவர்கள் அரிசங்கமனுடன் ரகசியம் பேசினால் மறைந்து நின்று கேட்பாள். நந்தினியைப் பற்றி

ஏதாவது பேசுகிறார்களா என்பதை அறிய அவள் மனம்
நாடியது. ஆனால், நந்தினியைப் பற்றி அவள் ஒன்றும் அறிந்து
கொள்ள முடியவில்லை. அதற்குப் பதில் பயங்கர சம்பவங்கள்
பல அவளுடைய காதிலே விழுந்தன.

இடைதுறையான் அங்கு வந்ததிலிருந்து அவளுடைய
சந்தேகம் அதிகரித்தது. வரும்பொழுது சாதாரண உடையில்
தான் வீட்டிற்கு வந்தான். மரகதம்தான் முதலில் அவனை
உபசரித்தாள். ஆனால் அவன் ஏன் சந்நியாசிக் கோலத்தில்
தங்கியிருக்கிறான்? இதுதான் அவளுக்கு ஆச்சரியத்தை
அளித்தது. அன்று முதல் அவர்கள் பேசுவதை எல்லாம்
ஒட்டுக் கேட்டாள். சோழ ஆட்சியைக் கவிழ்க்க அவர்கள் சதி
செய்ததெல்லாம் அவளுக்குத் தெரிந்து விட்டது. ஏதோ ஒரு
விபரீதம் நடக்கப் போவதை அறிந்தாள். ஆனால் இதை
வெளியில் சொல்ல மிகவும் பயந்தாள்.

சித்தினி அடிக்கடி அங்கே வருவாள். அவளிடம் கூட
மரகதம் எதுவும் சொன்னதில்லை. இன்று இடைதுறையான்,
அவளை வீட்டை விட்டு வெளியே செல்லக் கூடாதென்று
தடை விதித்ததுதான் அவளுக்கு எரிச்சலைத் தந்தது. ஆனால்
தந்தைக்குப் பயந்து சம்மதித்தாள்.

சோழ நாட்டுப் படைகள் ஈழத்திற்குப் படையெடுத்துச்
சென்றுவிட்டன. இராசேந்திரன் புதிய தலைநகர் ஒன்று தன்
பெயரால் ஏற்படுத்த எண்ணினான். தஞ்சைக்கு வடக்கே
அந்நகரை நிர்மாணிக்கப் பல்லாயிரக்கணக்கான மக்கள்
வேலை செய்தனர். அந்நகரை இராசேந்திரன் அடிக்கடி
பார்வையிட்டுத் திரும்புவான். அரிசங்கமனின் சதித் திட்டம்
சுலபமாக நிறைவேற இதுவும் ஒருவாய்ப்பாக இருந்தது.

இடைதுறை நாட்டிலும், சளுக்க நாட்டு எல்லையிலும் சோழனுடைய படைகள் பாதுகாவலுக்கு நிறுத்தப் பட்டிருந்தன. பாண்டிய நாட்டிலும் ஒரு பகுதிப் படை இருந்தது. பெரும் பகுதிப் படை இலங்கைக்குச் சென்று விட்டது. நகரக் காவலுக்குத் தேவையுள்ளவர் போக, எஞ்சிய படைகளைப் புதிய நகரத்திற்கு வேலை செய்ய அனுப்பி விட்டான் இராசேந்திரன்.

இச்சமயத்தில்தான் அரிசங்கமன் தன்னுடைய சூழ்ச்சி வலையைப் பின்னினான். நகரக்காவல் தலைவன், அரிசங்கமனுக்கு நண்பன். அவனுக்குச் சோழ நாட்டின் படைத் தலைமையைத் தருவதாக வாக்குறுதியளித்தான். கனவில் கூட நினைக்க முடியாத அப்பதவி தனக்குக் கிடைக்கப் போவதை நினைத்து நகரக் காவலன் அவனுடன் ஒத்துழைப்பதாக வாக்குறுதியளித்தான்.

ஒரு நாள் மாலை இராசேந்திரன் கங்கைகொண்ட சோழபுரத்திலிருந்து தஞ்சைக்குத் திரும்பினான். அவனுக்குப் பாதுகாப்பாக நகரக் காவல் தலைவனும், அவனுடைய படைகளும் வந்து கொண்டிருந்தனர். திடீரென்று வீரர்கள் நின்றனர். மன்னனைச் சூழ்ந்தனர். இராசேந்திரன் ஒரு நொடியில் கைது செய்யப்பட்டான்.

சந்நியாசிக் கோலத்தில் அங்கு தோன்றினான் இடைதுறையான். கலகலவென்று நகைத்தான். "இடைதுறை நாட்டை வெற்றி கொண்டதால் இறுமாந்திருந்தாயே மன்னா! இன்று உன் கதி என்ன? நீ என் கைதி! இடைதுறை நாடு மட்டுமல்ல; சோழ சிம்மாசனம் என்னுடையதாகி விட்டது; இன்னும் என்ன நடக்கிறதென்று பார்!" என்றான் இடைதுறையான். மீண்டும் நகைத்தான். அரிசங்கமனும் அவனுடன் சேர்ந்து நகைத்தான்.

இராசேந்திரனுக்கு ஆச்சரியமாக இருந்தது. மன்னாதி மன்னர்களை நேர் நின்று வெற்றி கொண்ட வீரன் அவன். சூழ்ச்சி அவனுக்குப் புதிது. ஆயினும் நாட்டிலே நடந்த ரகசியச் சூழ்ச்சியை, அவன் அறிய முடியாமல் போய்விட்டது. அதற்காகவே அவன் வருந்தினான்.

இடைதுறை மன்னன் சோழ ஆட்சியைக் கைப்பற்றிக் கொண்டான். இராசேந்திரன் சிறை வைக்கப்பட்டான். அவனுடன் அரச குடும்பமே சிறை வைக்கப்பட்டது. சந்தேகப் பேர்வழிகள் பலர் கைது செய்யப்பட்டனர். நகரக் காவல் தலைவன் சேனைத் தலைவனாக நியமணம் செய்யப் பட்டான். "நாட்டிலோ நகரிலோ இடைதுறையானை எதிர்த்துக் கிளர்ச்சி செய்தால், முச்சந்தியிலே அவர்கள் தூக்கில் இடப்படுவார்கள்" என்று அறிவித்தான் அவன். சோழப் பெருங்குடி மக்களே இதைக் கேட்டுத் திகைத்தனர். திடீரென்று நடந்த இச்சம்பவத்தால் எல்லோரும் அதிர்ச்சி யுற்றனர்.

நாட்டின் எல்லைகளிலும், நகரத்தின் எல்லைகளிலும் காவற் படைகள் நிறுத்தப்பட்டன. நகருக்குள்ளும், நாட்டிற் குள்ளும் புகுவோரையும், போவோரையும் பரிசோதனை செய்து அனுமதிக்கும்படி கட்டளை பிறப்பித்தான் இடைதுறையான்.

அன்று இரவு, அரிசங்கமனுக்கு அரண்மனையிலே அதிக வேலை இருந்தது. அதனால் அவன் வீட்டிற்குத் திரும்ப வில்லை. ஆனால், இடைதுறையான் சோழனைச் சிறை செய்ததையும், நாட்டைக் கைப்பற்றியதையும் அறிந்தாள் மரகதம். ஒரு புறம் ஆச்சரியமும் மறுபுறம் பயமும் ஏற்பட்டது. தனக்கு இனி அரண்மனை வாழ்வு கிடைக்கப்

போவதில் அவளுக்கு மகிழ்ச்சிதான். இருந்தாலும் இதன் விளைவு என்ன ஆகுமோ தெரியாது. அதனால் மிகவும் பயந்தாள்.

அன்று இரவு ஒரு உருவம் மறைந்து மறைந்து அரிசங்கமன் வீட்டு வாசலில் வந்து நின்றது. எட்டிப் பார்த்தது. பிறகு கதவைத் தட்டியது. மரகதம் யாரென்று கேட்டாள். பதிலில்லை. மீண்டும் கதவு தட்டப்படுவதை அறிந்து கதவைத் திறந்தாள். "மரகதம்! ஒரு முக்கியமான செய்தி!" என்றது அந்தக் குரல். கேட்டுப் பழகிய பெண் குரலாகத் தோன்றியது மரகதத்திற்கு!

"நீ யார்? சித்தினியா?"

"ஆமாம்!"

'ஏன் இப்படிப் பயந்து, தலையில் முக்காட்டிட்டு வந்திருக்கிறாய்?"

"என்ன செய்வது? நாட்டிலே ஒரே குழப்பமாம். மன்னர் கைது செய்யப்பட்டாராம். சரி, உன் அப்பா எங்கே?"

"இன்னும் அரண்மனையிலிருந்து வரவில்லை!"

"அப்படியானால் அவரைக் கைது செய்திருப் பார்களோ?"

"அத்தனை பேரையும் கைது செய்தவர் அப்பா தானே!"

"சரி, வெளியில் நின்று பேசினால் ஆபத்து. வா, வீட்டிற்குள்!"

இருவரும் வீட்டிற்குள் சென்றனர். சித்தினிக்கு அரிசங்கமனுடைய சூழ்ச்சி அனைத்தும் தெரியும். மரகதம் முதல் நாள்தான் அவற்றையெல்லாம் சித்தினிக்குச் சொல்லி யிருந்தாள். இன்றே இவ்வளவு தூரம் நடைபெறுமென்று

யாரும் எதிர்பார்க்கவில்லை. சித்தினி தன்னைப் பாராட்டிச்
செல்லவே வந்திருக்கிறாள் என்று மரகதம் நினைத்தாள்.
ஆனால் சித்தினி அதற்கு மாறான செய்தி ஒன்று சொன்னாள்.

"உன் தோழி நந்தினி எங்கே?"

"திடீரென்று, இப்போது இது என்ன கேள்வி?"

"அதைச் சொல்லத்தானே வந்தேன்!"

"அப்படியானால் நந்தினி வந்திருக்கிறாளா?"

"ஆம் என்றே வைத்துக்கொள். என்னுடன் வந்தால்
காட்டுகிறேன்."

"எங்கே?"

"எங்கள் வீட்டிற்கு!"

"அப்பா வந்துவிடுவாரே!"

அவர் எப்படி வரமுடியும்? அரண்மனையில்தான் அதிக
வேலையிருக்குமே!

"சரி வா, போகலாம்!"

இருவரும் தலையில் முக்காடிட்டுக் கொண்டு
இருளினூடே சென்று மறைந்தனர்.

மறுநாட்காலை, சோழன் தலைநகரில் உற்சாகமே
காணப்படவில்லை. படைவீரர்களைத் தவிர அதிகமான
மக்கள் வீதிகளில் நடமாடவில்லை. எல்லோருடைய
முகத்திலும் பயமும், பீதியும் குடிகொண்டிருந்தன.

இரட்டைக் குதிரைகள் பூட்டிய வண்டி ஒன்றில்
அரிசங்கமன் வந்தான். வீதியில் செல்வோரை அலட்சியமாகப்
பார்த்துக் கொண்டே சென்றான். அவன் சென்றதும், அந்தத்
திக்கையே வெறித்துப் பார்த்தனர் மக்கள். இடைதுறை

யானுக்கு அரிசங்கமன் துணை செய்கிறான் என்ற செய்தி
நகரெங்கும் பரவிவிட்டது. அவன் வண்டியில் சென்றதைப்
பார்த்ததும் 'அற்பனுக்கு வாழ்வு வந்தால்...' என்று பேசிக்
கொண்டனர்.

அரிசங்கமன் சென்ற வண்டி வீட்டு வாசலில் நின்றது.
வண்டியிலிருந்து இறங்கி வீட்டிற்குள் சென்றான். கதவுகள்
திறந்து கிடந்தன. மரகதம் அங்கே காணப்படவில்லை.
புஞ்சராயர் படுக்கையில் படுத்தபடி இருமிக் கொண்டிருந்தார்.
'மரகதம்! மரகதம்!' என்று கூப்பிட்டான் அரிசங்கமன். பதிலே
இல்லை. புஞ்சராயரின் அருகில் சென்றான். "மரகதம்
எங்கே?" என்று கேட்டான்.

"நேற்று இரவு எங்கேயோ சொல்லாமல் போய்
விட்டாள். இன்னும் வரவில்லை!" என்றார் புஞ்சராயர்.
அரிசங்கமன் திகைத்தான்.

அரிசங்கமன் மீண்டும் வெளியே வந்தான். வண்டியில்
ஏறிக் கொண்டான். நேராக சித்தினி வீட்டிற்கு வண்டியைச்
செலுத்தச் சொன்னான். அவன் முகம் கோபத்தால்
கொதிப்பேறி இருந்தது. மரகதம் காணாமற் போன செய்தி
இடைதுறையானுக்குத் தெரிந்தால்...? அவன் முன்பே
மரகதத்தின் மீது சந்தேகம் கொண்டிருந்தான். இப்போது
இச்செய்தியும் அவன் காதில் விழுந்தால், அரிசங்கமனுக்குத்
தான் அபாயம்.

மரகதம் இடைதுறையானுக்கு எதிராகச் சதி செய்வதாகக்
கருதப்படுவாள். முடிவு, அரிசங்கமனுக்கு சிறைத் தண்டனை
தான் கிட்டும். நீண்ட நாட்களாக இடைதுறையானுடன் கூடிச்
சதி செய்து வந்தான் அரிசங்கமன். சதி நிறைவேறினால்
முக்கியான பதவி ஒன்று அவனுக்குக் கிட்டும் என்று நம்பி

யிருந்தான். இதனால் வரும் நன்மை தீமைகளைக் கணக்கிட்டே
சதி வேலையில் துணிந்தான். உயிரைச் துச்சமாகக் கருதினான்.

அவன் நினைத்தபடி சதியும் நிறைவேறியது. அதற்குப்
பலன் கிட்டும் நாள் இன்றுதான்; பழம் நழுவிப் பாலில்
விழும் நேரம்; ஆனால் திடீரென்று மரகதம் காணப்பட
வில்லை. இனி என்ன செய்வது? இடைதுறையானின்
சந்தேகத்தை எப்படிப் போக்குவது? இதை நினைக்கும்போது
தான் அவனுக்கு ஆத்திரமாக வந்தது.

வண்டி சித்தினி வீட்டின் வாசலில் நின்றது. அரிசங்கமன்
வண்டியிலிருந்தபடியே 'சித்தினி' என்று அலறினான்.
இருமுறை அழைத்த பிறகு சித்தினி வெளியே வந்து எட்டிப்
பார்த்தாள். அரிசங்கமன் வண்டியில் ஆத்திரத்துடன்
உட்கார்ந்திருப்பதைக் கண்டாள். அவள் உடல் நடுங்கியது.
"இங்கே வா!" என்று அதட்டினான் அரிசங்கமன். அடிமேல்
அடி வைத்து நடந்து வந்தாள் சித்தினி.

"மரகதம் எங்கே?" என்று அதட்டிக் கேட்டான்.
சித்தினிக்குப் பயத்தால் தொண்டை அடைத்துக் கொண்டது.

"மரகதம்... அவள்... அவள்..." என்று குழறினாள்.
அரிசங்கமனுக்கு இன்னும் ஆத்திரம்தான் வந்தது.

"சொல்லுகிறாயா இல்லையா?" என்று குதிரைச்
சாட்டையை ஓங்கினான்.

"சொல்கிறேன்! சொல்கிறேன்! அவள் இரவு ஒரு
ஒற்றனுடன் ஓடிப்போய் விட்டாள்."

"ஒற்றனா? யாரவன்?"

"தெரியாது! தெற்குப் பகுதி காவல் படையில்
ஒற்றனாகப் பணிபுரிந்தவனாம். நேற்று இரவு இதன் வழியாகத்

தான் சென்றார்கள். 'எங்கே போகிறீர்கள்?' என்று மரகதத்தைக் கேட்டேன். 'இவர் என் நண்பர். என் தோழி நந்தினியைக் காட்டுவதாகச் சொல்கிறார். அங்கே செல்கிறேன்' என்றாள். 'இவர் யார்?' என்று கேட்டேன். அதற்குத்தான் அந்தப் பதிலைச் சொல்லி விட்டு வேகமாகச் சென்று விட்டார்கள்" என்றாள் சித்தினி. இன்னும் அவளுடைய உடல் நடுங்கிக் கொண்டுதானிருந்தது.

"நான் திரும்பி வரும்வரை நீ வீட்டிலேயே இருக்க வேண்டும்" என்று சொல்லிவிட்டு தெற்குப் பகுதி காவற் படை வீட்டிற்குச் சென்றான். அங்கே வீரர்கள் பயிற்சி செய்து கொண்டிருந்தனர். அரிசங்கமனைக் கண்டதும் அனைவரும் வணக்கம் செய்து வழிவிட்டு நின்றனர். தெற்குப் பகுதிப் படைத் தலைவன் அரிசங்கமனை அணுகினான்.

"உமது படைவீரரில் யாராவது நேற்று முதல் காணாமற் போய்விட்டார்களா?" என்று கேட்டான் அரிசங்கமன். "ஆமாம்! நேற்று இரவு முதல் ஒருவனைக் காணவில்லை. ஆனால் அவன் வேவு பார்க்கத்தான் சென்றிருப்பான்" என்றான் படைத்தலைவன்.

"யாரவன்?" என்று கேட்டான் அரிசங்கமன்.

"ஒரு வாரத்திற்கு முன்பு இங்கே வந்தான். சில வேவு விவரங்களைக் கூறினான். அவ்வளவும் நமக்கு வேண்டிய விவரங்களே. உடனே நகரக் காவல் படைத்தலைவன் அவனை நமது படையில் ஒருவராகச் சேர்த்துக் கொள்ளச் சொன்னார். ஒரு வாரமாகப் பல செய்திகளைச் சேகரித்து வந்தான். கலவரமின்றி மன்னர் கைது செய்யப்பட்டதையும், இடைதுறை மன்னர் ஆட்சி ஏற்றதையும், அந்த ஒற்றன்தான் முதலில் வந்து தெரிவித்தான். வேவு வேலையில் மிகவும்

கெட்டிக்காரன். துணிச்சல் பேர்வழி" என்றான் படைத்
தலைவன்.

அரிசங்கமன் படைத் தலைவனைத் தனியாக அழைத்துச்
சென்று, ரகசியமாக ஏதோ சொன்னான். "அப்படியா?" என்று
கொதித்தெழுந்தான் படைத்தலைவன். அரிசங்கமன்
தலையை ஆட்டினான். உடனே படைத்தலைவனும்;
இன்னும் எழுவரும், குதிரைகளின் மீது ஏறினர். திக்குக்கு
இரு வீரர்கள் வீதம் நாலாபக்கமும் பறந்தனர்.

5. 'சேவகனே நீ செப்பிய தென்ன?'

மண்ணரசும் மலையரசும் மற்றையபஃ றொழிலரசும்
பெண்ணரசு மாணரசும் பிரியாத பேரரசாய்
நண்ணரசு புரிந்தொருங்கு நல்லரச ராய்வாழ்ந்த
பண்ணரசர் வளர்த்தவிசைப் பாவரத் தமிழரசர்

                                   - இராவண காவியம்

        மனித சஞ்சாரமற்ற அந்தத் தீவிலே, அழகான,
மாளிகையும், அதற்குள் அழகிகள் மூவரும் இருப்பது இராச
ராசனுக்கு வியப்பையளித்தது. தளநாயகனும், மற்ற படை
வீரர்களும் கூட வியப்பில் ஆழ்ந்தனர்.

        "யார் நீங்கள்?" என்று கேட்டான் தளநாயகன்.

        "இங்கே வேறு யாருமில்லையா?" என்று கேட்டான்
இராசராசன்.

        அந்த மூன்று பெண்களில் சிறியவள் சிறந்த அழகி.
தலையை உள்ளே இழுத்துக் கொண்டாள். மற்றொருத்தி
கண்ணீர் விட்டுக் கொண்டிருந்தாள். ஒருத்தித்தான் பேசினாள்:

        "இப்போது எங்களைத் தவிர வேறு யாருமில்லை."

        "இந்தத் தீவிலே யாருமில்லையா?"

        "இருப்பார்கள்! இந்த மாளிகையில் நாங்கள் மூவர்தான்
இருக்கிறோம்."

"நாங்கள் உள்ளே வரலாமா?" என்று தளநாயகன் கேட்டான்.

"நீங்கள் யார்? எங்கிருந்து வந்தீர்கள்?" என்று கேட்டாள் அந்தப் பெண்.

"நாங்கள் சோழ நாட்டைச் சேர்ந்தவர்கள். கடல் பிரயாணத்தில் கப்பல் தரை தட்டியதால், இங்கு இறங்க நேர்ந்தது" என்றான் தளநாயகன். அப்போது தலையை உள்ளே இழுத்துக் கொண்ட இளம்பெண், மீண்டும் எட்டிப் பார்த்தாள். அவளுடைய கண்கள் அகல விரிந்தன. எல்லோரையும் பார்த்துவிட்டு, இராசராசன் மீது பதிந்து நின்று விட்டது அந்தப் பார்வை. முதலில் பார்த்ததும் மறைந்துவிட்ட அந்த எழில் முகம், மீண்டும் அந்தப் பலகணியில் உதயமாகாதா என்று ஏங்கி நின்ற இராசராசன், அந்தப் பார்வையில் தன்னை மறந்து நின்றான்.

"திசை தப்பி வந்தவர்கள் யாராயிருந்தாலும் வரவேற்க வேண்டியதுதான் கடமை. உள்ளே வாருங்கள்" என்றாள் அந்தப் பெண். படைவீரர்கள் வெளியில் தங்கியிருக்க இளவரசனும், தளநாயகனும் உள்ளே சென்றனர்.

இளையவள் தவிர, மற்ற இரு பெண்களும் அங்கு வந்தனர். தளநாயகனையும், இளவரசனையும் வரவேற்றனர். ஆசனங்களில் அமரச் சொன்னார்கள். புன்சிரிப்புத் தவழ தளநாயகன் பேச்சை ஆரம்பித்தான்.

"நீங்கள் யார்? இங்கு ஏன் தன்னந்தனியாக வந்திருக் கிறீர்கள்? உங்கள் ஆதரவாளர்கள் யார்? இந்த மாளிகை யாருடையது? அவர்கள் எங்கே? இந்தத் தீவுக்குப் பெயர் என்ன? இது யாருடைய ஆட்சியில் உள்ளது?" என்று கேட்டான் தளநாயகன்.

அந்தப் பெண்களில் பெரியவள் கூறினாள்: “நாங்கள் இடைதுறை நாட்டைச் சேர்ந்தவர்கள். ஒரு பாவமும் அறியாத வர்கள். ஆனால், எங்கள் பெற்றோர் செய்த தவறுக்காக நாங்கள் பழி வாங்கப்படுகிறோம். இந்தத் தீவிலே நாங்கள் சிறை வைக்கப்பட்டிருக்கிறோம்” என்றாள். அப்போது மூன்றாவது பெண்ணும் தயங்கித் தயங்கி அங்கு வந்து சேர்ந்தாள்.

அவளைப் பார்த்தான் இராசராாசன். அவளுடைய கண்கள் கண்ணீரைக் கக்கின. இங்கே ஒரு இரகசிய சோகச் சித்திரம் மறைந்திருக்கிறது. அதை அறிய வேண்டும் என்ற ஆவல் இராசராசனுக்கு எழுந்தது.

“என் கப்பல் கரை தட்டியதும் நன்மைக்குத்தான் என்று எண்ணுகிறேன். சொல்லுங்கள் உங்கள் கதையை; சோழவள நாட்டான், இந்தச் சுந்தர முகத்தின் சோகம் துடைப்பான்!” என்றான் இளவரசன். அந்த அழகியின் கண்கள் நன்றியுடன் அவனைப் பார்த்துக் கவிழ்ந்தன.

“இந்தப் பெண் பெயர் இன்பவல்லி. இடைதுறை நாட்டின் அரச குடும்பத்தைச் சார்ந்தவள். நாங்களிருவரும் அவளுக்குத் தோழிகள். சுமார் பதினெட்டு ஆண்டுகளுக்கு முன்பு தஞ்சையிலிருந்து ஒரு பெண்ணைத் தூக்கி வந்தனர் இடைதுறை நாட்டு வீரர்கள். இது எங்களுக்குத் தெரியாது. ஏனெனில், அப்போது நாங்கள் சிறுமிகளாய் இருந்தோம். இன்பவல்லி இந்த மண்ணில் தோன்றவுமில்லை. தூக்கி வந்த அந்தப் பெண்ணை இன்பவல்லியின் பெற்றோர் தங்கள் மாளிகையில் சிறை வைக்கச் சம்மதித்தனராம். பின்னால் அந்தப் பெண் தப்பிச் சென்று விட்டாள். பெரும்படை சேர்த்தாள். இப்பகுதியிலுள்ள பல தீவுகளைத் தன் வசப்

படுத்திக் கொண்டாள். அதிலே இந்தத் தீவும் ஒன்று. இதற்குப் பவளத்தீவு என்று பெயர்.

"தன்னைக் கெடுத்து, தன் வாழ்வைச் சிதைத்து, தன் குடும்பத்திலிருந்து தன்னைப் பிரிந்த வீரர்களைப் பழிவாங்கத் துடித்தாள் அந்தப் பெண். தன்னைச் சிறை வைக்கச் சம்மதித்த இன்பவல்லியின் குடும்பத்தையும் பழிவாங்க முடிவு செய்தாள். அந்த அக்கிரமங்களுக்கு இடமளித்த இடைதுறை நாட்டையே பழிவாங்கச் சபதம் எடுத்தாள். பெரிய ஒற்றர் படையொன்று சேகரித்தாள். ஒரு பெண்ணின் தலைமையில் அப்படையைச் சோழ நாட்டிற்கு வடக்கே அனுப்பி வைத்தாள். இடைதுறை நாட்டிலிருந்து பல இரகசியங்களைச் சேகரித்தாள்.

"அவளுடைய எண்ணங்கள் பல கைகூடின. இச்சமயத்தில்தான் ஒருநாள் நாங்களிருவரும் இன்ப வல்லியுடன் மாளிகையில் விளையாடிக் கொண்டிருந்தோம். இரு காவலர்களைத் தவிர அந்த நேரத்தில் வேறு யாருமில்லை அந்த மாளிகையில்.

"திடீரென பத்துக் குதிரை வீரர்கள் அங்கே வந்தனர். இரு காவலர்களின் தலைகளையும் பனங்காய்போல் சீவி எறிந்தனர். மாளிகைக்குள் நுழைந்தனர். எங்களுக்கு ஒன்றும் புரியவில்லை. கூச்சலிட்டோம். கத்தினோம். பிறகு நடந்தது எங்களுக்கே தெரியாது. மயக்கமுற்று விழுந்த எங்களை ஆலங்காடு என்ற பகுதியில் கொண்டு வந்து சேர்த்தனர். அங்கிருந்து பல்லக்கு மூலம் கடற்கரைக்குக் கொண்டு சென்றனர். அங்கிருந்து படகு ஏறிச் சாந்திமத் தீவிற்குச் சென்றோம். தீவை அடைந்து ஒரு மாளிகைக்குச் சென்றதும் 'அன்னை வாழ்க!' என்ற கூட்டுக் குரல் எங்கும் ஒலித்தது.

"எங்களை அங்கேயே நிறுத்திவிட்டு, படைத் தலைவன் உள்ளே சென்றான். பிறகு திரும்பி வந்து எங்களை அழைத்துக் கொண்டு இங்கே வந்தான். நாங்கள் வரும்போது இந்த மாளிகையில் ஒருவருமில்லை. இந்த மாளிகையைச் சுத்தம் செய்து, இருபடை வீரர்களை எங்களுக்காக நிறுத்திவிட்டுச் சென்றனர் மற்ற வீரர்கள் வாரத்திற்கொரு முறை, எங்களுக்குத் தேவையான உணவு, மற்ற பொருள்களை ஏற்றிக் கொண்டு ஒரு படகு வரும். நான்கு வீரர்களும் உடன் வருவார்கள். எங்களின் நலன் விசாரித்துச் செல்வார்கள். தோணியைச் செலுத்துபவர்களிடமும், இங்கு வரும் வீரர்களிடமும் கொஞ்சம் கொஞ்சமாக இந்தச் செய்திகளைக் கேட்டுத் தெரிந்து கொண்டோம். அன்று முதல் இன்று வரை தன்னந் தனியாக இங்கு சிறைவாசம் செய்கிறோம். எங்கள் வாழ்வு மலரும் நாள் - எங்கள் சிறை வாசம் நீங்கும் நாள் - எப்பொழுதோ அறியோம் ?" இவ்வாறு சொல்லி முடித்தாள் அந்தப் பெண்.

இடையிடையே இன்பவல்லி இளவரசனைப் பார்த்தாள். இளவரசனும் இன்பவல்லியைப் பார்த்தான். இருவர் கண்களும் சந்தித்துப் பேசின. இருவர் உள்ளங்களும் இரகசியம் பேசின. தளநாயகன் இதில் கவனம் செலுத்த வில்லை. இடைதுறை நாட்டுக்குப் போருக்குச் சென்ற நினைவு அவனுக்கு எழுந்தது. வழியில் ஆலங்காட்டில் தங்கியதும், சில பெண்களையும் வீரர்களையும் சந்தித்ததும், அவனுக்கு ஞாபகம் வந்தது.

நந்தினியைப் பற்றிய நினைவும் உடனே எழுந்தது. அவளுடைய தாயைப் பதினெட்டு ஆண்டுகளுக்கு முன்னர் சிலர் கவர்ந்து சென்றதாக அவன் அறிவான். 'அந்தப் பெண் தான் அன்னையாக இருப்பாளோ? அப்படியானால் நந்தினி

ஏன் காணாமற் போனாள்? ஒருவேளை அன்னையே நந்தினியை அழைத்துச் சென்றிருந்தால்?" இவ்வாறு பலவாறாகச் சிந்தித்தான் தளநாயகன். இரகசியமெல்லாம் சீக்கிரம் வெளியாகி விடுமென்ற நம்பிக்கை அவனுக்குப் பிறந்தது. நந்தினியைச் சந்திக்கப் போகும் நாள் தூரத்தில் இல்லை என்பதை உணர்ந்தான்.

"அந்த வீரர்கள் எப்போது வந்து சென்றார்கள்? இனி எப்போது வருவார்கள்?" என்று கேட்டான் தளநாயகன். "நேற்று முன் தினம்தான் வந்து சென்றார்கள். இன்னும் நாலைந்து தினங்களில் வருவார்கள்" என்று பதிலளித்தாள் அந்தப் பெண்.

"அதுவரை நாமும் இங்கே தங்கிச் செல்லலாம்" என்றான் தளநாயகன். இளவரசனுக்கு இச்செய்தி இனிப்பாக இருந்தது. இன்பவல்லியின் உள்ளம் இதைக் கேட்டுக் கூத்தாடியது. 'சரி' என்று தலையை ஆட்டினான் இளவரசன். இளவரசன் கண்களும், இன்ப வல்லியின் கண்களும் மீண்டும் ஒருமுறை சந்தித்து இரகசியம் பேசின.

படை வீரர்கள் மாளிகைக்குப் பக்கத்தில் கூடாரம் அமைத்துத் தங்கினர். வேறு யாராவது பவளத் தீவிற்கு வரலாம் என்ற எண்ணத்திலும், நந்தினியைப் பற்றித் தனியாகச் சிந்திக்கலாம் என்ற ஆவலிலும் தளநாயகன் காலையில் வெளியே உலாவுவான். இளவரசனுக்கு இன்ப வல்லியைத் தனியாக சந்திக்க ஆசை. தளநாயகன் அவனைத் தனியே விட்டுச் செல்வது இளவரசனுடைய ஆசை நிறைவேற வழி வகுத்தது. இன்பவல்லியும், இளவரசனும் அடிக்கடி சந்தித்தனர்; பேசினர்; சிரித்தனர். இரண்டு நாட்களுக்குப் பின் இருவரும் கடற்கரையில் படகோட்டி விளையாடினார்கள்.

தளநாயகன் இதை அறிந்தான். சோழ நாட்டின் எதிரிகள் தான் இந்தப் பெண்கள் என்பதை இருவரும் அறிவார்கள். அறிந்தும், இன்பவல்லியுடன் இளவசரன் பேசுவதும், இருவரும் தனியாகத் தீவைச் சுற்றுவதும் அவனுக்குப் பிடிக்க வில்லை. ஆயினும், இன்னும் இரண்டொரு நாட்களே அத்தீவில் தங்கப் போவதால் இளவரசனைக் கண்டிக்க அவன் விரும்பவில்லை.

மூன்றாம் நாள் காலை, தளநாயகன் வழக்கம் போல் வெளியே சென்றான். முதலில் தனது கப்பல் நிற்குமிடம் செல்வான். பிறகுதான் மற்ற இடங்களுக்குச் செல்வான். அன்றும், முதலில் தோணியில் சென்று கப்பலை அடைந்தான். கப்பலைச் செலுத்தும் மாலுமியைச் சந்தித்தான்.

"இன்று அதிகாலையில் ஒரு இளைஞனும், ஒரு பெண்ணும் நமது கப்பலுக்குச் சமீபமாக ஒரு தோணியில் சென்றனர். கொஞ்சம் விலகிச் சென்றதால் நான் அவர்களை அடையாளம் தெரிந்து கொள்ள முடியவில்லை. சிறிது நேரம் இங்கேயே நின்று அவர்களைக் கவனித்தேன். தோணி பவளத் தீவை நோக்கிச் சென்றது. கரை சேர்ந்ததும், இருவரும் கரையில் இறங்கித் தீவுக்குள் சென்று மறைந்து விட்டனர்" என்றான் மாலுமி.

தளநாயகனுக்கு இச்செய்தி வியப்பையளித்தது. மீண்டும் கரை வந்து சேர்ந்தான். நேராக மாளிகையை அடைந்தான். அங்கே இளவரசனைக் காணவில்லை. இன்ப வல்லியும் இளவரசனும் அப்போதுதான் வெளியில் செல்வ தாகத் தோழி கூறினாள். அவர்களைத் தேடிக் கொண்டு தளநாயகன் தீவின் உட்புறம் சென்றான்.

அழகிய சோலை ஒன்றைக் கண்டான் தளநாயகன். அதற்குள் புகுந்து செல்லலாமா என்று யோசித்துக் கொண் டிருந்தான். அதே சமயம் சிரிப்பொலி கேட்டது. துணிந்து உள்ளே நுழைந்தான் தளநாயகன். இளவரசனும், இன்ப வல்லியும் அங்கிருந்த ஒரு தடாகத்தின் கரையில் அமர்ந்து பேசிச் சிரித்துக் கொண்டிருந்தனர். அதைப் பார்க்கும்பொழுது தளநாயகனுக்கு எரிச்சலாகத்தானிருந்தது. வேலையை மறந்து, கடமையை மறந்து, வந்த வழியில் பார்த்த பெண்ணுடன் - அதுவும் எதிரி நாட்டைச் சேர்ந்தவள் என்று தெரிந்தும் அவளுடன் - கூடிக்குலாவுவதை வெறுத்தான்.

அதே சமயம் ஒரு வீரனும் ஒரு பெண்ணும் அவர் களுக்குப் பின்பக்கமாக வந்தனர். "அங்கே வீடு பற்றி எரிகிறது. இங்கே சுருட்டுப் பற்ற வைக்க நெருப்புத் தேடு கிறார்கள்!" என்றான் அந்த வீரன். இளவரசனும் இன்ப வல்லியும் திகைத்துத் திரும்பினர். இருவரும் தங்களைக் கேலி செய்தது இளவரசனுக்குக் கோபத்தையூட்டியது.

"யார் நீங்கள்?" என்று கேட்டவாறு எழுந்து வாளை யுருவினான் இராசராசன். வந்தவர்கள் இருவரும் புன்னகை தவழ நின்று கொண்டிருந்தனர். மறைந்து நின்ற தளநாயகனும் அவர்கள் பேச்சைக் கேட்டான். கப்பல் மாலுமி சொன்ன ஆட்களாயிருக்குமோ என்று சந்தேகப்பட்டான். நின்ற இடத்திலிருந்து வெளியில் வந்து எட்டிப் பார்த்தான். அவன் கண்களை அவனாலேயே நம்ப முடியவில்லை; தான் காண்பது கனவோ என்ற சந்தேகம் வேறு.

அவனுக்கு அவ்வளவு வியப்பையளித்தது எது? வந்தவர்களில் மரகதமும் இருப்பதுதான். கப்பல் கரை தட்டி திக்குத் தெரியாத இந்தத் தீவிற்கு வந்தாலும், இங்கு கூட

மரகதம் வந்திருக்கிறாளே? அவளுடன் கூட வந்திருக்கும் அந்த வீரன் யார்? இவ்வாறு வியப்புடன் சிந்தனையை ஓடவிட்டான் தளநாயகன்.

இளவரசனோ மரகதத்தின் புன்முறுவலைப் பொறுக்க மாட்டாதவனாய் வாளை வீசிக் கொண்டே அவர்களை நெருங்கினான். மரகதத்திற்குப் பக்கத்தில் நின்ற வீரன் புன்னகையை மறந்து, பேய் சிரிப்புச் சிரித்தான். இடையில் உறையில் உறங்கிக் கிடந்த வாளை உருவினான். விபரீதம் நிகழப் போவதையறிந்த தளநாயகன், "இளவரசே!" என்று கத்தினான்.

நால்வரும் தளநாயகனைத் திரும்பிப் பார்த்தனர். மரகதம் தளநாயகனைக் கண்டு முதலில் ஆச்சரியப்பட்டாள்; பிறகு தலைகுனிந்து வணங்கினாள். இளவரசனுக்கு விபரம் ஒன்றும் புரியவில்லை.

"வீரரே! சோழ நாட்டின் மன்னர் - இந்த இளவரசரின் தந்தை - இராசேந்திர சோழர் கைது செய்யப்பட்டு விட்டார். இடைதுறை மன்னர் ஆட்சியைக் கைப்பற்றிக் கொண்டார். சோழ நாட்டில் ஒரே குழப்பம்" என்றாள் மரகதம்.

தளநாயகனும், இளவரசனும் ஒரே சமயத்தில் 'ஆ' என்று கத்திவிட்டனர். இன்பவல்லி மட்டும் வியப்பும் திகைப்பும் மேலிட எல்லோரையும் மாறிமாறிப் பார்த்துக் கொண்டிருந்தாள்.

இராசேந்திரன் கைது செய்யப்பட்டான் என்ற செய்தி அவர்களுக்கு முதலில் அதிர்ச்சியைத்தான் அளித்தது. ஆனால் தளநாயகனோ, இராசராசனோ, அச்செய்தியை நம்பவில்லை. அரிசங்கமன் மீது தளநாயகனுக்கு எப்பொழுதுமே சந்தேகம் உண்டு. இலங்கைப் படையெடுப்பின் போது மரகதத்தைச்

சந்திக்க முயன்றான் தளநாயகன். அவளிடமிருந்து நந்தினியை
பற்றிய விவரம் அறிய ஆவல் கொண்டான். சித்தினி மூலம்
ஒரு நாள் மரகதத்தைத் தெருவிலே சந்தித்தான். ஆனால்
அரிசங்கமன் பின் தொடர்ந்து அங்கு வந்து விட்டதைத்
தெரிந்து கொண்டான்.

        அரிசங்கமன் ஏன் பின் தொடர்ந்து வந்தான்?
இடைதுறையான் வந்தால், புரோகிதப் புஞ்சராயர் வீட்டில்
தான் தங்குவதுண்டு என்பதையும் அவன் கேள்விப்பட்டிருக்
கிறான். ஒரு வேளை அரிசங்கமனும், இடைதுறையானும் சதி
செய்திருப்பார்களோ என்ற சந்தேகம் அவனுக்கு. சூழ்ச்சியால்
இராசேந்திரனைக் கைது செய்து சோழ நாட்டைக் கைப்பற்ற,
அவ்வளவு பலவீனமான நாடல்ல அது. ஆனால் அரிசங்கமனின்
மகள் மரகதமே இங்கு வந்திருக்கிறாள். பக்கத்தில் முன்பின்
அறிமுகமில்லாத ஒருவன் நிற்கிறான். அவன் யார்? இவர்கள்
இங்கு ஏன் வந்தார்கள்? இதுவும் சூழ்ச்சியாக இருந்தால்?

        "நீர் யார்?" என்று தளநாயகன் கேட்டான்.

        "நான் யார் என்பது இப்போது அவசியமல்ல! நாட்டை
முதலில் காப்பாற்றுங்கள்" என்றான் அந்த வீரன்.

        "கேட்பதற்கு மட்டும் பதில் சொல்!" என்று சீறினான்
இராசராசன்.

        "நீங்கள் கேட்பதற்குப் பதில் சொல்ல நான் வரவில்லை.
என் கடமை நாட்டில் நடந்ததைத் தெரிவிக்கவே வந்தேன்"
என்றான் அந்த வீரன். "நான் யார் தெரியுமா?" என்று கேட்டுக்
கொண்டே அந்த வீரனை நெருங்கினான் இராசராசன்.

        "தெரியும். தாங்கள் இளவரசர்! அவர் தளபதி! ஆனால்
இந்தத் தீவுக்கல்ல! அதை ஆள்பவர் வேறொருவர்.
அவருடைய குடிமகன் நான்!" என்றான் அந்த வீரன்.

இளவரசன் என்று தெரிந்ததும் இப்படிப் பேசுகிறானே என்று துடித்தான் இராசராசன். வாலிப முறுக்கு; இளங்காளை; நன்மை தீமைகளைப் பகுத்துணரும் பொறுமையற்ற வயது. வீரனின் அலட்சியமான பதிலால் ஆத்திரம் கொண்டது அவன் உள்ளம். துடி துடிக்கும் கை, இடுப்பிலிருந்த கட்டாரியை உருவியது. தளநாயகன் தடுக்குமுன்பே அந்தக் கட்டாரி வீரனின் மார்பில் செருகப்பட்டது.

அந்த வீரன் ஒரு கையால் கட்டாரியைப் பிடித்துக் கொண்டான். மற்றொரு கையால் மரகதத்தின் தோளை அணைத்துக் கொண்டான். அப்போதும் அவன் அழவில்லை. வேதனையால் முனகினான். ஆயினும் அவன் முகத்தில் புன்னகை ஒளிர்ந்தது.

தளநாயகன் இச்செய்கை கண்டு பச்சாதாபப்பட்டான். மரகதத்தைப் பார்த்தான். மரகதமோ இச்செய்கையால் இதயம் தாக்குண்டு நின்றாள். அவள் உடல் நடுங்கியது. இன்னும் என்ன விபரீதம் நேருமோ என்று பயந்து கொண்டிருந்தாள்.

தளநாயகன் அந்த வீரனின் அருகில் வந்தான். அவன் தோளைத் தட்டிக் கொடுத்தான். "இப்போதாவது சொல், நீ யார்?" என்றான்; அப்போதும் அந்த வீரன் வாய் திறக்க வில்லை. ஆனால் மரகதம் இன்னும் வாயடைத்துப் பேசாமல் நிற்க விரும்பவில்லை.

"இவர், நந்தினியிடமிருந்து தங்களுக்கு நற்செய்தி கொண்டு வந்தவர்," என்றாள். "உண்மையாகவா? நந்தினி எங்கிருக்கிறாள்?" என்று பதட்டத்துடன் கேட்டான் தளநாயகன்.

பொறுக்க முடியாத வலியுடன் மீண்டும் கேலியாகச் சிரித்தான் அந்த வீரன். "இளவரசர் இன்ப வல்லியுடன் காதல்

புரிகிறார். தளபதியோ நந்தினியைப் பற்றி ஆவலாக விசாரிக்
கிறார். இவர்களே இப்படி இருந்தால் சோழ நாடு ஏன் பறி
போகாது? சொல்ல வந்த எனக்கும் நல்ல பரிசு கிடைத்தது.
மரகதம்! நீ எப்போதாவது நந்தினியைச் சந்தித்தால்
அவளுக்காக நான் உயிரைப் பலி கொடுத்து விட்டதாகத்
தெரிவி" என்றான். இனியும் அவனால் நின்று கொண்டிருக்க
முடியவில்லை. தரை மீது சாய்ந்தான்.

        சாய்ந்த வீரனைத் தளநாயகன் தாங்கி, தரையில் படுக்க
வைத்தான். பிறகு அவன் அருகில் அமர்ந்தான். இளவரசனையும்
மரகதத்தையும் அருகில் உட்காரச் சொன்னான். இன்பவல்லி
கூட ஒதுங்கி உட்கார்ந்தாள். பிறகு அந்த வீரனைப் பார்த்து,
"நண்பரே! ஆத்திரத்தில் நேர்ந்து விட்டது. மன்னியுங்கள்.
இனி நீர் பிழைக்க முடியுமானால்... உம்மை இப்போது
தொந்தரவு செய்ய நாங்கள் விரும்பவில்லை. இல்லையேல்
உம்முடைய வரலாற்றையும் நந்தினியைப் பற்றிய
விவரத்தையும் கூறுங்கள்" என்றான் தளநாயகன்.

        அந்த வீரன் தழதழத்த குரலில் விட்டுவிட்டுப்
பேசினான். எல்லோரும் அவன் பேசுவதைக் கவனித்துக்
கேட்டனர்.

        "ஐயா! நான் சோழ நாட்டில் பிறந்தவன். இடைதுறை
நாட்டில் ஒற்றனாக அமர்த்தப்பட்டேன். இடைதுறையான் ஒரு
நயவஞ்சகன். அவனுக்கு ஆதரவு காட்டி இடைதுறையானுக்கு
உதவி செய்தவன் அரிசங்கமன். இவற்றை நான் வேவு
பார்த்துக் கண்டுபிடித்தேன். ஆனால் இச்செய்தியைச் சோழ
நாட்டிற்கு அனுப்ப முடியவில்லை. காரணம் என் வாழ்வில்
ஒரு பெண் குறுக்கிட்டு விட்டாள். அவள் பெயர் மங்கை.
அவளும் சோழநாட்டைச் சேர்ந்தவள்தான். ஒருகாலத்தில்

தஞ்சையிலிருந்து அன்னையின் படைகளால் அவள் கடத்தப்
பட்டாள்; பிறகு அன்னையின் படையில் அவளும் சேர்த்துக்
கொள்ளப்பட்டாள். அன்னையிடம் சோழநாட்டிற்குச் சேவை
செய்வதாகச் சத்தியம் செய்து கொடுத்தாள்.

"அன்னையின் படை சோழ நாட்டிற்கும் இடைதுறை
நாட்டிற்கும் நடுவில் ஆலங்காட்டுப் பகுதியில் தங்கியிருந்தது.
இடைதுறை நாட்டில் நான் அறிந்த உளவுச் செய்தியைச் சோழ
மன்னரிடம் தெரிவிக்க அவசர அவசரமாகச் சென்று கொண்
டிருந்தேன். ஆலங்காட்டுப் பகுதியை அடையும் போது
நன்றாக இருட்டிவிட்டது. திடீரென சில வீரர்கள் தீப்பந்தங்
களுடன் என்னைச் சூழ்ந்து கொண்டனர். தனிமையில் சென்ற
நான் அவர்களுடன் போராடி மீள முடியாது என்பதைக்
கண்டேன்; மறுவிநாடியில் நான் கைது செய்யப்பட்டேன்.

"என்னை ஒரு பெண்ணின் முன்னால் கொண்டு போய்
நிறுத்தினர். அவள் கழுத்தில் ஒரு கருநாகம் சுற்றிக் கொண்
டிருந்தது. அவளைப் பார்த்ததுமே அவளுடைய அழகில்
மயங்கினேன். அவளும் என்னை வெறித்துப் பார்த்தாள்.
பின்பு என்னை விசாரணை செய்தாள். நீண்ட நேரம்
எங்களுக்குள் தர்க்கம் நடந்தது. கடைசியில் நான் சோழ நாட்டு
ஒற்றன் என்பதை அறிவித்தேன். அவள்தான் கருநாக மங்கை.
என்னை இன்னும் விசாரணை செய்ய வேண்டுமென்று
அங்கேயே நிறுத்தி வைத்து விட்டாள்.

"நாங்கள் இருவரும் அடிக்கடி சந்திப்போம். கைதி
என்ற முறையில் அவள் என்னைச் சந்திக்கவில்லை. காதலின்
சக்தி எங்களைப் பிணைத்தது. அவள் தன்னுடைய வரலாற்றை
என்னிடம் தெரிவித்தாள். அவர்களும் சோழநாட்டின்
நன்மைக்காகவே வேலை செய்வதாகக் கூறினார்கள். அதை

நான் நம்பினேன். நம்புவதற்குரிய சான்றுகளைக் கண்டேன். முடிவில் நானும் அவர்களுடன் ஒருவனாக ஆலங்காட்டில் தங்கினேன்.

"அதன் பிறகுதான் நீங்களும், மன்னரும் இடைதுறை நாட்டின்மீது படையெடுத்தீர்கள். ஆலங்காட்டிற்கும் வந்தீர்கள். நான் உங்களைப் பார்த்தேன். இருட்டிலே பல பேருடன் கலந்து நின்றதால் என்னை நீங்கள் நினைவு வைத்திருக்க முடியாது." - இதைக் கேட்ட பொழுது அந்த வீரன் சொல்லுவது அனைத்தும் உண்மையென்பதை நம்பினான் தளநாயகன். ஆலங்காட்டில் இராசேந்திரனுடன் தளநாயகன் கண்ட அதிசய அனுபவம் அவன் நினைவிற்கு வந்தது. அந்த வீரன் மேலும் கூறினான்:

"இடைதுறை நாடு வீழ்ந்தது. இடைதுறையான் ஓடி விட்டான். சோழ நாட்டிற்கு அடிமையாகி விட்டது இடைதுறை நாடு. அதன் பிறகுதான் நாங்கள் அன்னை இருக்கும் சாந்திமத் தீவிற்குப் புறப்பட்டோம்.

"அன்னையின் அனுமதி பெற்று மங்கையை நான் மணம் புரிந்து கொண்டேன். ஆனால் நாங்கள் மணம் செய்து கொண்டாலும் நிம்மதியாக இன்ப வாழ்வு நடத்த முடிய வில்லை. அன்னையின் பெண்கள் படைக்காக, எத்தனையோ சோழநாட்டுப் பெண்கள் கவர்ந்து செல்லப்பட்டிருக்கின்றனர். அவர்களில் பலர் சாந்திமத் தீவில் உள்ள வீரர்களை மணந்து வாழ்கின்றனர். இவ்வாறு கவர்ந்து செல்லப்பட்டவர்களில் ஒருத்திதான் நந்தினியும்!

"அன்னையின் சொந்த மகள்தான் நந்தினி. தாயைச் சந்திக்க ஆவலோடுதான் இருந்தாள் நந்தினி. அவளைச் சந்தித்த பிறகு அவளுடைய காதலனை - உங்களைச் சந்திக்க ஆவலாயிருக்கிறாள்."

- இதைச் சொல்லும்போது தளநாயகனின் கண்கள் கண்ணீர் வடித்தன. உதடுகள் துடித்தன. "நந்தினி நலமாயிருக் கிறாளா? தாயைக் கண்டாளா? கயல்விழி எங்கே இருக்கிறாள்?" என்றெல்லாம் கேட்டான் தளநாயகன். இராசராசன் ஒன்றும் புரியாதவனாய் தளநாயகனையும், அந்த வீரனையும் மாறி மாறிப் பார்த்தான். வீரன் மேலும் தொடர்ந்தான்:

அன்னையின் படையிலுள்ள அத்தனை பெண்களும் சகோதரிகளாகக் கருதப்படுவார்கள். அதே முறையில் தான் மங்கையும், நந்தினியும் பழகினார்கள். ஆனால் அவர்களுடைய பாசமும் நேசமும் உடன் பிறந்தோரை விட அதிகமாக நெருங்கிப் பழகச் செய்தது. நான் கருநாக மங்கையை மணந்ததும் மங்கை என்னுடனேயே அதிக நேரத்தைப் போக்கினாள். இது நந்தினிக்குத் துன்பத்தைத் தந்தது. மங்கையிடம் தன்னைச் சுட்டெரிக்கும் காதலைப் பற்றிக் கூறினாளாம். 'நீ மட்டும் மணம் செய்து கொண்டாய். நானோ காதலனைப் பிரிந்து வாடுகிறேன்' என்று சொல்லுவாளாம்.

"அன்னையின் மகள்தான் நான். ஆயினும் செயலிழந்த வளாயிருக்கிறேன். என்னைப் பற்றி, என் காதலனுக்கு யார் தூது போய்ச் சொல்வர்?' என்றெல்லாம் சொல்லுவாளாம். நந்தினியுடன் நெருங்கிப் பழகிய மங்கை இச்சொற்களைக் கேட்டுச் சும்மா இருக்க முடியவில்லை. மங்கை இதை யெல்லாம் என்னிடம் கூறுவாள். மங்கைக்காக உங்களிடம் தூது வரச் சம்மதித்தேன். நந்தினி அதைக் கேட்டுக் கூத்தாடினாள். என் தூது வெற்றியடைந்தால், உங்களிடம் சொல்லிப் பரிசு வாங்கித் தருவதாகச் சொன்னாள். அதற்கு முன்பே இளவரசர் எனக்குத் தகுந்த பரிசு அளித்துவிட்டார்."

இதைச் சொன்னதும் இளவரசனின் கண்களும் கலங்கி விட்டன. தளநாயகன் அழுதே விட்டான். மரகதமும் கண்களைத் துடைத்துக் கொண்டாள். அந்த வீரன் தொடர்ந்து சொன்னான்:

"நீங்கள் ஏன் கண்ணீர் விட வேண்டும்? எனக்காகக் கருநாக மங்கை காத்திருக்கிறாள். என் உயிர் இப்போதோ, இன்னும் கொஞ்ச நேரத்திலோ போய் விடும். அதற்குள் முழுத் தகவலையும் கூறி விடுகிறேன். இல்லையேல் என் கடமையிலிருந்து பிறழ்ந்தவனாவேன்.

"நந்தினிக்கும் மரகதத்திற்கும் நட்பு உண்டாம். அதனால் தான் தஞ்சையை அடைந்ததும் மரகதத்தைக் காண ஆவல் கொண்டேன். அவளுடைய தோழி சித்தினியின் குடும்பத்தை எனக்குத் தெரியும். அங்கு சென்றேன். நந்தினியைப் பற்றி நான் செய்தி கொண்டு வந்ததும், சித்தினி மரகதத்தைக் கூட்டி வரச் சம்மதித்தாள். ஆனால் நான் சென்றிருந்த சமயந்தான் சதியும் மும்முரமாக நடந்தது. நொடிக்கொரு செய்தி எங்களுக்குக் கிடைத்துக் கொண்டே இருந்தது.

"முதலில் மன்னர் கைது செய்யப்பட்டார். முக்கிய அதிகாரிகளும் கைது செய்யப்பட்டனர். நகரக் காவற் படைத் தலைவன் துரோகியாக மாறினான். அரச குடும்பமே சிறை வைக்கப்பட்டது. இடைதுறை மன்னனுக்கு இடம் கொடுத்தவன் அரிசங்கமனாம். இடைதுறை மன்னன் ஆட்சியைக் கைப்பற்றிக் கொண்டான்.

"என்னை இடைதுறை நாட்டான் என்று, நகரக் காவற் படைத் தலைவனிடம் தெரிவித்தேன். வேவு பார்ப்பதில் தீரன் என்றும் தெரிவித்தேன். அவன் பல கேள்விகள் கேட்டான்.

எனது பதில்கள் திருப்திப்படுத்தின. என்னையும் அவனது படையில் ஒருவனாகச் சேர்த்துக் கொள்ளச் சம்மதித்தான். மரகதத்தின் மூலம் சித்தினிக்கு அவ்வப்போது சதி பற்றிய செய்திகள் கிடைக்கும். சித்தினி என்னிடம் தெரிவிப்பாள். நான் ஓடி நகர காவற்படை தலைவனிடம் தெரிவிப்பேன். இதனால் என்னிடம் மிகுந்த நம்பிக்கை வைத்தான்.

"நான் தெரிவிக்கும் செய்திகள் தான் புதுமையாக இருக்கும். மன்னர் இராசேந்திரன் கைது செய்யப்பட்டதையும் நான்தான் முதலில் வந்து தெரிவித்தேன். இதற்கிடையில் இளவரசரும், நீங்களும் பெரும் படையுடன் ஈழம் சென்றதாகக் கேள்வியுற்றேன். நான் திரும்பிப் போயிருக்கலாம். ஆனால் நாட்டிலே உள்ள சதி வேலைகளை நான் அறிந்து செல்ல வேண்டும், அதை அன்னையிடம் தெரிவிக்க வேண்டும்.

"நந்தினியின் தோழி மரகதத்தையும் எப்படியாவது சந்திக்க வேண்டும், அரிசங்கமனையும், அவனுடைய சதி வேலைகளையும் மரகதம் வெறுப்பதாகச் சித்தினி சொல்லுவாள். மன்னர் கைது செய்யப்பட்ட அன்று அரிசங்க மனுக்கு அரண்மனையில் அதிக வேலைகள் இருக்கும் என்பதை நான் அறிவேன்.

"அதனால் சித்தினியிடம் மரகதத்தைக் கூட்டி வரும்படி சொன்னேன். மரகதம் வந்துவிட்டாள். நடந்ததைத் தெரிவித்தேன். நந்தினியைப் பார்க்க அவளும் என்னுடன் வருவதாகக் கூறினாள். நாங்கள் இருவரும் புரவியேறிக் காவல்களை கடந்து வெளியேறினோம். கடற்கரையை நெருங்கியதும்தான் எங்கள் பயம் எங்களை விட்டு நீங்கியது.

"படகேறிப் புறப்பட்டோம். வழியிலே பல தீவுகளைக் கண்டோம். ஆனால் சாந்திமத் தீவு எது என்று புரியவில்லை.

தூரத்தில் வரும்போது கரையருகில் கப்பல் ஒன்று நிற்பதைக் கண்டோம். அதனால்தான் இங்குவர நேர்ந்தது" என்று கூறி முடித்தான் அந்த வீரன். தளநாயகனும், இராசராசனும் தண்ணீர் கொண்டு வரச் சென்றனர். இன்பவல்லி மாளிகை நோக்கி நடந்தாள். மரகதம் மட்டும் வீரனின் துணிவையும், நாட்டுப் பற்றையும் எண்ணினாள். அவளையறியாமல் அவளுடைய கண்கள் கண்ணீரைப் பெருக்கின.

அந்த வீரன் நிலை மிகவும் மோசமாகி விட்டது. அவனுடைய தலையைத் தன் மடி மீது தூக்கி வைத்துக் கொண்டாள் மரகதம். "தண்ணீர்! தண்ணீர்!" என்றான் அந்த வீரன். இராசராசனும், தளநாயகனும் சென்ற வழியையே பார்த்துக் கொண்டிருந்தாள் மரகதம். "அன்னை... அன்னை... வாழ்க!" என்று கடைசியாக முனகினான் வீரன். மறுவிநாடியே ஆவி அவனை விட்டுப் பிரிந்தது. தலை சாய்ந்தது. மரகதம் 'கோ'வென்று கதறினாள்.

தளநாயகனும், இராசராசனும் தண்ணீருக்காகச் சுற்றி விட்டு மாளிகைக்கு வந்தனர். இன்பவல்லியும் மாளிகைக்கு வந்து சேர்ந்தாள். ஆனால், அங்கே நூறு படை வீரர்கள் காத்து நின்றார்கள். அத்தனை பேரும் தளநாயகனுக்குப் புதியவராகக் காணப்பட்டனர்.

இன்பல்லியை மாளிகைக்குள் அனுமதித்தனர் அந்த வீரர்கள். இராசராசனும், தளநாயகனும் உள்ளே செல்ல முயற்சிக்கும் போது வீரர்களால் தடுத்து நிறுத்தப்பட்டனர். இளவரசனுக்கும், தளநாயகனுக்கும் என்ன செய்வதென்று புரியவில்லை. ஈழத்திலிருந்து திரும்பியதிலிருந்து நடக்கும் நிகழ்ச்சிகள் விநோதமாகவே இருக்கின்றன. இருவரும் சுற்று முற்றும் பார்த்தனர். சிறிது தூரத்தில் சோழனுடைய கப்பலில்

இருந்தவர்களும் கைது செய்யப்பட்டு அங்கே நிறுத்தப்
பட்டிருந்தனர். இது இன்னும் அவர்களுக்கு வியப்பாக
இருந்தது.

தளநாயகன் அவர்களைப் பார்த்து, "நீங்கள் யார்?"
என்றான். உடனே அந்தப் படை வீரர்களின் தலைவன் முன்
வந்து, "நாங்கள் கேட்க வேண்டிய கேள்வி இது! நீங்கள் யார்?"
என்று கேட்டான்.

"நான் சோழனின் படைத்தலைவன். இவர் இளவரசர்
இராசராசன்" என்றான் தளநாயகன்.

"உங்களைச் சந்தித்ததில் மகிழ்ச்சி" என்று சொல்லிப்
படைத்தலைவன் அவர்களை வணங்கினான். "இத்தீவு
அன்னையின் ஆளுகைக்கு உட்பட்டது. நாங்கள் அன்னையின்
படை வீரர்கள். தூரத்தில் கப்பல் நிறுத்தப்பட்டிருப்பதைக்
கண்டு இங்கு வந்தோம். எங்களுடைய அனுமதியின்றி
இத்தீவில் நீங்கள் இறங்கியதே தவறு" என்றான் தலைவன்.

"தவறா சரியா என்பதைப் பின்னர் தீர்மானித்துக்
கொள்ளலாம். உங்களைச் சேர்ந்த வீரன் ஒருவன் அங்கே
உயிருக்காக மன்றாடிக் கொண்டிருக்கிறான். அவனுக்குத்
தண்ணீர் எடுத்துச் செல்லவே இங்கு வந்தோம். முதலில்
தண்ணீர் வேண்டும்" என்றான் தளநாயகன்.

படைத்தலைவன் ஒரு வீரனிடம் கண்களை
அசைத்தான். அந்த வீரன் மாளிகைக்குள் சென்று தண்ணீர்
எடுத்து வந்தான். பிறகு அந்த வீரனும், தளநாயகனும் மட்டும்
சென்றனர். படைத் தலைவன் இராசராசனை அனுமதிக்க
வில்லை. சிறிது நேரத்தில் அந்த வீரன் மங்கையின் காதலனைச்
சுமந்து வந்தான். அவனுக்குப் பின்னால் தளநாயகனும்,
மரகதமும் வந்தார்கள். படை வீரர்களுக்கு முன்னால் வந்ததும்

மங்கையின் காதலனைக் கீழே கிடத்தினான் அந்த வீரன். பிறகு அந்த உடலை வணங்கி எழுந்தான்.

அங்கு நின்ற எல்லோரும் பார்த்தனர். எல்லோர் வாயிலிருந்தும் 'ஆ' என்ற சத்தம் ஒரே நேரத்தில் வெளி யாயிற்று. "இந்த வீரனைக் கொன்றது யார்?" என்று படைத் தலைவன் கேட்டான் கலக்கத்துடன்.

"நான்தான் கொன்றேன்!" என்றான் இராசராசன்.

"மன்னியுங்கள் உங்கள் இருவரையும் கைது செய்கிறேன்" என்றான் தலைவன்.

மறுவிநாடியே இராசராசனும், தளநாயகனும் கைது செய்யப்பட்டனர்.

6. அழிந்ததோ நம்மரண்? ஒழிந்ததோ நம் படை?

பூவின துயர்வு பொய்கையி னாழத்
தளவா வதுபோல், உளமது கலங்கா
ஊக்க மொருவன தாக்கத் தளவெனத்
துணிவார்க் குறுதுயர் தொடுமுன் எவ்வும்
அணியார் பந்துறு மடிபோல், முயற்சியில்
இயக்கு இன்பம் பயக்குமென் றிசைக்குஞ்
சான்றோர் சொல்லுஞ் சான்றேயன்றோ?

- மனோன்மணீயம்

நந்தினி செய்தி கேட்டுத் திடுக்கிட்டாள். தூது சென்ற மங்கையின் காதலன் கொல்லப்பட்டான். தளநாயகனோ அன்னையின் படைகளால் கைது செய்யப்பட்டான். இதை விட அவளை வருத்தும் செய்தி வேறு என்ன இருக்கிறது? மங்கையோ இரண்டு நாட்களாகப் படுக்கையிலிருந்து எழவில்லை. அழுதழுது கண்கள் சிவந்திருந்தன. இனி அழுவதற்கும் அவளிடம் சக்தி இல்லை. தலையணை கண்ணீரால் நனைந்துவிட்டது. பூ முடிக்கும் குழல் அலங் கோலமாய்க் கிடந்தது. சமீபத்தில் மலர்ந்த அவளுடைய வாழ்வு இவ்வளவு சீக்கிரம் கருகி விடுமென்று அவள் எதிர் பார்க்கவில்லைதான்.

தன்னைப் போலவே நந்தினியும் இன்பமடைய
வேண்டும் என்ற நல்லெண்ணத்தில்தான், தன் காதலன் தூது
செல்லச் சம்மதித்தாள். ஆனால் நாளெல்லாம் நாட்டிற்கு
உழைத்து, வாழ்வையே நாட்டிற்குக் காணிக்கையாக்கத்
துணிந்த அன்னையும், அவளைச் சார்ந்தோரும் இப்படியே
துன்பமும், துயரமும் அடைய வேண்டியதுதானா? இதற்கு
முடிவில்லையா? அந்தோ! அன்னையின் படையில் அணி
வகுத்து நின்ற எத்தனையோ பெண்கள் நாட்டிற்காக தங்களின்
மானத்தை இழந்தனர். அதனால் வாழ்வையே துறந்தனர்.
இவையெல்லாம் கண்டும் கேட்டும் அன்னை ஏன் மௌனம்
சாதிக்கிறாள்?

அன்னையின் படையில் முக்கிய பதவி வகிக்கிறாள்
மங்கை. இன்று அவளுடைய வாழ்வுக்கே சோதனை ஏற்பட்டு
விட்டது. கமலினியும் அப்படித்தான் இருந்தாள். மானத்தை
இழந்து உயிர் வாழ விரும்பாமல் மறைந்து விட்டாள் அவள்.
அன்னையின் சொந்த மகள்தான் நந்தினி. நந்தினியைப்
பிரிந்திருந்தது முதல் அவள் நினைவாகவே இருந்தாள்
அன்னை. நந்தினியும் அன்னையின் நினைவாகவே இருந்தாள்.
தன் ஆருயிர்க் காதலன் தளநாயகன் எத்தனையோ முறை
மணம் செய்யத் தூண்டியும், அன்னை பற்றிய செய்தியறிந்த
பின்னர்தான் திருமணம் என்று கண்டிப்பாகச் சொல்லி
விட்டாள் நந்தினி. காதலனை விடத் தாயின் மீதுதான்
அளவற்ற பாசம் வைத்திருந்தாள் அவள்.

இப்பொழுது அன்னையிடம் வந்து விட்டாள்.
அவளுடைய மிகப் பெரிய ஆசை நிறைவேறிவிட்டது. இதோ
தளநாயகனும் வந்துவிட்டான் தீவுக்கு. ஆனால் மணமகனாக
வரவில்லை. கைதியாகக் கொண்டு வரப்பட்டிருக்கிறான்.
அதுவும் அன்னையின் கைதியாக. தாய்க்கு உள்ள உரிமை

மகளுக்கில்லையா? அன்னையின் கைதி என்றால் நந்தினிக்கும் கைதிதானே? ஆனால் அதை ஏற்றுக் கொள்ள மனம் மறுத்து விட்டது.

காதலன் - தளநாயகன் விடுதலை செய்யப்பட வேண்டும். அவனை நந்தினி சந்தித்துப் பேச வேண்டும். இதுதான் நந்தினியின் வேண்டுகோள். ஆனால் அன்னை பிடிவாதமாக மறுத்துவிட்டாள். தளநாயகனை சந்திக்கவே கூடாது என்று சொல்லிவிட்டாள். இனி என்ன செய்வது? மங்கையிடமாவது சொல்லலாமென்றால் அவளோ கணவனை இழந்து, கைம்பெண்ணாகி, நொந்து உருகுகிறாள். இனியும் அவள் உயிர் வைத்திருப்பாளா என்பதே சந்தேகம். இந்த நிலையில் ஆறுதலும் தேறுதலும் சொல்ல ஆளின்றி, அரைப் பட்ட மெழுகு போல உருகினாள் நந்தினி.

தளநாயகனும், இராசராசனும் கோமளத் தீவிலே சிறை வைக்கப்பட்டனர். அவர்களுக்கு வேண்டிய பணிகளைச் செய்ய, சில காவலர்களும் நியமிக்கப்பட்டனர். தளநாயகனுடன் கைது செய்யப்பட்ட மற்ற சோழநாட்டு வீரர்கள் சாந்திமத் தீவிற்குக் கொண்டு வரப்பட்டு, தனியே ஓரிடத்தில் வைக்கப் பட்டனர்.

அந்த வீரர்களுக்கு அன்னையின் வரலாறு எடுத்துரைக்கப்பட்டது. எல்லா வீரர்களும் அன்னையின் படை வீரருடன் சோழநாட்டின் மீட்சிக்காக, அதன் நல் வாழ்வுக்காக வேலை செய்ய வேண்டும் என்று கேட்டுக் கொள்ளப்பட்டனர்.

அன்னையின் உள்ளமுருக்கும் வரலாற்றையும், நாட்டின் மீது அவளுக்கிருக்கும் பற்றுதலையும், அதற்காக அவள் செய்யும் கடமையையும் அறிந்த சோழனின் படைகள்,

'அன்னை வாழ்க' என்று கோஷித்து, தங்களுடைய
சம்மதத்தைத் தெரிவித்தனர்.

"தாயின் மீது ஆணை!"

"தமிழின் மீது ஆணை!"

"தாயகத்திற்கு நலமே புரிவோம்!"

என்று சபதம் எடுத்துக் கொண்டனர்.

சாந்திமத்தீவு மிகவும் சுறுசுறுப்பாக விளங்கியது.
தெருக்களில் போவோரும் வருவோருமாக மக்கள் கூட்டம்
கூட்டமாக நடந்தனர். சோழநாட்டு வீரர்கள் அன்னையின்
படையுடன் சேர்ந்து நடைபோட்டனர். ஆனால் மங்கையின்
மாளிகையிலும், அன்னையின் மாளிகையிலும் சோகமே
குடிகொண்டிருந்தது. மங்கை தன் கணவன் இறந்த அதிர்ச்சி
யிலிருந்து இன்னும் மீளவில்லை. நந்தினியோ ஏக்கமே
உருவாக இருந்தாள்.

ஒரு நாள் திடீரென்று அன்னையின் ஒற்றர்கள் சிலர்
சாந்திமத்தீவிற்கு வந்து சேர்ந்தனர். அவர்களில் ஆண்களும்,
பெண்களும் இருந்தனர். அவர்கள் வந்ததும் தெரிவித்த முதற்
செய்தி இதுதான்:

"இராசேந்திரன் கைது செய்யப்பட்டான். அரச குடும்பம்
சிறை வைக்கப்பட்டது. இடைதுறையான் நாட்டைக்
கைப்பற்றிக் கொண்டான். ஈழப்போருக்கு சென்ற
தளநாயகனும், இளவரசனும் ஊர் திரும்பும் போது, புயலினால்
கடலில் மூழ்கி இறந்து விட்டார்கள் என்று பேசிக் கொள்
கிறார்கள். பல படைகள் புயலினால் சின்னா பின்னப்பட்டு
விட்டன. திரும்பி வந்த சில படைவீரர்கள் இடைதுறை
யானுக்கு அடிபணிந்துவிட்டனர். சில வீரர்கள் இடைதுறை

யானின் படைகளுடன் மோதி மாண்டனர். பல வீரர்கள் இதைக் கேள்வியுற்று தஞ்சைக்குச் செல்லாமல் ஆங்காங்கே தங்கிவிட்டனர். இடைதுறையான் சோழ நாட்டில் இருப்பதால் இடைதுறை நாட்டில் அவனுடைய பிரதிநிதி ஒருவன் இருக்கிறான். எல்லாப் படைகளும் சோழ நாட்டிற்குச் சென்று விட்டதால் இடைதுறை நாட்டில் இருக்கும் படைகள் சொற்பம்."

இச்செய்தி அன்னைக்குப் பெரு மகிழ்ச்சியளித்தது. 'தன் கடமை நிறைவேற இதுதான் தக்க தருணம். இதையும் வீணாக்கிவிட்டால் மறு சமயம் வாய்ப்பதரிது. மீண்டும் காத்திருக்க வேண்டியதுதான்' என்ற முடிவுக்கு வந்தாள் அன்னை.

அன்று இரவு எல்லாப் படை வீரர்களும் அழைக்கப் பட்டனர். அவர்களுக்கெதிரே ஒரு ஆசனம் போடப் பட்டிருந்தது. அதில் யாரும் அமரவில்லை. ஆசனத்திற்குப் பின்னால் ஒரு மெல்லியதிரை தொங்கியது. அதற்குப் பின்னால் அன்னை அமர்ந்திருந்தாள். மெல்லிய திரையினூடே அன்னையின் கண்களை மட்டுமே வீரர்கள் பார்க்க முடிந்தது. சொல்ல முடியாத பல ரகசியங்களைத் தன்னுள்ளே அடக்கி வைத்திருப்பது போல் அந்தக் கண்கள் தோன்றின. அந்தக் கண்களுக்குத் தான் என்ன அரிய சக்தி. ஆனால் அவளுடைய வாயை கருப்பு ஆடையால் மூடியிருந்தாள். ஆம். அன்னை அணிந்திருப்பதும் கருப்பு ஆடைதான்.

ஏன் வாயை மூடியிருக்கிறாள்? ஏன் திரைக்குப் பின்னால் காட்சியளிக்கிறாள்? இதெல்லாம் சோழனின் படை களுக்குப் புதுமையாகவே இருந்தன. ஆனால் அன்னையின் படைகள் அதைப்பற்றிச் சிந்திக்கவில்லை. அன்னையின் உத்தரவை எதிர்பார்த்தே காத்திருந்தனர்.

திரையின் ஒரு புறத்திலிருந்து நந்தினி மட்டும் வந்தாள். அவள் கையிலே அன்னையின் அறிவிப்பு ஓலை இருந்தது. இதை வழக்கமாகச் செய்பவள் மங்கைதான். ஆனால் மங்கைக்கு இரண்டு நாட்களாகக் காய்ச்சல். எழுந்து நடக்க முடியாத நிலை. கணவனை இழந்த கவலை, உண்ணாத குறை. அதனால் அன்னையின் கட்டளைப்படி நந்தினியே ஓலையுடன் வீரர்களுக்கு முன்னால் தோன்றினாள். அன்னையின் அறிவிப்பு ஓலையை அந்த ஆசனத்தில் வைத்தாள். அதற்கு முன்னால் நின்று மண்டியிட்டு வணங்கினாள். உடனே வீரர்கள் அனைவரும் எழுந்து நின்றனர். பிறகு மண்டியிட்டு வணங்கி அமர்ந்தனர்.

நந்தினி அந்த ஓலையை எடுத்துப் பிரித்தாள். அருகிலிருந்த படைவீரனை அழைத்தாள். அதை உரக்கப் படிக்குமாறு உத்தரவிட்டாள். உடனே அவனும் படித்தான்.

"சகோதரர்களே! சகோதரிகளே! வீரர்களே! நாளை நமது படை மீண்டும் இடைதுறை நாடு நோக்கிச் செல்ல வேண்டும். இதுவரை நமக்குப் போதிய படைபலம் இல்லாதிருந்தது. அக்குறையைப் போக்க நமது சகோதர வீரர்களும் உங்களுடன் வந்து சேர்ந்து விட்டனர். இடைதுறையான் சோழ நாட்டில் இருக்கிறான். பெரும்படை அவனுடனேயே இருக்கிறது. அவனுடைய பிரதிநிதி ஒருசில படைகளுடன் இடைதுறை நாட்டில் தங்கியிருக்கிறான்; நீங்கள் அனைவரும் முன்போல் ஆலங்காடு சென்று, உருமாறி, இடைதுறை நாட்டில் புகவேண்டும். அங்கு சூழ்நிலைக்கேற்ப நடந்து கொண்டு ஆட்சியைக் கைப்பற்ற வேண்டும். அதன் பிறகு நடக்க வேண்டிய விவரத்தை நான் தெரிவிக்கிறேன். முள்ளை முள்ளாலேயே குத்தி எடுக்க

வேண்டும். சதியைச் சதியாலேயே வெல்ல வேண்டும். நீங்கள் இதுவரை காத்திருந்த தருணம் இதோ வந்து விட்டது.

"உங்களுடைய இந்தப் பிரயாணம் புனிதமானதாக இருக்கட்டும். தாய்நாட்டு மண்ணில் நீங்கள் நிச்சயம் காலெடுத்து வைப்பீர்கள் என்ற நம்பிக்கை எனக்கு உண்டு. அந்த நம்பிக்கை நிறைவேறுவதும் உங்கள் கையில்தான் இருக்கிறது. இனி சோழ நாடுதான் உங்கள் தாய்நாடு. அதை மீட்கும் வரை தளரக் கூடாது. இந்தப் புனிதமான போராட்டத்திலே, பலர் உயிரையும் இழக்கலாம். இதுவரை நாம் புரிந்து வந்த பணியிலே எண்ணற்ற சோழநாட்டுப் பெண்கள் பங்கு கொண்டனர். பலர் மானமிழந்து இறந்தனர். பலர் எதிரிகள் வசம் சிக்கி இறந்தனர். பலர் துணிவுடன் கடமையாற்றித் திரும்பினர். ஆனால் பல துயர்களிடையே கடமையைச் செவ்வனே நிறைவேற்றினர். அவர்களுக் கெல்லாம் சோழ நாடு மிகவும் கடமைப்பட்டிருக்கிறது. அந்தப் பெண் திலகங்களுக்கு என் நன்றி, வீரர்கள் பலர் தாய் நாட்டிற்காகப் பணிபுரிந்து தங்கள் உயிரையும் தந்திருக் கின்றனர். அவர்கள் அமைத்துக் கொடுத்த பாதையிலே நீங்கள் அணிவகுத்துச் சென்று, அவர்கள் செய்து வந்த பணியை நிறைவேற்ற வேண்டும். இதுதான் என் வேண்டுகோள்.

இங்ஙனம்,
அங்கயற்கண்ணி

இதைப் படித்து முடித்தான் வீரன். 'அன்னை வாழ்க! மன்னர் வாழ்க! சோழ நாடு வாழ்க!' என்ற கூட்டுக்குரல் வானதிர நீண்ட நேரம் ஒலித்தது. இதைப் பார்த்ததும் அன்னையின் கண்களில் ஆனந்தக் கண்ணீர் பொங்கியது. நந்தினி கூட இதைக் கண்டதும் தன் காதலனைச் சிறிது நேரம் மறந்தாள். அவள் மனம் உணர்ச்சி வசத்தால் பொங்கியது.

அன்னையின் படைகள் அணிவகுத்தன. இரு பெண்கள் பாடினர்.

"அன்னை காவிரித் திருப்பெயர் ஆணை!
அறம் வளர்த்திடும் தென்னவன் ஆணை!
முன்னம் வைத்தகால் அகற்றி லோம்!
மூளும் போரில் தாதகி சூடு வோம்!!"

என்று பாடிவிட்டு மீண்டும், 'அன்னை வாழ்க! சோழ நாடு வெல்க!' என்றனர். படை வீரர்களும் பதிலுக்கு 'வெல்க!' எனக் கூவி நடைபோட்டனர். உண்மையிலேயே அன்னை இதுவரை காணாத இக்காட்சியைக் கண்டு, உள்ளம் பூரித்து, ஒரு விநாடி மெய்மறந்து நின்றாள்.

மறுநாள் காலை படை அணிவகுத்துப் புறப்பட்டன. ஏராளமான படகுகளில் வரிசை வரிசையாக அமர்ந்திருந்தனர் வீரர்கள். பெண்களும் பல படகுகளில் அமர்ந்திருந்தனர். நந்தினிகூட ஒரு படகில் அமர்ந்திருந்தாள். படகுகள் அத்தனையும் புறப்படத் தயாராக இருந்தன. இந்த நேரத்தில் ஒரு பெண் அங்கே ஓடி வந்தாள். நந்தினியின் காதில் ஏதோ ரகசியம் கூறினாள். இதைக் கேட்டதும் நந்தினி ஆச்சரியத்தால் நிமிர்ந்து பார்த்தாள். நந்தினி அமர்ந்திருக்கும் படகுதான் முதலில் புறப்பட வேண்டும். படகோட்டி குனிந்து, "புறப்படலாமா?" என்று பணிவுடன் கேட்டான். "சற்றுப் பொறு" என்றாள் நந்தினி. பிறகு படகை விட்டு இறங்கி, தனியே கரைக்கு வந்தாள்.

தூரத்தில் ஒரு பல்லக்குத் தெரிந்தது. நான்கு பேர் அதைச் சுமந்து வந்தனர். திரைகளால் மூடப்பட்டிருந்ததால் உள்ளேயிருப்பவர் யாரென்று தெரியவில்லை. நந்தினி நிற்கும் இடத்தை நோக்கியே அந்தப் பல்லக்கு வந்து கொண்டிருந்தது.

அன்னைதான் அவசரமாக வருகிறாள் என்றே எல்லோரும்
எண்ணினார்கள். அன்னை வாழ்க என்று கோஷமிட்டார்கள்.
ஆனால் முதல் நந்தினியல்லவா 'அன்னை வாழ்க!' என்று கூவ
வேண்டும். அவளோ பல்லக்கைப் பார்த்தபடி பேசாமல்
நின்று கொண்டிருந்தாள்.

பல்லக்கைத் தூக்கி வந்தவர்கள் நந்தினிக்கு அருகில்
அதை இறக்கி வைத்தனர். அதிலிருந்து திரையை விலக்கிக்
கொண்டு மங்கை வெளியே வந்தாள். கூந்தல் அவிழ்ந்திருந்தது.
நெற்றியில் திலகமில்லை. முகம் வாடி சோபையிழந்திருந்தது.
தூய வெண்மையான ஆடை அணிந்திருந்தாள். உடல்
மெலிந்திருந்தது.

மங்கையைக் கண்டதும், "அக்கா!" என்று கட்டிக்
கொண்டாள் நந்தினி. பொங்கி வரும் உணர்ச்சியை அடக்க
முடியவில்லை மங்கைக்கு. "நந்தினி!" என்றாள். அவளை
இறுகக் கட்டியணைத்துக் கொண்டாள். இருவரும் கண்ணீர்
வடித்தனர். இக்காட்சியைக் கண்டு அத்தனை வீரர்களும்,
பெண்களும் கண்ணீர் வடித்தனர்.

நந்தினி சிறிது தேறி மங்கையின் கண்ணீரைத்
துடைத்தாள். "அக்கா! உன்னைச் சந்திக்காமல் புறப்படுவ
தென்றே தீர்மானித்தேன். மன்னித்துக் கொள். உன்னைப்
பார்த்துவிட்டால் என் மனம் தளர்ச்சியுறும். நீயோ என்னைக்
கண்டு அழுது புலம்புவாய். ஆற்றாது கண்ணீர் விடுவாய்.
உனக்குத் தேறுதல் கூறும் சக்தி எனக்கு உண்டா என்பதே
சந்தேகம். என்னால் புண்பட்ட உன் இதயத்திற்கு சாந்தி
யளிக்க, என்னால் முடியாது என்று நினைத்தேன். ஆயினும்
புறப்படு முன்பு நீ வந்துவிட்டாய். உன்னைக் கண்டதும் -
உன் நிலையை - கோலத்தைப் பார்த்ததும் என் மனம்

வேதனையடைகிறது. படைகள் புறப்படும் நேரம் வந்து
விட்டது. திரும்பிப் போ! நாங்கள் புறப்படுகிறோம். அன்னை
உனக்கு ஆறுதல் கூறுவார்கள்" என்றாள் நந்தினி.

மங்கை புன்னகை செய்தாள். ஆனால் அந்தப்
புன்னகையில் வறட்சியும், கடுமையும் காணப்பட்டது.
"நந்தினி காதலனை இழந்தேன். ஈடு செய்ய முடியாத நிலை
தான். வாழ்க்கை துன்பம்தான். ஆனால் என் கடமை?
அன்னையிடம் நான் செய்த சத்தியம்? அதை மறந்து சாந்திமத்
தீவில் நான் என்ன செய்யப் போகிறேன்? சோழ நாட்டின்
மீட்சிக்காக - அன்னையின் சபதம் நிறைவேற இத்தனைக்
காலம் உழைத்தேன். இதோ விடிவெள்ளி தோன்றி விட்டது.
இந்த நேரத்தில் - முக்கியமான இத்தருணத்தில் - நானும்
உடன் வரவேண்டும். நீயோ அனுபவமில்லாதவள். வா!
படகுக்குச் செல்வோம்" என்றாள் மங்கை.

இருவரும் படகிலேறி அமர்வதை எல்லோரும்
கண்டனர். மங்கை எழுந்து நின்றாள். "அன்னை வாழ்க"
என்று மெதுவாகக் கூறினாள். அவள் குரல் கம்மியது. ஆனால்
சிறு நெருப்பு பெரும் தீயாவது போல் 'அன்னை வாழ்க!' என்ற
மங்கையின் குரல், ஆயிரக்கணக்கான குரல்களாக மாறி
வானளாவ ஒலித்தது.

படகோட்டிக்கு மங்கை கண்ணசைத்தாள். முதற் படகு
புறப்பட்டது. பிறகு எல்லாப் படகுகளும் புறப்பட்டன.
சிறிது நேரத்தில் கண்ணுக்குத் தெரியாத தூரத்திற்குச் சென்று
மறைந்தன ஆயிரந்தீவுப் படகுகள்.

7. ஆயிரந்தீவில் அன்னையைக் கண்டனர்!

கருமம் செயஒருவன் கைதூவேன் என்னும்
பெருமையின் பீடுடையது இல்.

- குறள்

தளநாயகன் பாதித் தூக்கத்தில் விழித்துக் கொண்டான். எழுந்து உட்கார்ந்தான். அருகில் இராசராசன் நிம்மதியாகத் தூங்கிக் கொண்டிருப்பதைப் பார்த்தான். இளவரசனுடைய உதடுகள் தூக்கத்திலும் புன்னகையைக் கொட்டின. அவன் ஏதோ கனவு கண்டிருக்க வேண்டும். இன்பவல்லி அவனோடு பேசிச் சிரித்திருக்கலாம். பாவம்! இளவரசனுடைய காதல் இப்படியா முடிய வேண்டும்? நந்தினி இந்த நேரத்தில் நன்றாகத் தூங்கிக் கொண்டிருப்பாள் அல்லது என் நினைவால் தூக்கம் பிடிக்காமல் துயருறுவாள். இப்படியெல்லாம் அவன் சிந்தனை சிறகடித்துப் பறந்தது.

மெதுவாக எழுந்து நிலா முற்றத்திற்கு வந்தான். அங்கே நிலவு தன் வெள்ளி ஒளியைச் சிதறிக் கொண்டிருந்தது. ஈழத்திற்குச் சென்றதும், வெற்றிக் கண்டதும், திரும்பியதும், புயலிலகப்பட்டு பவளத்தீயையடைந்ததும், இன்பவல்லி முதலியோரைச் சந்தித்ததும், பிறகு கோமளத் தீவில் சிறை வைக்கப்பட்டது வரை அத்தனையும் அவன் மனக் கண்ணெதிரே தோன்றின.

துன்பத்திலும் இன்பமிருப்பதாகவே நினைத்தான்
தளநாயகன். சாந்திமத் தீவிலே நந்தினியைச் சந்திக்கப்
போகிறோம் என்ற மகிழ்ச்சிதான் எதிர்த்து வரும் துன்பங்
களைத் தாங்கிக் கொள்ளும் சக்தியையளித்தது. நந்தினி
வருவாள் சந்திக்கலாம் என்ற நம்பிக்கையிலே தான் கோமளத்
தீவிலும் நேரத்தைப் போக்கினான்.

ஆனால் அன்று பகலில் அவன் கேள்வியுற்ற செய்தி
தான் அவனுக்கு வியப்பையளித்தது. சோழனின் படைகளும்,
அன்னையின் படைகளும் சேர்ந்து விட்டன. சோழ நாட்டை
இடைதுறையானிடமிருந்து விடுவித்து, மன்னரையும்
மற்றவரையும் விடுதலை செய்யவே அந்தப் படை
புறப்பட்டுப் போயிருப்பதாக அறிந்தான். நந்தினியும் உடன்
போயிருப்பது அவனுக்கு வருத்தத்தையளித்தது. தானும்
இளவரசனும் சிறையிலிருப்பது அவளுக்குத் தெரியாமல்
இருக்காது. பிறகு ஏன் அவனைச் சந்திக்க வரவில்லை
நந்தினி? ஒன்று, அவனை அவள் மறந்திருக்க வேண்டும்.
அல்லது காதலைத் தியாகம் செய்து கடமையை மேற்
கொண்டிருக்க வேண்டும். இனியும் நந்தினியைப் பற்றியே
நினைத்துக் கொண்டிருந்தால் என்ன ஆவது?

வெளியே எட்டிப் பார்த்தான் தளநாயகன். காவலர்கள்
தூங்கிக் கொண்டிருந்தனர். அந்த மாளிகையும் மரம், செடி,
கொடிகளும் நிலவொளியில் மிதந்து கொண்டிருந்தன.
நந்தினியைப் பற்றிய நினைவு அவன் உள்ளத்தில் வேதனையை
யூட்டியது. இனியும் அவளை நினைத்துப் பயனில்லை.
விடுதலையாக வேண்டும்; இளவரசனுடன் தாய்நாடு திரும்ப
வேண்டும்; சோழ நாட்டை மீட்க வழி தேடவேண்டும்
என்றெல்லாம் முடிவு செய்தான்.

மீண்டும் இளவரசன் படுத்திருக்கும் இடத்திற்கு வந்தான் தளநாயகன். இளவரசனை எழுப்பினான். இளவரசன் கண்களைத் துடைத்துக் கொண்டே எழுந்து உட்கார்ந்தான். தாங்கள் விடுதலையாகி, சொந்த நாட்டிற்குத் திரும்புவது பற்றி இருவரும் நீண்ட நேரம் பேசிக் கொண்டிருந்தனர். இடை யிடையே இன்ப வல்லியைப் பற்றி ஞாபகப்படுத்தினான் இளவரசன்.

இன்பவல்லியைப் பற்றி இளவரசன் சொல்லும் போது தளநாயகனுக்கு எரிச்சலாக இருந்தது. பட்டத்திற்கு வர வேண்டிய இராசராசன் இன்பவல்லியை மணப்பது சுலபம் அல்ல. மேலும், அவள் இடைதுறை நாட்டைச் சேர்ந்தவள். அவளுடைய குடும்பத்தினாரால் சோழநாட்டிற்கே கேடு விளைவிக்கப்பட்டிருக்கிறது. இந்நிலையில் இன்பவல்லியை இளவரசன் மறந்தேயாக வேண்டும். அத்துடன் காதல் செய்வதற்கும் இது நேரமல்ல. இவற்றை வலியுறுத்தினான் தளநாயகன்.

இராசராசனுக்கு இந்த உபதேசம் கசந்தது. “நான் இன்ப வல்லியை சந்திக்கத்தான் போகிறேன்” என்று கூறினான் இளவரசன். இந்நிலையில் விடுதலையாகி வெளியேற வேண்டிய விவரத்தைப் பற்றிப் பேசி, அவன் கோபத்தை மாற்றினான் தளநாயகன்.

விடிந்ததும் ஒரு காவலன் மாளிகைக்குள் நுழைந்தான். அவனிடம் ஒரு ஓலையைக் கொடுத்தான் தளநாயகன். காவலன் அந்த ஓலையைப் பெற்றுக் கொண்டு, வணங்கி வெளியேறினான்.

அன்று மாலை மீண்டும் அங்கே வந்தான் அந்தக் காவலன். ஒரு ஓலையை தளநாயகனிடம் கொடுத்தான்.

அதைப் பிரித்துப் படித்ததும் மகிழ்ச்சியால் இளவரசன்
முதுகில் தட்டினான் தளநாயகன். "நமது வேண்டுகோளை
அன்னை ஒப்புக் கொண்டு விட்டாள். நம்மைப் புறப்பட்டு
வரும்படியும் கேட்டுக் கொண்டிருக்கிறாள்" என்றான்.

"ஆமாம். தங்களுக்காக படகு ஒன்றும் காத்திருக்கிறது.
இன்று இரவு அன்னையின் மாளிகையிலே உங்கள்
இருவருக்கும் விருந்து" என்றான் காவலன். உடனே
எல்லோரும் மாளிகையை விட்டு வெளியேறினர். காவலன்
வழிகாட்ட, கடற்கரையை அடைந்தனர். அங்கே அலங்
கரிக்கப்பட்ட படகு ஒன்றில், பன்னிரண்டு வீரர்கள் காத்து
நின்றனர். இளவரசனும், தளநாயகனும் ஏறிக் கொள்ள, படகு
புறப்பட்டது.

அன்னையின் மாளிகையை அவர்கள் அடையும்போது
இருட்டி விட்டது. வாசலிலே நின்ற வீரர்கள், "அன்னை
வாழ்க! சோழ நாடு வெல்க!" என்று வாழ்த்தொலி செய்து
வரவேற்றனர். தளநாயகனுக்கும், இளவரசனுக்கும் இது
புதுமையாக இருந்தது. இந்த நேரத்தில் நந்தினியும் இங்கே
யிருந்தால் எவ்வளவு நன்றாக இருக்கும் என்று எண்ணினான்
தளநாயகன். ஆயினும் அன்னையைச் சந்திக்கப் போவதிலே
அவனுக்கு அளவற்ற உற்சாகம். இருவரும் வீரன் காட்டிச்
சென்ற வழியே நடந்து சென்றனர்.

அன்னையின் மாளிகையில் விருந்து முடிய நீண்ட
நேரமாகிவிட்டது. அதற்குப் பின்னர் ஒரு கூடத்திற்கு
அழைத்து வரப்பட்டனர். அந்தக் கூடம் நன்கு அமைக்கப்
பட்டு அழகாகத் தோற்றமளித்தது. இளவரசனுக்கும்,
தளநாயகனுக்கும் இரண்டு ஆசனங்கள் போடப்பட்டிருந்தன.
எதிரில் ஒரு மெல்லிய வெண்திரை தொங்கிற்று. அதற்குப்

பின்னால் ஒரு ஆசனம் போடப்பட்டிருந்தது. தளநாயகனும், இளவரசனும் வந்து அமர்ந்த சிறிது நேரத்தில் திரைக்குப் பின்னால் அன்னையும் வந்து அமர்ந்தாள். வழக்கம்போல வாயை மூடியிருந்தாள். ஒளிவீசும் இரு கண்களை மட்டுமே அவர்களால் பார்க்க முடிந்தது. அவளுடைய முகத்திலே தோன்றும் உணர்ச்சி பாவங்களை அவர்களால் தெரிந்து கொள்ள முடியவில்லை.

அன்னை பேச ஆரம்பித்தாள். அவள் குரல் மெதுவாகத் தான் கேட்டது. மிகவும் அடக்கத்துடனும், அமைதியுடனும் பேசினாள்.

"சோழகுல திலகம் வாழ்வதாக! சோழ மண்டலம் நீடு நின்று நிலைப்பதாக! மதிப்பிற்குரிய இளவரசே! தளபதியாரே! சாந்திமத் தீவும் அதைச் சேர்ந்த ஆயிரம் தீவுகளும் உங்கள் வரவுக்கு நன்றி தெரிவித்துக் கொள்கிறது. புலிக்கொடி தழைப்பதற்கு ஆயிரந் தீவுகள் தன்னை அர்ப்பணித்துக் கொள்கிறது. ஆயினும் ஆயிரந் தீவுகளுக்கு அரும்பணி ஒன்று உண்டு. தனிமையாகச் செய்ய வேண்டிய பெரும் பணி அது. அது முடிந்ததும் இந்த ஆயிரந் தீவுகளை சோழ மண்டலத் திற்கே உரிமையாக்க முடிவு செய்திருக்கிறோம்.

"எங்கள் பணியை நிறைவேற்றும் ஒரு பகுதியே உங்களிருவரையும் முதலில் சிறை வைத்ததற்குக் காரணம். உங்களுடன் வந்த படை வீரர்களை எங்கள் படையுடன் சேர்த்துக் கொண்டோம். நீங்கள் பிரிக்கப்பட்டு, காவலில் வைக்கப்படாமலிருந்தால் இக்காரியம் நிறைவேறுமா என்பது சந்தேகமே.

"நந்தினிக்கும், தளபதிக்கும் ஏற்பட்டுள்ள உள்ளன்பையும் நானறிவேன். நாடு எடுத்துக் கொண்டுள்ள இப்பெரும் பணி

முடியும் வரை, நீங்கள் ஒன்று சேர்வதை நான் விரும்ப வில்லை. நந்தினி பலமுறை என்னிடம் வேண்டினாள். தளபதியைச் சந்திக்கத் துடித்தாள். நான்தான் அனுமதி மறுத்தேன்" என்று அன்னை சொல்லிக் கொண்டிருக்கும் போது, தளநாயகன் புருவத்தை நெரித்தான். நந்தினி தன் நினைவாகவே இருப்பதை அன்னையின் வாயிலாக கேட்டதும் அவன் இதயம் புளகாங்கிதம் அடைந்தது. அன்னை மேலும் கூறினாள்: "நந்தினியும் நம் படைகளுடன் சேர்ந்து சென்றிருக்கிறாள். ஆயிரந் தீவு படைகள் சோழ நாட்டை மீட்கச் சென்றிருக்கின்றன. ஆனால் அவை நேரடி யாகச் சோழநாட்டிற்குச் செல்லவில்லை. முதலில் இடைதுறை நாடு செல்லவே கட்டளையிட்டிருக்கிறேன். இந்த விவரத்தை உங்களுக்குச் சொல்லவே அழைத்தேன்.

"இன்று நீங்கள் விடுதலை செய்யப்பட்டிருக்கிறீர்கள். இனி நீங்கள் சோழ நாட்டிற்குச் செல்லலாம். ஆனால் நேரடியாக நீங்கள் சென்றால் உங்களுக்கும் ஆபத்துதான். ஆகையால் இருவருமே மாற்றுடையில் இடைதுறை நாடு சென்று, எங்கள் படைகளுடன் தொடர்பு கொண்டு, அவர் களுடன் ஒத்துழைத்தால் சோழ நாடு விடுதலையடைய அதிக நாட்கள் பிடிக்காது."

இதைக் கேட்ட தளநாயகன் மகிழ்ச்சி கொண்டான். "அன்னையே! உங்கள் யோசனையே சிறந்தது. ஆனால் ஒரு சந்தேகம். நீங்கள் யார் என்பதை நாங்கள் அறிய ஆசைப்படு கிறோம்: நீங்கள் ஆயிரந்தீவிலே வந்திருந்து, இப்பணியை நடத்தக் காரணமென்ன? நந்தினிதான் உங்கள் மகளா? நீங்கள் தான் தூக்கிச் செல்லப்பட்ட கயல்விழியா? உங்கள் படை யினருடன் தொடர்பு கொள்ள எங்களுக்கு அத்தாட்சி வேண்டுமே?" என்றான் தளநாயகன்.

"நான் யார்? என் கதை என்ன? ஏன் இந்தப் பணியைச் செய்கிறேன், என்பது பற்றியெல்லாம் இப்போது வினவ வேண்டாம். காலம் விரைந்து வருகிறது. விரைவில் யாவும் புரியும். உங்களுக்கு ஒரு கடிதம் தருகிறேன். அதன் மூலம் என் படையினருடன் தொடர்பு கொள்ளலாம்" என்றாள் அன்னை.

"பவளத் தீவிலே சிறை வைக்கப்பட்டிருக்கும் இன்பவல்லி யார்? ஏன் அவள் சிறை வைக்கப்பட்டிருக் கிறாள்?" என்று கேட்டான் இளவரசன்.

"அவளுடைய பெற்றோரும் சதியில் சம்பந்தப் பட்டவர்கள். ஆனால், அவர்கள் ஒழிக்கப்பட்டு விட்டார்கள். இன்பவல்லி சிறை வைக்கப்பட்டிருக்கிறாள்" என்றாள் அன்னை.

"பெற்றோரின் குற்றத்திற்காக இன்பவல்லியை சிறை வைத்திருப்பது நியாயமா?"

"பாம்பு கடித்தால் அதன் குட்டியை விட்டு விடுவதா?"

"இன்பவல்லிக்கு அது பொருந்தாத உதாரணம். அவள் குற்றமற்றவள்."

"இது உங்கள் நாட்டின் அதிகாரத்திற்கு அப்பாற்பட்டது. ஆனால், இவ்வளவு அக்கறையுடன் அவளைப் பற்றி நீங்கள் ஏன் விசாரிக்க வேண்டும்?"

"பவளத்தீவில் நாங்கள் தங்கியிருந்த போது, இன்ப வல்லியைச் சந்தித்தார் இளவரசர். அவளிடம் இதயத்தைப் பறிகொடுத்துவிட்டார். இப்போது என்ன செய்வதென்று தெரியாமல் திகைக்கிறார்" என்றான் தளநாயகன் சிரித்துக் கொண்டே. இளவரசன் தளநாயகனைக் கோபமாய்ப் பார்த்து விட்டு தலைகுனிந்து கொண்டான்.

"நமது பணி வெற்றியடைந்ததும் இன்பவல்லியை விடுதலை செய்து விடுவோம். பிறகு இளவரசர் எண்ணப்படி நடக்கட்டும்" என்றாள் அன்னை.

"அவளை அடிக்கடி நான் சந்திக்க வேண்டும். அதற்கு அனுமதி கிடைத்தால்..."

"பணி முடியட்டும். கடமையில் கருத்தைச் செலுத்துங்கள்" என்று சொல்லிவிட்டு அன்னை எழுந்தாள். அவர்களை வணங்கினாள். பின்னர் மறைந்து விட்டாள்.

மறுநாள் காலை, தளநாயகனும் இளவரசனும் பிரயாணத்திற்குத் தயாரானார்கள். ஒரு வீரன் அங்கு தோன்றி ஓர் ஓலையைக் கொடுத்துச் சென்றான். தளநாயகன் அதை வாங்கிப் பத்திரப்படுத்திக் கொண்டான்.

8. இடைதுறை நாட்டில் இன்பவல்லி!

கொடுத்தும் கொளல்வேண்டும் மன்ற அடுத்திருந்து
மாணாத செய்வான் பகை.

- குறள்

இடைதுறை நாட்டில் இடைதுறையானின் பிரதிநிதியாக மணிமுடி என்பவன் ஆண்டு வந்தான். இடைதுறை நாட்டில் சட்டம், அமைதியைப் பாதுகாப்பதற்குத் தேவையான படைகளே நிறுத்தி வைக்கப்பட்டிருந்தன. அங்கு நடக்கும் நிகழ்ச்சிகளை அடிக்கடி வீரர்கள் மூலம் இடைதுறையானுக்கு அனுப்பி வந்தான் மணிமுடி. சோழ நாட்டிலிருந்து இடைதுறையானும் அவ்வப்போது மணிமுடிக்கு செய்திகள் அனுப்பி வந்தான்.

ஒரு நாள் ஒரு வீரன் மணிமுடியின் மாளிகைக்குள் நுழைந்தான். முறுக்கிவிட்ட நீண்ட மீசை; வளைந்து நெற்றி மேலேறிய புருவம்; சிவப்பேறிய கண்கள்; கடுகடுத்த முகம்; இடையிலே வாள்; இப்படிக் காட்சியளித்தான் அந்த வீரன்.

"யார் நீ?" என்றான் மணிமுடி. வீரன் வணங்கி நிமிர்ந்தான். "சோழ நாட்டிலிருந்து வருகிறேன். இடைதுறை மன்னர் அனுப்பி வைத்தார். சில சோழ வீரர்கள் இடைதுறை நாட்டிலும், சில இடைதுறை நாட்டு வீரர்கள் சோழ நாட்டிலும் இருக்க வேண்டுமென்று ஆசைப்படுகிறார்.

அதற்காகவே என்னை இப்போது அனுப்பினார். என்னை இங்கேயே தங்கும் படியும் சொல்லி விட்டார்" என்றான் அந்த வீரன். பிறகு தான் கொண்டு வந்த ஓலையை மணிமுடியிடம் நீட்டினான்.

மணிமுடி ஓலையை வாங்கிக் கொண்டு அவனை அப்பாற் போகச் சொல்லிவிட்டான். வீரன் மணிமுடியின் மாளிகையை விட்டு வெளியேறினான். வீதியில் அவன் செல்லும் போது பலர் அவனையே வெறித்துப் பார்த்தனர். ஆனால் ஊருக்குப் புதிதாக விளங்கும் அந்த வீரனை யாரும் சந்தேகிக்கவில்லை. ஏனெனில் நாடு இடைதுறையான் ஆட்சிக்கு வந்து சோழ நாடு அபகரிக்கப்பட்ட பிறகு, வேற்று நாட்டு வீரர்கள் அங்கே அதிகமாகி உலவுவது வழக்கமாகி விட்டது.

ஓலை கொண்டு வந்த வீரன் ஒரு மாளிகைக்குள் சென்று கதவைத் தட்டினான். பவளத்தீவில் இன்பவல்லியுடன் சிறை வைக்கப்பட்டிருந்த பெண்களில் ஒருத்தி வந்து கதவைத் திறந்தாள். வீரன் உள்ளே நுழைந்தான். வீரனைக் கண்டதும், "யார் நீங்கள்?" என்று கேட்டாள். அவன் பதில் பேசாமல் விரலிலிருந்த மோதிரத்தைக் காட்டினான். அவள் வணங்கி வழிவிட்டாள். "இன்ப வல்லி எங்கே?" என்று கேட்டான் அந்த வீரன். "மேலே இருக்கிறாள்" என்று பணிவுடன் பதில் கூறினாள். அந்த வீரன் மாடிப்படி ஏறி மேலே சென்றான்.

மறுநாள் அந்த வீரன் மீண்டும் மணிமுடியின் மாளிகைக்குச் சென்றான். மணிமுடியை வணங்கி நின்றான். 'என்ன?' என்று கேட்டான் மணிமுடி. வீரன் மணிமுடியின் அருகில் சென்று அவனுடைய காதில் ஏதோ ரகசியம் கூறினான். உடனே கண்களை உருட்டி புருவத்தை நெரித்து,

நெற்றியைச் சுருக்கினான். "உண்மைதானா? இன்பவல்லி வந்துவிட்டாளா? எப்போது?" என்று கேட்டான்.

"நேற்றுத்தான் வந்தாள். தப்பி வந்ததே ஆச்சரியமாம். கூடவே அந்த இரு பெண்களும் வந்து விட்டார்கள். அன்னை என்பவளிடம் கைதியாக இருந்தாளாம்! அவள் சொல்லும் கதையைக் கேட்டால் நெஞ்சு வெடித்துவிடும் போலிருக் கிறது" என்றான் அந்த வீரன்.

"அவள் இங்கு வந்தாலென்ன?" என்று கேட்டான் மணிமுடி.

"வரலாம். ஆனால் அவளுடைய உடல் நிலை சரியில்லை. பல இடங்களில் ஒளிந்து, மறைந்து, நடந்து கஷ்டப்பட்டு வந்து சேர்ந்திருக்கிறார்கள். நீங்களே நேரில் வந்தால் நல்லது என்று அபிப்பிராயப்படுகிறாள் இன்பவல்லி" என்றான் அந்த வீரன்.

"வருகிறேன் போ!" என்று அந்த வீரனை அனுப்பி விட்டான் மணிமுடி. 'இன்பவல்லியை சிறையெடுத்துச் சென்று ஆறு ஏழு ஆண்டுகளாகிவிட்டன. இப்போது வளர்ந்து பெரியவளாகி இருப்பாள். பார்க்கவும் அழகியாக இருப்பாள். அவளிடமிருந்து அன்னையைப் பற்றிய செய்திகளறிய வேண்டும். பிறகு அவளையே மணந்து இடைதுறை மன்னரின் அனுமதியின் பேரில் ஆயிரந்தீவையே கைப்பற்ற வேண்டும். அதன் பிறகு இன்ப வல்லியுடன் ஆயிரந் தீவிலேயே தங்கி முடி சூட்டிக் கொள்ள வேண்டும்" - இவ்வாறெல்லாம் அவன் மனம் கோட்டை கட்டியது.

உடனே சில வீரர்களுடன் மணிமுடி இன்பவல்லியின் மாளிகைக்குள் சென்றான். கதவைத் தட்டினான். அதே பெண் கதவைத் திறந்து, "நீங்கள் யார்?" என்றாள். "மணிமுடி!

உன்னிடம் இன்பவல்லி ஒன்றும் கூறவில்லையா? எங்கே இன்பவல்லி?" என்று உரக்கப் பேசினான்.

அந்த மங்கை பணிந்து, "இன்பவல்லி மேலே இருக்கிறாள். வருகிறவர்களை இன்னாரென்று தெரிந்து கொள்ளாமல் எப்படி மேலே அனுப்புவது? தவறிருந்தால் மன்னியுங்கள்" என்றாள்.

மணிமுடி தன்னுடன் வந்த வீரர்களை அங்கேயே நிற்கும்படி கூறிவிட்டு, படிக்கட்டுக்களைக் கடந்து மேலே சென்றான். இன்பவல்லி ஒரு கட்டிலில் படுத்திருந்தாள். பக்கத்திலே மற்றொரு பெண்ணும் அமர்ந்திருந்தாள். மணிமுடியைக் கண்டதும் அந்தப் பெண் எழுந்து நின்று வணங்கினாள். மணிமுடி, இன்பவல்லிக்கு அருகில் வந்து நின்றான். "உடல் நிலை எப்படி இருக்கிறது?" என்று விசாரித்தான்.

அவன் குரல் கேட்டதும் இன்பவல்லி கண்விழித்துப் பார்த்தாள். பிறகு மெதுவாக எழுந்து உட்கார முயன்றாள். மணிமுடி அவளைப் பார்த்து, "வேண்டாம். படுத்திரு. நீ தப்பிவந்ததே இடைதுறை நாட்டின் நல்ல காலம் தான். இன்றே இடைதுறை மன்னருக்கு செய்தி அனுப்புகிறேன்" என்றான்.

"ஐயா! என்னால் பேச முடியவில்லை. காய்ச்சல் அதிக மாயிருக்கிறது. நாளை நீங்கள் அவசியம் வரவேண்டும். உங்களிடம் அதிகம் பேச ஆசைப்படுகிறேன்" என்றாள் இன்பவல்லி.

"அவசியம் வருகிறேன். பயப்படாதே! அரண்மனை வைத்தியரை அனுப்பட்டுமா? உனக்குத் தேவையாக இருந்தால் சில காவலர்களை மாளிகையில் நிறுத்திக் கொள்" என்றான் மணிமுடி.

"வேண்டாம். இதோ என் தோழிகள் இருவர்; நெஞ்சுரம் பெற்ற பெண்கள்; எதற்கும் அஞ்சாதவர்கள். இவர்களின் உதவியில்லையானால் நான் தப்பி வந்திருக்க முடியாது. அவர்களே இங்கும் உதவியாயிருக்கிறார்கள்; நான் ஒரு தீவிலே, சிறை வைக்கப்பட்டிருந்தேன். அப்பிரதேசம் பிடிக்காமல் அடிக்கடி எனக்குக் காய்ச்சல் வருவதுண்டு. அதற்கு வைத்தியம் செய்து இவர்களுக்கு நல்ல அனுபவம் உண்டு. ஆகையால் எனக்கு வைத்தியர்களோ, வீரர்களோ தேவையில்லை; நீங்கள் மட்டும் நாளை அவசியம் வர வேண்டும்" என்றாள் இன்பவல்லி.

மணிமுடி இன்பவல்லியைப் பார்த்ததும் அவளுடைய அழகிலேயே மனதைப் பறிகொடுத்தான். அவளுடைய இனிமையான பேச்சு அவனுக்குப் போதையாக இருந்தது. 'இனி இவள் மணிமுடியின் கூண்டுக்கிளிதான்,' என்று முடிவு கட்டினான். மறுநாள் வருவதாகவும், இன்பவல்லியை அக்கறையுடன் கவனிக்கும்படியும் தோழிகளிடம் சொல்லி விட்டு அங்கிருந்து அகன்றான் மணிமுடி.

அன்று மாலையே ஒரு இளம் வாலிபன் முகத்தை மறைத்துக் கொண்டே அந்த மாளிகைக்குள் நுழைந்தான். கூர்ந்து பார்த்தால் அவன் முகத்திலே மீசையை ஒட்ட வைத்திருப்பது நன்கு தெரியும். கதவைத் தட்டியதும் வழக்கம் போல் அந்தப் பெண் வந்து கதவைத் திறந்தாள். எதிரே நின்ற வாலிபனைப் பார்த்து, "யார் நீ?" என்று கேட்டாள். ஆனால், அந்த வீரன் பதில் ஒன்றும் அளிக்கவில்லை. "எங்கே இன்பவல்லி?" என்று கேட்டான் கடுமையாக.

"நீ யார் என்பதை முதலில் சொல்!" என்றாள் அந்தப் பெண். "நான் மணிமுடியின் ஒற்றன்" என்றான் அந்த வீரன்.

"எங்கே வந்தாய்?"

"இன்பவல்லியைப் பார்க்க!"

"மணிமுடியைத் தவிர வேறு யாருக்கும் அனுமதி இல்லை!"

"நான் இந்நாட்டு ஒற்றர் தலைவன், மணிமுடி புக முடியாத இடத்தில் கூட நான் புகுந்து விடுவேன். எனக்குப் பரிபூரண உரிமையுண்டு."

"அப்படியானால் மணிமுடியின் உத்தரவு எங்கே?"

"என்னைப் பொறுத்தவரையில் தேவையில்லை. அனுமதிக்காவிட்டாலும் நான் மீறிச் செல்ல முடியும்."

"மீறி நடந்துவிட முடியும். ஆனால் மணிமுடியின் தண்டனையையும் எதிர்பார்க்க வேண்டும்."

"உங்கள் மீது சந்தேகப்படுகிறேன். அன்னை, தளநாயகன், இராசராசன், மங்கை, நந்தினி முதலியோர் உங்களை வேவுக்காரிகளாக இங்கு அனுப்பியிருப்பதாக கேள்விப்பட்டேன். இதைத் தெரிந்து கொள்ளவே இங்கு வந்தேன். இன்பவல்லியிடம் இதைப் பற்றி விசாரிக்க மணிமுடியே என்னை அனுப்பினார்" என்றான் அந்த வீரன் சிறிது கரகரப்பான தொனியில்.

உடனே அந்தப் பெண்ணுடைய முகம் வெளுத்து விட்டது. "நாங்களா வேவுக்காரிகள்? இது யாரோ கட்டி விட்ட கதை. என்னுடன் வாருங்கள். இன்ப வல்லியிடம் அழைத்துச் செல்கிறேன்" என்றாள் சிறிது துணிவு பெற்றவளாய்.

கதவைத் தாளிட்ட பிறகு இருவரும் இன்பவல்லி இருக்குமிடம் சென்றனர். காலடி ஓசை கேட்டதும் உட்கார்ந்திருந்த இன்பவல்லி நீட்டி நிமிர்ந்து படுத்து

விட்டாள். பக்கத்திலிருந்த பெண் ஒரு துணியால் அவள் உடலைப் போர்த்தினாள்.

உடனே அந்த வீரன், "அவ்வளவும் சூழ்ச்சி! நீங்கள் வேவுக்காரிகள்தான். உங்கள் பெற்றோர் இடைதுறை நாட்டிற்காக எவ்வளவோ சேவை செய்தனர். நீங்களோ மாறாக இந்நாட்டைக் காட்டிக் கொடுக்கிறீர்கள்" என்று சத்தமிட்டான். ஆனால் இன்பவல்லி கண்ணைக் கூடத் திறந்து பார்க்க வில்லை. அந்த வீரன் துணிவுடன் இன்பவல்லியின் அருகில் வந்து அவளுடைய நெற்றியில் கை வைத்துப் பார்த்தான்.

"நீங்கள் ஒற்றராக இருக்கலாம். ஆனால் பெண்கள் மட்டும் தனித்திருக்கும் இடத்தில் நுழைவதும், பருவம் வந்த பெண்ணின் உடலைத் தொடுவதும் தகாது" என்றாள் தோழிகளில் ஒருத்தி சிறிது கோபமாக.

அந்த வீரன் கேலியாகச் சிரித்தான். "நீங்கள் பலே கைகாரிகள்தான். ரகசிய வேவுக்காரிகள்தான். நீங்கள் சொல்வ தெல்லாம் பொய் என்று இப்போது தெரிந்து கொண்டேன்" என்றான்.

"இது வீண் குற்றச்சாட்டு" என்று குமுறினாள் அந்தப் பெண்.

"இதோ பார்! இன்பவல்லிக்குக் கடுமையான காய்ச்சல் என்கிறீர்கள். இவளுடைய நெற்றி சில்லிட்டுப் போயிருக் கிறது" என்றான் அந்த வீரன்.

"காய்ச்சல் தணிந்து விட்டதா?" என்று கேட்டு, இன்ப வல்லியின் நெற்றியில் கை வைத்துப் பார்த்தாள் அந்தப் பெண்.

"என்னிடம் இந்தப் பாசாங்கு வேண்டாம். இன்று காலையில்தான் இளவரசன் இராசராசன் கைது செய்யப்

பட்டான். அவன் சொல்லிவிட்டான், உங்களுடைய ரகசியத்தை" என்று அந்த வீரன் கூறியதும், "ஆ!" என்று அந்த மூன்று பெண்களும் ஒரே நேரத்தில் கத்தி விட்டார்கள்.

"இன்பவல்லி! எழுந்திரு! இனி உன் தந்திரம் என்னிடம் பலிக்காது" என்று சொல்லிக் கொண்டே அவளுடைய கையைப் பிடித்துத் தூக்கி நிறுத்தினான். இன்பவல்லி பயந்து நடுங்கினாள். மற்ற இரு பெண்கள் முகத்திலும் அச்சமும், கலவரமும் மாறி மாறித் தோன்றியது; அந்த வீரன் அட்ட காசமாய்ச் சிரித்தான்.

அவனுடைய சிரிப்பு அவர்களுக்கு மேலும் கலக்கத்தையே உண்டு பண்ணியது. "இனியாவது உண்மையைச் சொல்லி விடுங்கள். பிறந்த நாட்டைக் காட்டிக் கொடுத்தால் என்ன தண்டனை கிடைக்கும் தெரியுமா? தூக்குத் தண்டனை! பாவம்! ஆசைக்குரியவனை மணந்து வாழ வேண்டிய நீ மரத்திலே தொங்க வேண்டியதுதானா? இன்பவல்லி, ஏன் பேசாமல் நிற்கிறாய்?" என்றான் அந்த வீரன்.

இன்பவல்லியின் உடல் நடுங்கிக் கொண்டிருந்தது. அவள் எதுவும் பேசவில்லை. தலை குனிந்து நின்று கொண்டிருந்தாள். அவன் மேலும் பேசினான்; "உங்களை அன்னை விடுதலை செய்யவில்லை. இராசராசன் இன்ப வல்லியின் மீதுள்ள காதலால் உங்களைப் பவளத்தீவிலிருந்து கடத்தி வந்ததாகச் சொன்னான்!"

இப்படிச் சொல்லும்போது அந்த வீரனுடைய குரலிலே மாறுதல் தோன்றியது. இன்பவல்லிக்குத் திடீரென்று சந்தேகம் ஏற்பட்டது. நிமிர்ந்து, அந்த வீரனைக் கூர்ந்து நோக்கினாள். அவனுடைய உதட்டிலே புன்னகை நெளிவதைக் கண்டாள்.

உடனே துணிவுடன் அவன் முகத்திலிருந்த மீசையை இழுத்தாள். அது அவளுடைய கையுடன் வந்துவிட்டது. இதைச் சிறிதும் எதிர்பாராத வீரன் திகைத்தான். அதற்குள் அவனுடைய தலைப்பாகையையும் தட்டிவிட்டாள் இன்பவல்லி.

உடனே அந்த வீரன் சிரித்து விட்டான். இன்பவல்லியும் சேர்ந்து சிரித்தாள்; இரு பணிப்பெண்களும் "இளவரசர்!" என்று கத்தினர். ஆம்! இளவரசன் இராசராசன்தான் அங்கே நின்றான்.

"நீங்கள் பெரிய துணிச்சல்காரர்! சிறிது நேரத்திற்குள் எங்களை ஆட்டி வைத்து விட்டீர்களே? உயிர் போய் தான் திரும்பி வந்தது!" என்றாள் இன்பவல்லி.

"நீ தான் துணிச்சல்காரி! இவ்வளவு தூரம் உங்களைப் பயமுறுத்தியும் ஒரு வார்த்தையாவது உங்களிடமிருந்து பெற முடியவில்லை என்னால். அது மட்டுமா! கடைசியில் என் வேஷத்தையும் வெளியாக்கி விட்டாயே!" என்றான் இளவரசன். இருவரும் படுக்கையில் அமர்ந்தனர்.

"முதலில், நீங்கள் உண்மையாகவே மணிமுடியின் ஒற்றர் என்றுதான் நினைத்தேன். நீங்கள் குரலையும் மாற்றிப் பேசினீர்கள். அதனால்தான் நான் பயந்தேன். ஆனால் உங்களுடைய கை என் நெற்றியில் பட்டதும் எப்போதும் நான் உங்களிடம் அனுபவித்த உணர்ச்சியைப் பெற்றேன். அப்போதே எனக்குச் சந்தேகம் ஏற்பட்டது. பிறகு அவசரத்தில் உங்களுடைய போலிக் குரல் மாறிவிட்டது. உண்மைக் குரலைக் கேட்டேன். பிறகுதான் இந்தத் துணிவு ஏற்பட்டது" என்றாள் இன்பவல்லி சிரித்துக் கொண்டே.

"நாடகம் நல்ல வெற்றிதான்!" என்றனர் மற்ற இரு பெண்களும். மணிமுடி அங்கு வந்ததையும், மறுநாள் வரச் சொல்லியிருப்பதையும் தெரிவித்தாள் இன்பவல்லி.

"தளபதி தளநாயகர் வந்தாரா?" என்று கேட்டான் இளவரசன்.

"ஆமாம்! மீண்டும் நாளை வருவார்!" என்றனர் பெண்கள்.

"எனக்கு வேலை இருக்கிறது. அதிகாலையில் வருகிறேன்" என்று சொல்லிவிட்டு மீண்டும் அந்த மீசையை எடுத்து ஒட்டவைத்துக் கொண்டு, வந்த வேஷத்திலேயே திரும்பினான் இளவரசன். அவனுடைய மாற்றுருவத்தைப் பார்த்துச் சிரித்துக் கொண்டே நின்றாள் இன்பவல்லி.

மணிமுடியையும், இன்பவல்லியையும் பார்த்துச் சென்ற வீரன்தான் தளநாயகன். இன்பவல்லி வந்திருப்பதைப் பற்றி மணிமுடியிடம் தெரிவித்த பிறகு நகரைவிட்டு வெளி யேறினான். எல்லையோரத்தில் ஒரு வீரன் தளநாயகனுக்காகக் காத்திருந்தான் ஒரு புரவியுடன். தளநாயகன் அந்தப் புரவியின் மீது ஏறிக் கொண்டு இளமரக்காவைத் தாண்டி ஆலங்காட்டுப் பகுதிக்குள் நுழைந்தான்.

ஓரிடத்தில் அன்னையின் படையினர் நாடோடிகளைப் போல குடிசைகளை அமைத்துக் கொண்டு தங்கியிருந்தனர். தளநாயகன் அங்கே சென்றான். அவனுடைய புரவி ஒரு புதருக்குப் பக்கத்தில் நிறுத்தப்பட்டது.

மங்கையும், நந்தினியும் மற்றும் பல வீரர்களும் ஒரு குடிசையில் தளநாயகனை எதிர்பார்த்து அமர்ந்திருந்தனர். தளநாயகன் அங்கு வந்தான். இடைதுறை நாட்டில் நிகழ்ந்ததை அவர்களிடம் விளக்கினான். "மறுநாள் இரவு அன்னையின்

படையினர் அனைவரும் மாற்றுடைகளில் இடைதுறை நகருக்குள் புகவேண்டும். நகருக்குள் போய்ச் சேரும் நாலைந்து சாலைகள் வழியாக ஐந்தாறு பேர்களாகப் பிரிந்து செல்ல வேண்டும். அனைவரும் இன்பவல்லியின் மாளிகைக்கு நள்ளிரவில் வந்து சேர வேண்டும்" என்று அறிவித்தான் தளநாயகன்.

இந்த நேரத்தில் இரு வீரர்கள் ஒரு தூதுவனை விலங்கிட்டு அழைத்து வந்து அங்கே நிறுத்தினர். அத்தூது வனிடம் ஒரு ஓலை இருந்தது. அந்த ஓலையில் இன்ப வல்லியைப் பற்றிய விவரங்கள் எழுதப்பட்டு, மணிமுடியின் கையெழுத்து இடப்பட்டிருந்தது. மணிமுடி அத்தூதுவன் மூலம் இடைதுறையானுக்கு அனுப்பியிருந்தான் அந்த ஓலையை!

வீரர்கள் அந்தத் தூதுவனை அப்பால் இழுத்து சென்று விட்டனர். உடனே தளநாயகன் சோழநாட்டின் வீரர்களில் ஒருவனை அழைத்தான். அவனிடம் ஓலையைக் கொடுத்து தஞ்சைக்கு அனுப்பி வைத்தான்.

சிறிது நேரத்தில் மீண்டும் இருவீரர்கள் ஒரு தூதுவனை அழைத்து வந்தனர். அவன் சோழ நாட்டிலிருந்து மணிமுடிக்கு இடைதுறையானின் கட்டளையை எடுத்துச் செல்லும் வீரன். அவனிடமிருந்து இடைதுறையானின் கட்டளையைப் பறித்துக் கொண்டான் தளநாயகன். அந்தத் தூதுவனும் வேறுபுறம் இழுத்துச் செல்லப்பட்டான்.

அன்னையின் படைவீரர்களில் ஒருவனை அழைத்து இடைதுறையான் அனுப்பியது போல மணிமுடிக்கு அந்த ஓலையை அனுப்பி வைத்தான் தளநாயகன். பிறகு எல்லோரையும் மிகவும் எச்சரிக்கையுடன் நடந்து கொள்ளும்

படியும், இதில் சிறிது தவறினாலும், எல்லோரும் அகப்பட்டுக் கொள்ள நேரிடுமென்று சொன்னான்.

தளநாயகன் மீண்டும் புறப்படத் தயாரானான். நந்தினி அவனுக்கு ஆகாரம் எடுத்து வந்தாள். அவன் முன்பு வைத்து விட்டு மௌனமாக நின்றாள். "பிரயாணத்தால் களைப்பு அதிகமாய் விட்டது. பசியும் அதிகரித்து விட்டது என்று சொல்லிக் கொண்டே சாப்பிட ஆரம்பித்தான். மங்கையும், மற்ற பல பெண்களும் சூழ்ந்திருந்ததால் தளநாயகனும், நந்தினியும் ஒருவரையொருவர் பார்க்கக்கூட வெட்கினார்கள். பிறகு எப்படிப் பேசமுடியும்? தளநாயகனைவிட நந்தினிக்குத் தான் அவனிடம் பேச அதிக ஆவல். ஆனால் பேச முடிய வில்லை. அத்துடன் கடமையை நிறைவேற்றாமல் இருவரும் சந்திக்கவே கூடாது என்பது அன்னையின் கட்டளை. அதனால் இருவருமே இதய உணர்ச்சிகளைக் கட்டுப்படுத்திக் கொண்டனர். அவர்களுடைய சிந்தனைகளை வரப்போகும் போராட்டத்திலேயே செலுத்தினர்.

தளநாயகன் புறப்பட்டுப் போய்விட்டான். அன்னையின் படைவீரர்களும், சோழ நாட்டு வீரர்களும் மாற்றுடைகளைத் தயார் செய்தனர். கைது செய்யப்பட்ட எதிரியின் தூதுவர்களை காவல் செய்ய, அங்கேயே சில வீரர்கள் நிறுத்தப்பட்டனர். ஆலங்காடு மீண்டும் அன்னையின் படை வீரர்களும் கலகலப் புடன் காணப்பட்டது.

೯. பொறியில் சிக்கியது புலி...

வரைசில் புலிக ளோடு வந்து கட்டுண்டவே போல்
அரைசருந் தாமும் கட்டுண்டு அகப்பட்ட களிரனேகம்!

- கலிங்கத்துப்பரணி

அன்னையிடம் தளநாயகன் அனுமதி கேட்டபோது இன்பவல்லியை விடுதலை செய்ய அவள் மறுத்து விட்டாள். ஆனால் இளவரசன் இராசராசன் இன்பவல்லியிடம் பைத்திய மாகி விட்டான். அவளை எப்படியாவது விடுதலை செய்து, தன்னுடன் அழைத்தேயாக வேண்டுமென்றே முடிவு செய்தான். தன் கருத்தை தளநாயகனுக்கும் அறிவித்தான்.

தளநாயகன் சிறிது நேரம் சிந்தித்த பிறகு ஒரு முடிவுக்கு வந்தான். இன்பவல்லி இராசராசனை உண்மையாகக் காதலித்தால், சோழநாட்டின் விடுதலைப் பணியில் அவளும் பங்கு ஏற்க வேண்டும் என்ற நிபந்தனையை விதித்தான்; இளவரசன் அதை உற்சாகமாக ஏற்றான்.

இருவரும் தமிழ்நாட்டை அடைவதற்குப் பதில் பவளத் தீவுக்கே சென்றனர். இன்பவல்லியைக் கண்டனர். தளநாயகனின் நிபந்தனைக்கு இன்பவல்லி இணங்கினாள். இன்பவல்லியைக் கொண்டே இடைதுறையானை வளைக்க முடிவு செய்திருந்தான் தளநாயகன். அன்னைக்கு இன்ப வல்லியின் விடுதலை பற்றியும் அதனால் ஏற்படும்

அனுகூலம் பற்றியும் விவரித்துக் கடிதம் எழுதினான். அன்று மாலையே அன்னையின் அனுமதியும் கிடைத்து விட்டது.

இன்பவல்லியிடம் தன்னுடைய திட்டத்தை விளக்கினான். அதற்கு இன்பவல்லியின் மாளிகைதான் பொறியாக உபயோகப்படும் என்பதையும் எடுத்துக் காட்டினான். இடைதுறை நாடு சென்றதும் அவள் நடந்து கொள்ள வேண்டிய முறை பற்றியும் எடுத்துச் சொன்னான். இளவரசனுக்காக இன்பவல்லி எதுவும் செய்யச் சித்தமானாள். பிறகு எல்லோரும் தமிழகத்தை அடைந்தனர்.

ஆலங்காடு சேர்ந்ததும் இராசராசனை அனுப்பி, அன்னையின் படைகளுடன் தொடர்பு கொள்ளச் செய்தான் தளநாயகன். பிறகு மாற்றுடை அணிந்து, இன்பவல்லியுடனும், மற்ற பெண்களுடனும் இடைதுறை நாட்டை அடைந்தான். அங்கே இன்பவல்லியையும், மற்ற பெண்களையும் அவர் களுடைய மாளிகையில் அவன் சேர்த்தான். பின்பு சோழ நாட்டிலிருந்து வந்த ஒரு தூதுவனைக் கைது செய்து அன்னையின் படையிடம் அழைத்துச் சென்றான். அங்கே இளவரசனையும் மற்ற ஏனையோரையும் கண்டு தனது திட்டத்தை விளக்கினான். சோழ நாட்டுத் தூதுவனைக் காவலில் வைத்துவிட்டு, மாறுவேடத்தில் மணிமுடியிடம் சென்றான். தன்னை சோழநாட்டு தூதுவனாக அறிமுகப் படுத்தினான். அதன் பிறகுதான் மேற்கண்ட நிகழ்ச்சிகள் நடைபெற்றன.

மறுநாள் காலையில் இராசராசன் மாற்றுடையில் இன்ப வல்லியின் மாளிகைக்குள் நுழைந்தான். எதிர்பார்த்திருந்த இன்பவல்லி புன்சிரிப்புடன் அவனை வரவேற்றாள். இளவரசன் இன்பவல்லியின் மதிமுகத்தைக் கண்டு

மயங்கினான். "கண்ணே! இன்னும் எத்தனை நாட்கள் வேற்றானின் பூமியில் நாம் இருப்போமோ தெரியவில்லை. சோழ நாடு திரும்ப ஆவலாயிருக்கிறது. ஆனால் அங்கேயும் பகைவனின் ஆட்சி நமக்கு விலங்கிட்டே வரவேற்கும்!" என்றான் இளவரசன்.

"விலங்கிட்டு வரவேற்றாலும், உங்களுடன் இருப்பதைத் தான் விரும்புகிறேன். எவ்வளவு சீக்கிரம் முடியுமோ அவ்வளவு சீக்கிரம் என்னை அழைத்துச் செல்லுங்கள். இந்த மாளிகைக்கும், பவள தீவு மாளிகைக்கும் எனக்கு வித்தியாசமே தெரியவில்லை. இரண்டும் எனக்குச் சிறைகளாகத்தான் தோன்றுகின்றன" என்றாள் இன்பவல்லி.

இருவரும் உட்கார்ந்து உரையாடிக் கொண்டிருந்தனர். அப்போது கதவு தட்டும் சப்தம் கீழே கேட்டது. உடனே இன்பவல்லி படுக்கையில் படுத்தாள். இளவரசன் ஓடி மறைந்தான் ஒருபுறம்.

அங்கே வந்தவன் தளநாயகன்தான். மாற்றுடையில் உள்ளே நுழைந்தான். அவனைக் கண்டதும் இன்பவல்லி எழுந்து நின்றாள். "இளவரசர் இன்னும் வரவில்லையா?" என்று கேட்டான் தளநாயகன்.

"உங்கள் வரவு கேட்டு ஓடி ஒளிந்துவிட்டார்!" என்றாள் இன்பவல்லி சிரித்துக் கொண்டே. பணிப் பெண்களும், தளநாயகனும் சிரித்துவிட்டனர். முகத்தில் அசடு வழிய அங்கே வந்தான் இளவரசன்.

"இளவரசே, எல்லாம் தயார்! நான் ஒருபுறம் மறைந் திருக்கிறேன். நீங்களும் அப்படியே காத்திருங்கள். திட்டப்படி வேலையை முடித்துவிட வேண்டும்" என்றான் தளநாயகன். இளவரசனும் தலையை ஆட்டினான். இருவரும் இரண்டு பக்கங்களில் சென்று மறைந்தனர்.

மணிமுடி இரவு முழுவதும் இன்பவல்லியைப் பற்றியே இன்பக் கனவுகள் கண்டான். பொழுது புலர்ந்ததும் தன் வேலைகளை விரைவில் முடித்துக் கொண்டான். இன்ப வல்லியால் தனக்கோ, இடைதுறை நாட்டுக்கோ அபாய மில்லை என்றுணர்ந்தான். அதனால் முன் தினத்தைப் போல தன்னுடன் படைவீரர்களை அழைத்துச் செல்லவில்லை. தனியாகவே சென்று இன்பவல்லியின் மாளிகையை அடைந்தான்.

வழக்கம்போல் பணிப்பெண்கள் இருவரும் ஓடிவந்து வணங்கி வரவேற்றனர். மணிமுடிக்கு மட்டற்ற மகிழ்ச்சி. "இன்பவல்லியின் உடல்நிலை எப்படி இருக்கிறது?" என்று கேட்டான் ஆவலாக. "பூர்ண குணமாகி விட்டது. உங்களைத் தான் எதிர்பார்க்கிறாள்!" என்றாள் ஒருத்தி. மணிமுடி குதூகலத்தால் பூரித்தவனாய் வேகமாகப் படிகளைத் தாண்டி, இன்பவல்லியின் அறைக்குள் நுழைந்தான்.

இன்பவல்லி படுக்கையிலிருந்து எழுந்து நின்றாள். "வேண்டாம் படுத்திரு! வீணாக உடலை அலட்டிக் கொள்ளாதே!" என்றான் மணிமுடி அருகில் வந்து.

"இப்போது குணமாகி விட்டது!" என்றாள் புன்னகையை வரவழைத்துக் கொண்டே. அவளுடைய புன்னகையில் மயங்கியவனாய், "கண்ணே! இடைதுறை நாடு உன் வருகையால் பெருமிதம் அடைகிறது. உன் வரவு பற்றி இடைதுறை மன்னர் மகிழ்ச்சி தெரிவித்து நேற்று ஓலை அனுப்பியுள்ளார். உன்னை சிறை வைத்து, உன் பெற்றோரைப் பழிவாங்கிய அன்னையையும், அவள் படைகளையும் நாம் வெற்றிக் கொள்ள வேண்டும். ஆயிரந் தீவுகளையும் கைப்பற்றி, உனக்கு சாந்திமத் தீவிலே முடிசூட்ட வேண்டும்.

இதுதான் இடைதுறை மன்னரின் உடனடியான கட்டளை!"
என்றான் மணிமுடி.

"அதுவும் என் பாக்கியமே! நீங்கள் இருக்கும் போது
எனக்கு என்ன குறையிருக்கப் போகிறது! உங்களுக்கு
வேண்டிய உதவி செய்ய நான் எப்போதும் சித்தமாயிருக்
கிறேன். இப்படி உட்காருங்கள்!" என்றாள் இன்பவல்லி.
மணிமுடியின் உள்ளம் அவள் பேச்சில் மயங்கியது.
அவளுக்குப் பக்கத்தில் நெருங்கி உட்கார்ந்திருந்தான்
மணிமுடி.

"நீங்கள் ஏன் இங்கேயே நிற்கிறீர்கள்? கீழே போய்
காத்திருங்கள்!" என்றான் பணிப் பெண்களிடம். இரு
பெண்களும் வெட்கமடைந்தவர்களைப் போல் நடித்துக்
கொண்டே அங்கிருந்து வெளியேறினர்."

"அன்பே! மற்றுமொரு நற்செய்தி!"

"என்ன!"

"இடைதுறை மன்னரின் அன்புக் கட்டளையொன்று!"

"சொல்லுங்கள். இந்த நேரத்தில் உங்களுக்காக எதுவும்
செய்யக் காத்திருக்கிறேன்!"

"கண்ணே, ஆயிரந்தீவுகளை வெற்றி கொண்டு உனக்கு
முடிசூட்டப் போகிறேனல்லவா! அப்போது இந்த இன்ப
வல்லி மணிமுடிக்குச் சொந்தமாகி விடுவாள்! என் ஆசையின்
குழைவைப் பூசி மெழுகிய உன் கன்னங்களையும், புன்னகை
உலராத உன் உதடுகளையும் சுவைக்கும் உரிமை இனி
எனக்குத்தான். பூத்துக் குலுங்கும் உன் பருவ எழிலை இனி
அள்ளி அள்ளிப் பருகுவேன். இன்பவல்லி!" என்று
போதையில் ஆழ்ந்தவனைப் போல இன்னும் நெருங்கி
அவளைத் தொட்டான் மணிமுடி.

"என்ன அவசரம் உங்களுக்கு! ஆயிரந்தீவின் அழகு ராணியாகத்தானே போகிறேன். பிறகு இன்பவல்லிதானே உங்களுடைய இன்பக் களஞ்சியம்!"

"ஆமாம்! மலர் மணம் தந்த மோகன மயக்கம்; தென்றல் தந்த இனிமை; உன் புன்னகை தந்த போதை; உன் மதிமுகம் தந்த இன்பம்; இவையெல்லாம் என் உணர்ச்சியைத் தீயாக்கி விட்டன கண்ணே! உன் கரங்களால் என்னைத் தழுவி அணையாத அந்த ஆசைக்கனலை நீதான் அணைக்க வேண்டும்!" என்றான் மணிமுடி. அப்போது அவன் தன்னை மறந்து பேசினான்.

"அந்த ஆசைக்கனலை நானே அணைக்கிறேன்!" என்ற ஆண்குரல் எழுந்தது மூலையில். திடுக்கிட்டான் மணிமுடி. திரும்பிப் பார்த்தான். தளநாயகன் அங்கே நின்றான் வாளுடன். அவனுடைய வாள்முனை மணிமுடியின் மார்பில் தொட்டு நின்றது.

"நீயா? சோழநாட்டின் தூதுவனல்லவா?"

"ஆமாம். மணிமுடியாரே! சோழ நாட்டின் தூதுவன் தான். இடைதுறையானுக்கு ஓலை எடுத்துச் செல்லும் ஒற்றன் அல்ல நான். இராசேந்திரனின் உண்மைத் தூதன். உன்னை ஒழித்துக்கட்ட வந்திருக்கும் தளநாயகன் நான்!"

"என்ன தளநாயகனா?"

"ஆமாம்!"

தளநாயகன் இடது கையால் தன் வேஷத்தைக் கலைத்தான். மணிமுடி தளநாயகனைக் கண்டு திகைத்தான். "துரோகி! வஞ்சகி! சதிகாரி!" என்று எரிந்து விழுந்தான் மணிமுடி. இன்பவல்லி 'கல கல' வென்று சிரித்தாள்.

மற்றொருபுறத்திலிருந்து இளவரசனும் நகைத்துக் கொண்டே வந்தான். அவனைக் கண்டதும் மணிமுடி அயர்ந்து விட்டான்.

இராசராசன் ஓர் ஓலையை மணிமுடியிடம் நீட்டினான். "ம்! இதிலே கையெழுத்துப் போடு!" என்று அதட்டினான் தளநாயகன். "முடியாது!" என்றான் மணிமுடி. உடனே இளவரசன் அவன் கன்னத்தில் ஓங்கி அறைந்தான். மணிமுடியின் வாயிலிருந்து குருதி வழிந்தோடியது.

"போடுகிறாயா, மாட்டாயா?"

அதட்டிக் கேட்டான் இளவரசன். மணிமுடி நடுங்கினான். ஓலையில் ஒப்பம் வைத்தான் மணிமுடி. அதை வாங்கிச் சுருட்டி வைத்துக் கொண்டான் இளவரசன்.

மறுவிநாடி... ?

தளநாயகனின் வாள் மணிமுடியின் மார்பில் பாய்ந்தது. மணிமுடி சுருண்டு விழுந்து பிணமானான். இளவரசனும், தளநாயகனும் மணிமுடியின் உடலை அங்கிருந்து அப்புறப் படுத்தினர்.

"இன்பவல்லி! நமது படையினர் மாற்றுடையில் வருவார்கள். எல்லோரும் இன்று இரவு இந்த மாளிகைக்கு, வந்து சேர்ந்து விடுவார்கள். அவர்களுக்கு வேண்டிய எச்சரிக்கைகள், உத்தரவுகளைப் பிறப்பிக்க இளவரசர் இங்கேயே இருக்கட்டும். நான் வருகிறேன்" என்றான் தளநாயகன். பிறகு அங்கிருந்து வெளியேறினான்.

அன்று மாலை, இடைதுறை நகருக்குள் வந்து சேரும் எல்லா பாட்டைகளிலும் மக்களின் நடமாட்டம் அதிகம் இருந்தது. பௌத்த துறவிகளும், வியாபாரிகளும், தொழிலாளர்களும் நகருக்குள் நுழைந்தனர். இரவு

ஊரடங்கும் சமயம்; நாலைந்து பேர்களாக இன்பவல்லி மாளிகைக்குள் நுழைந்தனர். கொஞ்ச நேரத்தில் மாளிகை நிறைந்து விட்டது. மீதியுள்ளவர்களை மடங்களிலும், சத்திரங் களிலும் தங்கி, உத்தரவை எதிர்பார்த்து தயாராக இருக்கும்படி கட்டளையிட்டான் இராசராசன். சத்திரங்களும் மடங்களும் நிறைந்து விட்டன. இன்னும் பலருக்கு தங்க இடமில்லை. வீதிகளில் ஆங்காங்கு பதுங்கியிருக்கும்படி பலருக்கு கட்டளையிட்டான். படைவீரர்களும் உத்தரவை எதிர் பார்த்துக் காத்திருந்தனர்.

10. இப்படை தோற்கின் எப்படை செயிக்கும்?

விறற்புகழ் மாண்ட புரவி யெல்லாம்
மறத்தகை மைந்தாரொ டாண்டு பட் டனவே
தேர்தர வந்த சான்றோ ரெல்லாம்
தோல்கண் மறைப்ப வொருங்குமாய்ந் தனரே
விசித்து வினை மாண்ட மயிர்க்கண் முரசம்
பொருக்குந ரின்மையி னிருந்துவிளிந் தனவே
சாந்தமை மார்பினெடுவேல் பாய்ந்தென
வேந்தரும் பொருதுகளத் தொழிந்தனர்...

- புறநானூறு

     மரகதம் காணாமற் போன பிறகு, அரிசங்கமனும், வீரர்களும் அவளை எங்கும் தேடினர். ஆனால் பலனில்லை. இச்செய்தி இடைதுறையானுக்கும் வியப்பையளித்தது. நீண்ட காலமாக சோழ நாட்டிலிருந்து பல பெண்கள் திடீர் திடீரென மறைந்து வந்தனர். இடைதுறையானும் அரிசங்க மனும் அறிவார்கள் இதை. சோழ நாட்டைக் காப்பாற்றியதே இரகசிய சதியால்தான். அவர்களையும் மிஞ்சும் விதத்தில் வேறொரு சதிக்குழு சோழ நாட்டில் வேலை செய்து வருகிறது என்பதை அறிவார்கள். அந்தக் குழுவினரையும் எப்படியாவது கண்டுபிடித்து அடக்காவிட்டால் இடைதுறை மன்னனின் ஆட்சி சோழ நாட்டில் நீடிக்காது என்பதை அறிந்தார்கள்.

அதனால் இடைதுறை நாட்டிலிருந்து இன்னும் பல ஒற்றர் களை வரவழைத்து வேவுப் படையை பலப்படுத்தினான் இடைதுறையான்.

அடுத்த சில நாட்களில் ஈழம் சென்ற நல்லடி அணியும் மரக்கலப் படைகளும் கடலில் மூழ்கிக் காணாமற் போனதாக செய்தி எட்டியது. இதனால் இடைதுறையான் பெருமகிழ்ச்சி யுற்றான். எஞ்சிவரும் படைகளைக் கைது செய்யும்படி, எதிர்க்கும் படைகளைச் சின்னாபின்னப்படுத்தும்படியும் உத்தரவிட்டான். அவ்வாறே செய்து முடித்துவிட்டதாகச் செய்தியும் கிடைத்தது.

அதன் பிறகுதான் ஒருநாள் இடைதுறை நாட்டிலிருந்து மணிமுடி அனுப்பிய செய்தி, இடைதுறையானுக்கு மகிழ்ச்சி யையும், வியப்பையும் அளித்தது. "இடைதுறை நாட்டில் இருந்து தூக்கிச் செல்லப்பட்ட இன்பவல்லி வந்திருக்கிறாள். அடுத்த நாள் விவரம் தொடரும்" என்பதுதான் அது. செய்தி கொண்டு வந்த தூதுவன் அங்கேயே நிறுத்திக் கொள்ளப் பட்டான். தனது மகிழ்ச்சியைத் தெரிவித்து வேறொரு தூதுவனிடம் செய்தி அனுப்பினான் இடைதுறையான்.

ஆனால் இடைதுறை நாட்டிலிருந்தும், சோழ நாட்டிலிருந்தும் சென்ற ஒற்றர்களனைவரும் தளநாயகனால் ஆலங்காட்டுப் பகுதியில் பிடிபட்டனர். அவர்களைக் கைது செய்து, காவலில் வைத்துவிட்டு, அதற்குப் பதிலாக தனது வீரர்களையே அனுப்பி வந்தான். அந்த வீரர்கள் மூலம் சோழ நாட்டில் நடைபெறும் நிகழ்ச்சிகளையும் உடனுக்குடன் அறிந்து கொண்டான் தளநாயகன்.

மறுநாள் மணிமுடியிடமிருந்து வந்த கடிதத்தில் அடுத்த நாள் அரண்மனையில் இன்பவல்லிக்கு விருந்து நடத்தப்

போவதாகவும், அதில் மன்னரும் வந்து கலந்து கொள்ள வேண்டுமென்றும் குறிப்பிடப்பட்டிருந்தது. அத்துடன் ஒரு காலத்தில் இடைதுறை மன்னரால் சிறையெடுக்கப்பட்ட கயல்விழி என்ற காரிகை, அன்னை என்ற பெயரால் இப்போது ஆயிரந்தீவை ஆட்சி செய்வதாகவும், அவள்தான் இன்ப வல்லியையும் தூக்கிச் சென்று பவளத் தீவிலே சிறை வைத்திருந்ததாகவும், அங்கிருந்து வல்லி தப்பி வந்ததாகவும், விழாவில் இடைதுறை மன்னரும் கலந்து கொண்டால், இன்ப வல்லியிடமிருந்து பல விவரங்களைத் தெரிந்து கொள்ளலாம் என்றும், அதன் பிறகு மன்னர் ஆணையிட்டால், தானே படை திரட்டிச் சென்று, ஆயிரந்தீவுகளையும் கைப்பற்றி, அன்னையைக் கைது செய்து வரத்தயார் என்றும் அறிவித் திருந்தான் மணிமுடி.

இக்கடிதத்தை அரிசங்கமனும் பார்த்தான். மரகதமும் இவர்களால்தான் தூக்கிச் செல்லப்பட்டிருப்பாளோ என்று சந்தேகித்தான்.

"அரசே! நமக்கு இதுதான் நல்லநேரம். நமது முயற்சிகள் அனைத்தும் வெற்றி தேடித் தந்துள்ளன. சோழ நாட்டைக் கைப்பற்றினோம். இடைதுறை நாட்டை மீட்டோம். ஈழம் சென்ற படைகளும் சிதைந்தன. சோழ மன்னர் கைது செய்யப் பட்டார். அவருடைய குமாரன் இராசராசன் கடலில் மூழ்கி இறந்ததாகவே எல்லோரும் கூறுகின்றனர். கடைசியில் எஞ்சி யிருப்பது அன்னை ஒருத்திதான். அவள் இருக்குமிடம் நமக்கு இதுவரை தெரியாமலிருந்தது. அவளால் பல தடவைகள் நமது முயற்சிகள் தோல்வியுற்றன. ஆகையால் உடனடியாக அவளை வெற்றிக் கொள்ள வேண்டும். அதன் பிறகு இந்த பரந்த உலகில் நமக்கு எதிரிகளே இல்லை. இன்பவல்லி நம்மிடம் திரும்பி வந்ததும், அன்னையிருக்குமிடம்

தெரிந்ததும், நமது காரியம் வெற்றியடைய வழி வகுத்துள்ளன. இந்த நல்ல தருணத்தை நாம் நழுவ விட்டால், அன்னை சமாளித்துக் கொள்வாள். நமது காரியமும் தோற்று விடும். ஆகையால், நீங்கள் உடனே புறப்பட்டுச் செல்வதுதான் நல்லது" என்று அரிசங்கமன் ஆலோசனை கூறினான்.

இடைதுறையானும் யோசித்தான். அன்னையைப் பழிவாங்க இதுதான் தருணம் என்றும் முடிவு செய்தான். உடனே புறப்பட்டு வருவதாகவும் ஓலை அனுப்பினான் மணிமுடிக்கு. தான் திரும்பி வரும்வரை மிகவும் கவனத்துடன் இருக்கும்படி அரிசங்கமனுக்குத் தெரிவித்தான். பாதுகாப்புப் படைகளையும் பலப்படுத்தி, மிகவும் விழிப்புடன் இருக்கும் படி உத்தரவிட்டான். ஒரு சில படை வீரர்களை மட்டும் தன்னுடன் துணைக்கு வர கட்டளையிட்டான். பிறகு இடைதுறை நாட்டிற்குப் புறப்பட ஆயத்தமானான்.

இடைதுறை மன்னன் புறப்பட்டு வருவதாக ஓலை கொண்டு வந்த தூதுவன் ஆலங்காட்டுப் பகுதியில் வந்து கொண்டிருந்தான். திடீரென ஒரு வீரன் மரத்திலிருந்து புரவி மீது குதித்தான். தூதுவனைக் கீழே தள்ளினான். மறுவிநாடியே புரவியை ஓரிடத்தில் நிறுத்திவிட்டு, கீழே விழுந்த தூது வனுடன் கட்டிப் புரண்டு சண்டை செய்தான். சிறிது நேரத்தில் தூதுவன் குத்தப்பட்டு இறந்து போனான். தூதுவனுடன் சண்டை செய்த வீரன் வேறு யாருமல்ல; தளநாயகன்தான். இறந்த வீரனை ஒரு புதருக்குள் தள்ளிவிட்டு, புரவி மீதேறி இடைதுறை நாட்டிற்குச் சென்றான் தளநாயகன்.

அன்னையின் படைகளில் சிலர் இளமரக்காவிற்குப் பக்கத்திலும் பதுங்கியிருந்தனர். அவர்களையும் எச்சரிக்கையாக இருக்கும்படி சொல்லிவிட்டு நகருக்குள் புகுந்தான்.

மணிமுடியின் அரண்மனையை அடைந்தான். அங்கு காவற்
தலைவனிடம், "இடைதுறை மன்னர் வருவார். அரண்
மனையில் அவருக்கு விருந்து செய்ய ஏற்பாடு செய்யுங்கள்.
தளபதி மணிமுடி, இன்பவல்லியுடன் வருவார்!" என்று
சொல்லிவிட்டுச் சென்றான்.

இடைதுறை மன்னன் வீரர்களுடன் இடைதுறை
நாட்டிற்குள் நுழைந்தான். அவனைப் பின்பற்றி இளமரக்
காவில் காத்து நின்ற அன்னையின் படையினர் பதுங்கி
பதுங்கிச் சென்றனர். மன்னன் அரண்மனைக்குள் நுழைந்த
பிறகு, கோட்டைக் காவலர்கள் தாக்கப்பட்டனர். விரைவில்
அவர்கள் அன்னையின் படையினரால் அப்புறப்படுத்தப்
பட்டனர். அரண்மனையையும், கோட்டையையும் சுற்றி
வளைத்துக் கொண்டன அன்னையின் படைகள்.

இன்பவல்லியின் மாளிகையிலும், சத்திரங்கள்,
மடங்களிலும் தெரு மூலைகளிலும் பதுங்கியிருந்த எல்லாப்
படையினரும் வந்து சேர்ந்தனர். தளநாயகனும், இராசராசனும்
பொறுக்கியெடுத்த சில வீரர்களுடன் உள்ளே நுழைந்தனர்.

இடைதுறை மன்னன் அரண்மனைக்குள் நுழைந்ததும்
சிறந்த வரவேற்பு நடைபெற்றது. "மணிமுடி எங்கே?" என்று
கேட்டான் இடைதுறையான்.

"இன்பவல்லியுடன் இப்பொழுது வந்து விடுவார்"
என்று காவற் தலைவன் பதிலளித்தான். விருந்துக்கு வேண்டிய
ஏற்பாடுகள் துரிதமாக நடைபெற்றன. ஆனால் மணிமுடி
வரவில்லை. உடனே சில வீரர்கள் இன்பவல்லியின்
மாளிகைக்கு விரைந்தனர். அவர்கள் மாளிகை வாசலைத்
தாண்டியதும் பல ஈட்டிகள் அவர்களுடைய மார்புகளைப்
பிளந்தன. உடனே அரண்மனை வாசலில் கூக்குரல் கிளம்பியது.

அதே சமயத்தில்தான் தளநாயகனும், வீரர்களும் அரண்மனைக்குள் நுழைந்தனர். இடைதுறை மன்னனுக்கும், அவனுடன் வந்த வீரர்களுக்கும் அப்போதுதான் சந்தேகம் ஏற்பட்டது. உடனே வாட்களை உருவினர். ஆனால் அவர்கள் எதிர்பார்க்கும் முன்னரே "அன்னை வாழ்க!" என்ற கோஷம் வானைப் பிளந்தது. அன்னையின் படை வீரர்களும், தளநாயகனின் படை வீரர்களும் எதிரிகளைச் சாடினர். வாளுடன் வாள் உராய்ந்தன.

இதைச் சிறிதும் எதிர்பாராத இடைதுறையான் திகைத்து விட்டான். உடனே ஓடிப் பதுங்க ஆரம்பித்தான். ஆனால் அவன் மீதே குறி வைத்திருக்கும் தளநாயகன் விடவில்லை; ஓடிச் சென்று அவனை எதிர்த்தான். வேறு வழியின்றி இடைதுறையானும் அவனுடன் வாட்போர் புரிந்தான். இதற்கிடையில் தன்னை யாரென்று காட்டிக் கொள்வதற்காக தன் மாறுவேஷத்தைக் கலைந்தான். இதைக் கண்டு இடைதுறையான் திடுக்கிட்டான்.

"நீயா! தளநாயகனா?"

"ஆம்!"

"நீ... நீ... கடலில் மூழ்கி இறக்கவில்லையா?"

"உன் உயிரை உறிஞ்சவே பிழைத்து வந்தேன்!"

"மணிமுடி எங்கே?"

"அவன் இன்று காலையில் இதே வாளுக்கு இரையாகி விட்டான்."

"என்னை விட்டுவிடு! உன்னிடம் சரணடைகிறேன்!"

"ஒரு தடவை உன்னை மன்னித்ததால் கிடைத்த பலன் போதும்! இந்தா! இந்த வாள் வீச்சுக்குப் பதில் சொல்!"

வாளை ஓங்கி வீசினான் தளநாயகன். மறு விநாடியே இடைதுறையானின் வாள் தூரத்தில் போய் விழுந்தது. அடுத்த விநாடி தளநாயகனின் வாள் இடைதுறையான் கையில் பாய்ந்தது. ஆனால் இடைதுறையான் சளைக்கவில்லை. "வாழ்வா, சாவா" என்ற பிரச்சனையில் இறங்கிவிட்டான். தூரத்தில் கிடந்த வாளை இடது கையால் எடுத்துக்கொண்டான் இடைதுறையான். மீண்டும் இருவரும் பொருதினர். ஆனால் வாள் வீச்சில் வல்லவனான தளநாயகனிடம், இடது கையினால் போரிடும் இடைதுறையான் எம்மாத்திரம்? சிறிது நேரத்தில் இடைதுறையான் கீழே விழுந்தான். தளநாயகனின் வாள் அவன் நெஞ்சிலே பாய்ந்து, அவனுடைய உயிரைக் குடித்தது.

அதே சமயம் "அன்னை வாழ்க!" என்று கோஷம் அரண்மனையில் எதிரொலித்தது. சத்தம் கேட்டு எஞ்சி நின்ற இரண்டொரு எதிரிகளும் பணிந்தனர். உடனே தளநாயகனும், இராசராசனும் அரண்மனையை வசப்படுத்திக் கொண்டனர்.

அமைதியைக் கிழித்துக் கொண்டு கூட்டத்தில் கோஷம் மீண்டும் எழுந்தது.

"அன்னை வாழ்க!... வாழ்க!"

"மன்னர் வாழ்க!... வாழ்க!"

"சோழ மண்டலம் வாழ்க!... வாழ்க!"

படையினர் சிறிது நேரம் "வாழ்க!... வாழ்க!" என்று கோஷித்துக் கொண்டேயிருந்தனர். தளநாயகனுக்கு அவர் களிடையே அமைதியை உண்டு பண்ண சிறிது நேரம் பிடித்தது. பிறகு நகர் முழுதும் உள்ள இடைதுறையானின் காவலர்களைக் கைது செய்யும்படி உத்தரவிட்டான் தளநாயகன். வீரர்களும் விரைந்து சென்று படைவீடுகளைக்

கைப்பற்றி அங்குள்ள வீரர்களையும், நகரைக் காவல் செய்யும் வீரர்களையும் கைது செய்தனர். அந்த இடங்களில் சோழ வீரர்கள் நிறுத்தப்பட்டனர்.

அன்றிரவே வெற்றிச் செய்தியைத் தெரிவித்து, அன்னை யிடமிருந்து மேலும் உத்தரவுகள் பெற, ஆயிரம் தீவுக்குப் புறப்பட்டனர் மங்கையும் சில வீரர்களும். இவ்வளவு நிகழ்ச்சிகளும் இரவோடு இரவாக நடந்து முடிந்தன.

பொழுது புலர்ந்தது. மக்கள் விழித்தெழுந்தனர். செய்தி சிறிது சிறிதாகப் பரவியது. மக்கள் இரகசியமாகப் பேசிக் கொண்டனர். வீதிகளில் அன்னையின் படை வீரர்களும், சோழ நாட்டுப் படை வீரர்களும் பவனி வந்து கொண்டிருந்தனர். ஆயினும் பலருக்குச் சந்தேகம் தீரவில்லை. ஆனால் சிறிது நேரத்தில் இளவரசன் இராசராசனின் ஆணையும், அறிவிப்பும் நகரெங்கும் பறை சாற்றப்பட்டது. அதன் பிறகுதான் மக்களும் உண்மையை உணர்ந்தனர்.

சோழ நாட்டை நோக்கிப் படைகள் புறப்பட ஏற்பாடு செய்தான் தளநாயகன். அதுவரை மகிழ்ச்சிக் கடலில் மிதந்து கொண்டிருந்த இளவரசனுக்கு இச்செய்தி கசந்தது. இந்நிலை அவனுக்குச் சங்கடத்தையளித்தது. சோழ நாட்டிற்குப் புறப்படும்படி உத்தரவு கிடைத்ததும் இன்பவல்லி துள்ளி குதித்தாள். ஆடை அலங்காரங்கள் செய்து கொண்டிருந்தாள்.

இராசராசன் சோர்வுடன் அவளுடைய அறைக்குள் நுழைந்தான். அவளுடைய குதூகலத்தைக் கண்டதும் அவனுக்கு இன்னும் வேதனையாகத்தான் இருந்தது. இன்ப வல்லி அவனைப் பார்த்தாள்.

"ஊருக்குப் புறப்படும் நேரத்தில் கூட முகத்தில் மகிழ்ச்சியைக் காணோமே?" என்றாள் ஆவலாக.

"யார் போகிறார்கள் ஊருக்கு?"

"எல்லோரும்தான்! ஏன் நாமிருவரும் கூடத்தான்."

"யார் சொன்னது?"

"தளபதியின் உத்தரவு!"

"அதெப்படி முடியும்?"

"உங்கள் கேள்வி எனக்குப் புரியவில்லை!"

"தளபதி செல்வார்! நான் செல்வேன், படைகளும் புறப்படும்! ஆனால் ஒருவர் மட்டும் அவ்வளவு சுலபமாகப் புறப்பட்டு விட முடியுமா?"

"யார் அந்த ஒருவர்?"

"நீதான் இன்பவல்லி!"

"ஆ! நான் புறப்பட முடியாதா? ஏன்?"

இன்பவல்லியின் இருதயம் வெடித்துவிடும் போல் இருந்தது. இளவரசன் பேசாமல் நின்றான். எப்படி அவளிடம் விளக்குவது என்பதுதான் அவனுக்குப் பெரிய பிரச்சனையாக இருந்தது.

"ஏன் பேசாமலிருக்கிறீர்கள்? நான் உங்களுடன் வரக் கூடாதா? அப்படியானால் என்னைவிட்டு நீங்கள் பிரிந்து செல்லத்தான் போகிறீர்களா? சொல்லுங்கள்!" என்றாள் கண்ணீர் வடித்துக் கொண்டே. இளவரசன் அவள் அருகில் சென்றான். அவள் தலையைக் கோதினான்.

"கண்ணே! உன்மீது எனக்குள்ள காதல் வானத்தை விட பரந்தது. கடலைவிட ஆழமானது. இல்லையானால் அன்னையின் அன்புக் கட்டளையை மீறி உன்னைக் கோமளத் தீவிலிருந்து விடுதலை செய்வேனா? உன்மீது உயிரையே வைத்திருக்கிறேன். என்னை நம்பு!"

"அப்படியானால் என்னை ஏன் அழைத்துப் போக மறுக்கிறீர்கள்?"

நாம் இருவரும் சாதாரணக் குடிமக்களாய்ப் பிறந் திருந்தால் இந்த இடையூறு நேர்ந்திருக்காது. நானோ சோழ நாட்டின் இளவரசன். நாளை ஆட்சிப் பொறுப்பை ஏற்க வேண்டியவன். நீயோ அந்த நாட்டுக்கு எதிரி என்று பிரகடனப் படுத்தப்பட்டவள். ஆகையால் திடீரென நாமிருவரும் சேர்ந்து சென்றால், உனக்கு ஆபத்து. அத்துடன் நம் காதலுக்கும் இடையூறு. மன்னரும், அரசவைக் குழுவும் நம் காதலை ஏற்காவிட்டால்..."

"ஏற்காவிட்டால் என்ன? எங்கேயாவது கோமளத் தீவு போன்ற ஒரு தீவுக்குச் சென்று, மனித சஞ்சாரமற்ற இடத்தில், நிம்மதியாக வாழ்வோம், வாருங்கள்!"

"பொறுப்பற்ற பேச்சு. நீ என்மீது வைத்திருக்கும் காதல் உண்மையானால், நான் சொல்கிறபடி நீ நடக்க வேண்டும். முதலில் தளபதியுடன் நான் சென்று சோழ நாட்டை மீட்க வேண்டும். அங்கே சிறை வைக்கப்பட்டிருக்கும் என் பெற்றோரையும், சகோதரர்களையும் மீட்க வேண்டும். அவர்களிடம் சோழ நாட்டின் மீட்சிக்காக நீ செய்த தியாகத்தை எடுத்துச் சொல்ல வேண்டும். அதன் பிறகுதான் நமது திருமணத்திற்கு அவர்களுடைய அனுமதியைப் பெற வேண்டும். அதுவரை பொறுத்திரு..."

"அதற்குப் பதில் என்னைக் கொன்றுவிட்டுப் போங்கள்! உங்களைப் பிரிந்து, தனித்து வாழ்வதைவிட சாவதே மேல்!"

"என்மீது உனக்கு நம்பிக்கை இல்லையா?"

"நம்பிக்கை இல்லை என்று எப்போது சொன்னேன்? ஆனால் அதே நம்பிக்கையை உங்கள் பெற்றோரிடமும்

எப்படி எதிர்பார்க்க முடியும்? சிம்மாசனம் ஏறப்போகும் உங்களுக்கு ஆயிரம் பெண்கள் காத்திருப்பார்கள். பிறகு என்னையா திரும்பிப் பார்க்கப் போகிறீர்கள்?"

"அவநம்பிக்கை வேண்டாம் இன்பவல்லி?"

அதே நேரத்தில் தளநாயகன் அங்கே வந்தான். "இளவரசே! புறப்படவில்லையா? படைகள் காத்திருக் கின்றனவே! ஏன் இன்பவல்லி கண்ணீர் விடுகிறாய்? இளவரசர் ஏதாவது சொன்னாரா?" என்று கேட்டான் தளநாயகன்.

"என்னைக் கொல்லாமல் கொல்லுகிறார்" என்றாள் இன்பவல்லி, இளவரசனை ஓரக் கண்ணால் பார்த்துக் கொண்டே.

"காரணம் என்ன?" என்று கேட்டான் தளநாயகன்.

"என்னை இங்கேயே இருக்கச் சொல்கிறார். நானும் உங்களுடன் வருவதாகச் சொன்னேன். மறுக்கிறார் இளவரசர்!" என்றாள் இன்பவல்லி.

"இளவரசர் கூறியதில் நியாயம் இருக்கிறது. நீங்கள் இங்கேயே இருங்கள். இளவரசே! என்னுடன் வாருங்கள்!" என்றான் தளநாயகன். மறுவிநாடியே இளவரசனின் கையைப் பிடித்து இழுத்துக் கொண்டு, இன்பவல்லியைத் திரும்பிப் பார்க்காமல் வெளியே சென்றான் தளநாயகன். இளவரசன் இன்பவல்லியை திரும்பித் திரும்பிப் பார்த்துக் கொண்டே சென்றான்.

இன்பவல்லி அவர்கள் போகும் திக்கையே பார்த்துக் கொண்டு திகைத்து உட்கார்ந்திருந்தாள்.

அவர்கள் மறைந்ததும் இன்பவல்லிக்கு அழுகையும், ஆத்திரமும் வந்தது. படுக்கையில் படுத்தாள். விம்மி விம்மி

அழுதாள். ஆண்களின் நேசமும் - அதிலும் அரசர்களின் காதலும் அபாயம் என்று சிலர் சொல்லக் கேட்டிருக்கிறாள். இப்போது அது நினைவுக்கு வந்தது. இளவரசரின் காதல் அவள் மீது அணுவளவும் குறையவில்லை என்பது அவளுக்குத் தெரியும். ஆனால் தளபதி தளநாயகன் இடையூறாகக் குறுக்கே நிற்பதுதான் அவளுக்குப் பிடிக்கவில்லை. இன்று தன் முன்னிலையிலேயே இளவரசரின் கையைப் பிடித்து இழுத்துச் சென்றதை அவள் முற்றிலும் வெறுத்தாள்.

தளநாயகனின் பேச்சைத் தட்டி நடக்க மாட்டான் இராசராசன். அவனுடைய வற்புறுத்தலால் இளவரசர் போய் விட்டால் பிறகு இன்பவல்லியின் கதி என்ன? உதவி தேவைப்படும் வரை தன்னைப் பயன்படுத்திக் கொண்டார்கள். தேவை முடிந்து விட்டது. திரும்பிப் பாராமல் ஓட்ட மெடுத்தார்கள். இளவரசர் காட்டிய பாசமும், நேசமும் இவ்வளவுதானா? உண்மையான அன்பு செலுத்தியிருந்தால் தளநாயகனையும் மீறி வந்துவிட முடியாதா? துயரம் நெஞ்சை அழுத்த, குப்புறப் படுத்து கண்ணீர் விட்டுக் கொண்டிருந்தாள் இன்பவல்லி.

யாரோ நடந்து வரும் சப்தம் அவளுக்குக் கேட்டது. இன்பவல்லிக்கு அருகில் வந்து நின்று, அவள் கண்ணீரைத் துடைத்ததை அறிந்தாள். தோழிகளில் ஒருத்திதான் என்று நினைத்து, "உன்னுடைய ஆறுதல் எனக்குத் தேவையில்லை. நீங்கள் இருவரும் எங்கேயாவது தொலைந்து விடுங்கள்!" என்று சீறினாள் இன்பவல்லி.

"இன்பவல்லி!" என்ற இனிய குரல் - எப்போதும் கேட்டு மகிழ்ந்த குரல் - இனியும் அம்மாதிரி கேட்க ஆசை கொண்ட குரல் - இராசராசனின் குரல் கேட்டுத் திடுக்கிட்டு

எழுந்தாள். இராசராசன் அங்கே நிற்பதைக் கண்டாள். அவளுக்கு அழுவதா சிரிப்பதா என்று தெரியவில்லை. கண்கள் 'பொல பொல'வென்று நீர் சிந்த, வாய் புன்னகை செய்ய, அவனைக் கட்டிப்பிடித்து, அவன் மார்பிலே முகத்தைப் புதைத்துக் கொண்டாள். அவனும் அவளை ஆரத் தழுவிக் கொண்டான். இருவரும் எவ்வளவு நேரம் அப்படி நின்றார்கள் என்பது அவர்களுக்கே தெரியாது.

"நீங்கள் என்னை விட்டுப் பிரிந்து செல்வதென்றே முடிவு செய்து விட்டீர்களா?" என்று கேட்டாள் இன்பவல்லி. "உன்னைப் பிரிந்து எப்படிச் செல்ல முடியும்? உன்னை அழைத்துச் செல்லத்தான் வந்தேன்" என்றான் இளவரசன் புன்னகையுடன்.

"அப்படியா? சரி வாருங்கள், புறப்படுவோம்!" என்று புறப்பட ஆயத்தமானாள் இன்பவல்லி. "அவசரப்படாதே! ஒரு பெரிய நாட்டிற்கு அரசியாகப் போகும் நீ இப்படியா புறப்படுவது? நீ நன்றாக அலங்காரம் செய்து கொண்டு தயாராக இரு. நம்மை ஆடம்பரமாக வரவேற்று அழைத்துச் செல்ல தேருடன் ஆட்கள் வருவார்கள்" என்றான் இளவரசன்.

"அவ்வளவும் பொய்! கேலி செய்கிறீர்கள்!" என்றாள் இன்பவல்லி. "உண்மையா, பொய்யா என்பதைச் சிறிது நேரத்தில் பார்!" என்றான் இளவரசன். "எப்போது புறப்பட வேண்டும்? எப்போது போய்ச் சேருவோம்?" என்று கேட்டாள் இன்பவல்லி.

"இன்னும் சிறிது நேரத்தில் புறப்பட வேண்டும். பத்தே விநாடிகளில் போய்ச் சேர்ந்து விடலாம்!"

"இதிலிருந்தே நீங்கள் சொல்லுவது பொய்யென்று தெரிகிறது. பத்து விநாடிகளுக்குள் எப்படிப் போய்ச் சேர முடியும்? வேகமாகப் பறந்து சென்றால் கூட முடியாதே!"

"மெதுவாக நடந்து சென்றாலே போய்விட முடியும்!"

"எங்கே?"

"இடைதுறை அரண்மனைக்கு?"

"அப்படியானால் சோழ நாட்டிற்கு என்னை அழைத்துச் செல்லப் போவதில்லையா?"

"நானே போகவில்லை; உன்னை எப்படி அழைத்துச் செல்வது?"

"ஏன்?"

"இடைதுறை நாட்டை இப்போதுதானே கைப் பற்றினோம். இங்கே நம் நாட்டின் பிரதிநிதியாக நானே இருக்கப் போகிறேன்!"

இதைக் கேட்டதும் இன்பவல்லிக்கு அளவற்ற மகிழ்ச்சி ஏற்பட்டது. அதே சமயம் சில வீரர்கள் அங்கே வந்தனர். அவர்களைக் கண்டதும், "இதோ வந்து விட்டார்கள். புறப்படு இன்பவல்லி!" என்றான் இராசராசன். மறு விநாடியே தன்னை அலங்காரம் செய்து கொள்ளக் கிளம்பினாள் இன்பவல்லி.

11. கதையைக் கேட்டுக் கண்ணீர் வடித்தனர்!

அல்லற்பட்டு ஆற்றாது அழுத கண்ணீரன்றே
செல்வத்தைத் தேய்க்கும் படை

- குறள்

தளநாயகனும் நந்தினியும், சோழ நாட்டுப் படை வீரர்களும், அன்னையின் படைகளும் தஞ்சையை நோக்கி அடியெடுத்து வைத்தனர். இடைதுறையானிடமிருந்து மணிமுடிக்கு ஓலை கொண்டு வந்த தூதுவர்களைக் கைது செய்து, அதற்குப் பதில் தன்னுடைய ஆட்களையே தஞ்சைக்கு அனுப்பி வைத்திருந்தானல்லவா தளநாயகன்? அந்த வீரர்களுக்கு தளநாயகன் சில உத்தரவுகளையும் பிறப்பித்திருந்தான். அதன்படி அத்தூதுவர்கள் சோழ நாட்டிலும், அதன் எல்லைகளிலும் சிதறுண்டிருந்த சோழப் படைகளைத் திரட்டி, சமயம் வரும் வரை காத்திருந்தார்கள். அவர்களுடன் தளநாயகனும் தொடர்பு கொண்டிருந்தான்.

தளநாயகன் புறப்பட்ட செய்தி அத்தூதுவர்களுக்கு ஒற்றர்கள் மூலம் அறிவிக்கப்பட்டது. அதனால் ஆங்காங்கே சிதறுண்டு கிடந்த படைவீரர்கள் நாட்டை மீட்க உணர்ச்சி வசப்பட்டவர்களாய், வெற்றி முழக்கத்துடன் வரும் தளநாயகனையும், படைகளையும் வரவேற்றனர். வாழ்த்துக் கூறினர். தளநாயகனுடன் தாங்களும் சேர்ந்து கொண்டனர்.

தஞ்சையை நெருங்க நெருங்க தளநாயகன் படை
யெடுத்து வரும் செய்தி நாடு முழுவதும் காட்டுத் தீயெனப்
பரவியது. இடைதுறையான் கொல்லப்பட்டதும், இடைதுறை
நாடு தளநாயகன் வசமானதும், இளவரசன் அதை ஆட்சி
செய்து வருவதும் கதை கதையாகப் பேசப்பட்டது.

அரிசங்கமன் இச்செய்தியை அறிந்தான். மகள் மரகதத்
தையும் பிரிந்து, இடைதுறையானும் இறந்து போனதால்
செய்வதறியாது திகைத்தான். எப்படியாவது தஞ்சையிலிருந்து
தப்பிவிடத் திட்டம் போட்டான். ஆனால் தளநாயகன் படை
யெடுத்து வரும் செய்தி தஞ்சையிலும் பரவியது. செய்தி
கேட்ட மக்கள் உற்சாகப்பட்டனர். அரிசங்கமன் தப்பிச் செல்ல
நினைத்த இரவில்தான் தஞ்சையிலும் பெரும் புரட்சி
ஏற்பட்டது.

மக்களும், சோழனை ஆதரிக்கும் படை வீரர்களும்
ஒன்று சேர்ந்து கலகம் செய்தனர். இடைதுறையானுக்கு உதவி
புரிந்தவர்களையெல்லாம் கண்ட கண்ட இடங்களில் வெட்டி
வீழ்த்தினர். கலகத்தால் கலக்கம் கொண்ட இடைதுறை
நாட்டுப் படைகள் நகரத்தை விட்டு வெளியேறின. கலகக்
காரர்களிடம் அரிசங்கமனும் சிக்கினான். இராசேந்திர சோழர்
முன்பு அவனை நிறுத்தி வைத்து விசாரணை செய்யப் பலர்
விரும்பினர். ஆனால் ஆத்திரம் கொண்ட மக்கள் பலர்
அரிசங்கமனை அடித்தே கொன்றனர்.

மறுநாள் பொழுது புலர்ந்தது. தஞ்சை நகர வீதிகளில்
இரத்த ஆறு ஓடிற்று. இடைதுறையானின் படைகள் இருந்த
இடம் தெரியவில்லை. சிறைகள் உடைக்கப்பட்டன.
அரிசங்கமன் போன்ற துரோகிகளின் மாளிகைக்குத் தீ
வைக்கப்பட்டது. அரச குடும்பத்தினரை காவல் செய்த

வீரர்கள், மக்கள் திரண்டு வருவதைக் கண்டு ஓட்டமெடுத் தனர். இராசேந்திர சோழரும், பட்டத்தரசியும், அவர்களுடைய மைந்தர்களும் விடுதலை செய்யப்பட்டனர்.

மன்னரையும் அரச குடும்பத்தினரையும் கண்ட மக்கள் ஆரவாரம் செய்தனர். "சோழ மன்னர் வாழ்க!" என்று முழங்கினர். அதே சமயம் தளநாயகனும் மற்ற படை வீரர்களும் அன்னையின் படைவீரர்களும், அதைச் சேர்ந்த பெண்களும் அணிவகுத்துத் தஞ்சைக்குள் நுழைந்தனர். மன்னர் எல்லோரையும் மகிழ்ச்சியுடன் வரவேற்றார்.

மன்னரும் அரச குடும்பத்தினரும், தளநாயகனும், நந்தினியும் அரண்மனையின் ஏழாவது உப்பரிகை மீது நின்று எல்லோருக்கும் காட்சியளித்தனர். மக்களும் அவர்களைப் பார்த்துக் கைகொட்டி ஆரவரித்தனர். "மன்னர் வாழ்க!" என்று கோஷமிட்டனர். அன்னையைப் பற்றிய செய்திகளும், நடவடிக்கைகளும் மக்களுக்கு முன்பே கிடைத்திருந்தன. ஒரு காலத்தில் எதிரிகளால் கடத்திச் செல்லப்பட்ட கயல்விழிதான் அன்னை என்பது பலருக்கும் தெரிந்திருந்தது. நந்தினி உப்பரிகையில் தளநாயகனுக்குப் பக்கத்தில் நிற்பதைப் பார்த்தனர். "தளபதி வாழ்க!" என்று கோஷமிட்டார்கள். "நந்தினி வாழ்க! அன்னை வாழ்க" என்று கோஷம் எழுப்பினர். சிறிது நேரத்திற்குப் பிறகு மன்னரும், மற்றவர்களும் உள்ளே செல்ல, கூட்டத்தினரும் கலைந்து சென்றனர்.

"தளநாயகா! முன்பே உன் வார்த்தையைத் தட்டி நடந்தேன். இடைத்துறையான் கபடநாடகமாடி விட்டான். நீயும், இராசராசனும் புயலிலகப்பட்டு மடிந்ததாகச் செய்தி கூறப்பட்டது. அப்போதுதான் நான் அதிக துயரம் அடைந்தேன். ஆனால் நீங்கள் வெற்றி மேல் வெற்றி பெற்று வந்தது

எனக்குத் தெரியாது. இடைதுறையானைக் கொன்று,
இராசராசனை நமது பிரதிநிதியாக நியமித்ததுதான் சரியான
செய்கை. உனது துணிச்சலுக்கும், வீரத்திற்கும் சோழ நாடு
என்றென்றும் கடமைப்பட்டிருக்கிறது. ஆனால் நான் செய்து
முடிக்க வேண்டிய ஒரு காரியத்தை நீயாகச் செய்து முடித்தது
தான் எனக்குத் திருப்தியளிக்கவில்லை" என்றான் மன்னன்
இராசேந்திரன்.

மன்னரிடமிருந்து பாராட்டுக் கிடைக்குமென்றுதான்
எதிர்பார்த்தான் தளநாயகன். ஆனால் மன்னன் தெரிவித்த
குறை அவனுக்கு வியப்பையளித்தது. மன்னனுக்குத்
தெரியாமல், தான் செய்த குற்றம் என்னவென்று யோசித்துப்
பார்த்தான். அவனுக்கு ஒன்றும் விளங்கவில்லை. மன்னரிடமே
அதைக் கேட்டுவிட்டான்.

இராசேந்திரன் சிரித்தான். ஆனால் என்னவென்று
சொல்லவில்லை. மன்னரின் கண்கள் தளநாயகனுக்குப்
பக்கத்தில் நிற்கும் நந்தினியைப் பார்த்தன. நந்தினி வெட்கத்
துடன் தலைகுனிந்து கொண்டாள். இப்போது புரிந்து
கொண்டான் தளநாயகன். அவனும் சிரித்துக் கொண்டே,
"ஓகோ! நந்தினியைப் பற்றிக் கேட்கிறீர்களா?" என்றான்.

"ஆமாம், நான்தான் அவளை உனக்கு மணம் செய்து
வைக்க ஆசைப்பட்டேன். ஆனால் நீயோ அவளை அழைத்து
வந்து பக்கத்திலும் வைத்துக் கொண்டாய்" என்றான்
இராசேந்திரன்.

"அவளுடைய உதவியால் தான் நாடு பிழைத்தது" என்று
கூறி, அன்னையைச் சந்தித்தது முதல், எல்லாத் தகவலையும்
சொன்னான். மேலும், "சோழ நாட்டை விடுதலை
செய்வதையே எங்கள் கடமையாக நானும், நந்தினியும்

ஏற்றோம். நாடு விடுதலையாகும் வரை திருமணத்தைப் பற்றி எதுவும் பேசுவதில்லை என்று வீர சபதம் கொண்டோம். அன்னையும் எங்களுக்கு அப்படித்தான் உத்தரவிட்டாள். கடமைக்காகவே இருவரும் சேர்ந்து வந்தோம் - காதலுக்காக அல்ல!" என்றான் தளநாயகன்.

முன்பொரு முறை இடைதுறை நாட்டின் மீது படையெடுத்துச் சென்ற பொழுது தளநாயகனும், மன்னனும் ஆலங்காட்டில் சில வீரர்களிடமும், பெண்களிடமும் அகப்பட்டுக் கொண்டதை நினைவுப்படுத்தினான். அந்தக் கூட்டம் சோழநாட்டின் நன்மைக்காக அங்கே வேலை செய்து வந்ததை எடுத்துச் சொன்னான்.

இடைதுறை நாட்டின் வெற்றிக்குப் பிறகு இளமரக் காவில் சாப்பிட்டதையும், அங்கே வந்த ஒரு நாட்டியக்காரியை இடைதுறையானின் வேவுக்காரி என்று தாங்கள் சந்தேகித்ததையும் நினைவுபடுத்தினான். அவள் அவனுடைய வேவுக்காரியல்லவென்றும், சோழ நாட்டின் நன்மைக்காக இடைதுறை நாட்டில் வேவு பார்க்க அன்னையால் அனுப்பப் பட்டவள் என்றும், அவள் இடைதுறையானால் கற்பழிக்கப் பட்டதால் தற்கொலை செய்து கொண்டாள் என்றும், கூறினான். இதேபோல் எண்ணற்ற பெண்களைச் சோழ நாட்டின் விடுதலைக்காக அன்னை பலி கொடுத்திருக்கிறாள் என்பதையும் தெரிவித்தான்.

இராசேந்திரன் இதையெல்லாம் வியப்புடன் கேட்டுக் கொண்டிருந்தான். வடக்கிலும் தெற்கிலும் பல நாடுகளை வென்று, ஆட்சி செய்யும் சோழ சாம்ராஜ்யத்தின் மன்னனுக்கும், அதனுடைய ஆட்சிக் குழுவினருக்கும், அவனுடைய திறமைமிக்க ஒற்றர் படையினருக்கும்

தெரியாமல், மறைமுகமாக இடைதுறையான் சதி செய்ததும், அவனுக்கும் தெரியாமல் அவனுடைய சதியை நசுக்க அன்னை எடுத்துக் கொண்ட முயற்சியையும், அதற்காக அவள் தேர்ந்தெடுத்த ஆயிரந் தீவையும் அவள் பெற்ற வெற்றி யையும் எண்ணி எண்ணி வியந்தான்; பாராட்டிப் பேசினான்.

"மன்னரே! அன்னையின் சபதம் நிறைவேறி விட்டது. அவளுடைய படைதான் நமக்கு இன்றுவரை உதவிபுரிந்தது. ஆனால் அன்னையின் வரலாறு மிகவும் மர்மமானது. இதுவரை யாருக்கும் தெரியாத புதிர். அதை நாம் தெரிந்து கொள்ள வேண்டும். அன்னையை அரசாங்க மரியாதையுடன் வரவேற்பு செய்ய வேண்டும். ஏற்கெனவே அன்னைக்குச் செய்தி அனுப்பியிருக்கிறேன். ஆனால் நமது அழைப்பின்றி அன்னை வரமாட்டாள். அதனால் ஒரு சிறு குழுவை அனுப்பி, அன்னையை அழைத்துவரச் செய்ய வேண்டும்" என்றான் தளநாயகன்.

இராசேந்திரனும் அதை ஆமோதித்தான். அறிஞர் குழுவொன்றையும் அன்னையிடம் அனுப்பி வைத்தான். இடைதுறை நாட்டில் பாதுகாப்பு ஏற்பாடுகளைப் பலப் படுத்திவிட்டு, இராசராசனை புறப்பட்டு வரும்படியும் உத்தரவு அனுப்பினான் மன்னன்.

அன்னையை அழைத்துவரச் சென்ற மன்னனின் தூதுக்குழு சாந்திமத் தீவை அடைந்தது. மங்கை முன்பே வெற்றிச் செய்தி கொண்டு சென்றிருந்ததால், சாந்திமத் தீவு அலங்காரத்துடன் காணப்பட்டது. எங்கும் "சோழ மன்னர் வாழ்க! அன்னை வாழ்க!" என்றே எழுதப்பட்டிருந்தன. தஞ்சையில் கண்ட வெற்றிக் குதூகலிப்பும், உற்சாகமும் சாந்திமத் தீவிலும் காணப்பட்டது. தூதுக் குழு மகிழ்ச்சியுடனும், ஆரவாரத்துடனும் வரவேற்கப்பட்டது.

இராசேந்திரனின் உத்தரவை ஏற்று, அன்னை சோழ நாட்டிற்குப் புறப்பட ஆயத்தமானாள். ஆயிரம் தீவுகளும் சோழ நாட்டைச் சார்ந்தவையே என்று அறிவித்தாள். மங்கை, மரகதம் இன்னும் பல பெண்களையும் உடனழைத்துக் கொண்டு புறப்பட்டாள். ஆனால் அன்னை தனிப் பல்லக்கில் ஏறி துறைமுகத்தை அடைந்தாள். மூடப்பட்ட படகொன்றில் அவள் மட்டும் தனியாக அமர்ந்திருந்தாள். படகை விட்டிறங் கியதும் மீண்டும் மூடுபல்லக்கிலேயே பிரயாணமானாள்.

அன்னை புறப்பட்டு வரும் செய்தி முன்னதாகத் தஞ்சைக்கு அறிவிக்கப்பட்டது. வழி நெடுக அன்னை வரும் போது ஆங்காங்கே மக்கள் வரவேற்பளித்தனர். படைகள் தங்கிச் செல்ல வசதி செய்து கொடுத்தனர்.

அன்னையின் வருகையை அறிந்த இராசேந்திரன், தளநாயகனுடனும், நந்தினியுடனும் சென்று அன்னையையும் மற்றவர்களையும் எதிர்கொண்டழைத்தான். இராசேந்திரனைக் கண்டதும் அன்னை பல்லக்கை விட்டிறங்கினாள். நடந்து வந்தாள். மன்னனின் பாதங்களில் விழுந்து வணங்கினாள். ஒரு சாதாரண - எளிமையான தோற்றமளிக்கும் இந்த பெண் தானா இவ்வளவு சாகசங்களைச் செய்தாள் என்று வியந்தான் மன்னன். அன்னையை அரண்மனைக்கு வரும்படி அழைத்தான்.

"மன்னரே! மன்னியுங்கள். தங்கள் அழைப்பை நிராகரிப்பதற்கு வருந்துகிறேன். நான் பக்கத்திலுள்ள சத்திரத்தில் தங்கவே விரும்புகிறேன். நான் வேண்டுவது அரசரின் விருந்தோ, ஆடம்பர வாழ்க்கையோ, அரண்மனை வாழ்வோ அல்ல. என் மனதில் சதா குடைந்து கொண் டிருக்கும் பழைய சம்பவங்கள் அனைத்தையும் உங்களிடம் சொல்லவே இங்கு வந்தேன். அதைத் தாங்கள் விரும்பினால் சொல்லுகிறேன்" என்றாள் அன்னை.

மன்னன் ஒப்புக் கொண்டான். எல்லோரும் நகருக்கு வெளியே உள்ள இளமரக்காவிற்குச் சென்று அமர்ந்தனர். களைப்புத் தீர சிறிது ஓய்வு பெற்றனர். மன்னரின் கட்டளைப் படி, அங்கே எல்லோருக்கும் விருந்து நடைபெற்றது. பிறகு எல்லோரும் அன்னையின் கதையைக் கேட்க ஆவலாகக் கூடினர். அன்னை சொல்ல ஆரம்பித்தாள்.

"எனது முன்னோர்கள் சோழ நாட்டின் பழைய தலைநகரமான உறையூரில் வசித்து வந்தார்கள். நமது மன்னரின் தந்தையாகிய தஞ்சைப் பெருஞ்சோழர் பட்டத்திற்கு வந்ததும் உறையூரிலிருந்து தஞ்சைக்குத் தலைநகரத்தை மாற்றிக் கொண்டார். அச்சமயம் உறையூரிலிருந்து நடன மாதர்கள் பலருடன் என் தாயும் தஞ்சைக்கு வந்து சேர்ந்தார்கள். அப்போது எனக்கு வயது பதினான்கு இருக்கும். என்னுடைய அழகைக் கண்டு பலர் மயங்கினர். பலர் என்னை மணந்து கொள்ள முன் வந்தனர். பலர் சிறிதுநேர இன்பம் பெற, என் காலடியில் பொன்னும் மணியுமாகக் குவிக்கத் தயாராயினர். என் தாய்க்கும் உள்ளத்தில் சிறிதளவு ஆசை ஏற்பட்டதுண்டு. ஆனால் நான் உடன்பட மறுத்துவிட்டேன். முறையாக ஒருவரை மணந்து வாழவே ஆசைப்பட்டேன்.

"எங்கள் வீட்டிற்குப் பக்கத்தில், அரண்மனையில் அலுவல் பார்த்த கணக்காயர் வசித்து வந்தார். இளமையும் எழிலுமிக்க அவர் என் மனதை வசீகரித்தார். பலமுறை அரண்மனையில் நான் நடனமாடும்போது என்னிடம் அவரும் உள்ளத்தைப் பறி கொடுத்ததாக பின்னால் என்னிடம் சொல்லி யிருக்கிறார். இந்நிலையில் இருவரும் ஒருவரையொருவர் காதலித்தோம். இருவரும் மனம் துணிந்து எங்கள் கருத்தை என் தாயிடம் தெரிவித்தோம். அப்போது என் தாய் அதற்கு

இணங்க மறுத்தாள். நாங்களிருவரும் சந்திக்க முடியாமல் தடை செய்து வந்தாள்.

"இந்நிலையில்தான் சோழ நாட்டை நசுக்க நாலா பக்கங்களிலிருந்தும் எதிரிகள் கிளம்பினர். பாண்டியன், சேரன், இலங்கை மன்னன், கொங்குநாட்டு மன்னன், குடகு நாட்டு மன்னன், கங்கவாடி, நுளம்பவாடி, தடிகைவாடி, சீட்புளி, பாகநாடு, சளுக்க நாடு, இடைதுறை நாடு முதலிய நாட்டின் மன்னர்கள் சீற்றம் கொண்டு, சோழ நாட்டிற்கெதி ராகப் படை திரட்டினர்.

"மன்னர் அனைவரையும் வென்று தன் ஆட்சியை நிலை நிறுத்த முயன்றார். அதற்காகப் பலமான வேவுப் படையை அமைத்தார். அந்த வேவுப்படையில் இளைஞர்கள், முதியோர்கள், பெண்கள் போன்ற பலரும் சேர்க்கப்பட்டனர். அந்தப் படை பல பகுதிகளாகப் பிரிக்கப்பட்டது. ஒவ்வொரு விதமான கட்டளைகள் பிறப்பிக்கப்பட்டன.

"எல்லாப் பகுதிப் படைகளும் எல்லா எதிரி நாடு களுக்கும் அனுப்பி வைக்கப்பட்டன. ஒரு பிரிவு அங்குள்ள நிகழ்ச்சிகளையும், செய்திகளையும் சேகரித்து உடனுக்குடன் தஞ்சைக்கே அனுப்பி வைக்கும். ஒரு பிரிவு எதிரிகளுடன் இரண்டறக் கலந்து அவர்களுடைய திட்டங்களை நடை முறைக்கு வரவொட்டாது தடை செய்யும். ஒரு பிரிவு அங்குள்ள முக்கியமானவர்களை தன் வயப்படுத்தி ரகசியங் களைச் சேகரிக்கும். இம்மாதிரி பிரிவுகளில் இளம் பெண்கள் அதிகம் சேர்க்கப்பட்டனர்.

"இதனால் மன்னருக்கு பல வசதிகள் ஏற்பட்டன. எந்த எதிரி முதலில் தாக்குவான் - யாருக்கு எவ்வளவு பலம் - அவனுடைய திட்டமென்ன - என்பதெல்லாம் அறிந்து

அதற்கேற்ற முறையில் மன்னரும் எதிரிகளை முறியடிக்கத்
திட்டம் தீட்டினார். ஒரே சமயத்தில் இரு எதிரிகள் படை
யெடுத்தால் ஒரு எதிரிக்கு தவறான தகவல் கொடுத்து,
அப்படையெடுப்பைத் தாமதிக்கச் செய்யவும் ஒரு பகுதி
வேவுப் படை வேலை செய்தது.

     "இம்மாதிரி, பெரும் பொறுப்புகளை ஏற்ற வேவுப்
படைகளுக்கு இளைஞர்களும், பெண்களும் ஏராளமாகத்
தேவைப்பட்டனர். முக்கியமாக இளம் பெண்களே அதிகம்
தேவைப்பட்டனர். இளைஞர்கள் கிடைத்தார்கள். ஆனால்
இளம் பெண்கள் தேவையானவர் கிடைக்கவில்லை.
அதனால் அரசர் ஒரு உத்தரவு விடுவித்தார்.

     "கோயில்களில் வேலை செய்வோரும், நடன மாதர்
களும், விலை மகளிரும் ஒருவனை முறையாக மணந்த
ஒருத்தியை தவிர, பரத்தையர்களாக இருப்பவர்களும் நாட்டின்
நலனுக்காக வேவுப்படையில் சேரும்படி உத்தரவில்
கண்டிருந்தது. குலமகளிரும்கூட விருப்பத்துடன் இப்பணியை
ஏற்க முன் வந்தால், ஏற்றுக் கொள்ளப்படுவர் என்றும் உத்தரவு
கூறியது.

     "இந்த உத்தரவு என்னையும் பாதித்தது. என் தாயின்
ஆசையில் மண்ணை அள்ளிப்போட்டது. "முன்பே
கணக்காயரை மணந்து கொள்ள அனுமதி கொடுக்க
மறுத்தேனே' என்று அலறித் துடித்தாள். வேவுப்படையில்
சேர்ந்தால் அந்தப் பெண் ஒழுக்கமுடன் வாழ்வது கஷ்டம்.
கற்பிழக்க நேரிடும் என்றெல்லாம் பலர் கூறினார்கள். என் தாய்
இதைக் கேட்டு மனமொடிந்து போனாள்.

     "இப்போதும் காலம் மாறிவிடவில்லை. சந்தர்ப்பம்
தவறிவிடவில்லை. இன்று நீ அனுமதித்தால் கணக்காயரைத்

திருமணம் செய்து கொள்கிறேன்" என்றேன் என் அன்னையிடம். எப்படியாவது நான் வேவுப்படையில் சேர்ந்து விடக்கூடாது. அதுதான் அவளுடைய முடிவு. அதற்காக எதையும் செய்யத் தயாராக இருந்தாள்.

"அன்று நல்ல பௌர்ணமி நிலவு. வானத்தில் மேகங்களே இல்லை. பால்போன்ற நிலவொளி வையக மெங்கும் பரவியிருந்தது. எங்கள் வீட்டின் நிலா முற்றத்திற்கு வந்தேன். யாழெடுத்து இசை மீட்டினேன். மோகனம் மகுடி போன்ற இசைகளைப் பரப்பினேன். நீண்ட நாட்களாக என்னைப் பார்க்காமல் தவித்துக் கொண்டிருந்தார் என் காதலர். திடீரென இசைவெள்ளம் நிலாமுற்றத்திலே பொழிவது கேட்டு எழுந்து வந்தார். அவருடைய வீட்டின் நிலா முற்றத்திலே அவர் வந்து நின்று கொண்டிருந்தார். தன்னையு மறியாமல் அவர் இசையில் மனம் பறிகொடுத்து நின்றிருந்தார்.

"இரண்டாவது சாமம் முடிந்து மூன்றாவது சாமம் ஆரம்பமாகும் மணியோசை அரண்மனைக் கோட்டை வாயிலிலிருந்து முழங்கியது. நீண்ட நேரமாகி விட்டதை அறிந்த நான் யாழைக் கீழே வைத்துவிட்டு எழுந்தேன். உடனே பக்கத்து வீட்டில் ஒரு உருவம் நகர்வதைக் கண்டேன். உற்றுக் கவனித்தேன். 'கயல்விழி!' என்ற குரல் என்னைப் பரவசப்படுத்தியது.

"வாருங்கள்" என்றேன்.

"ஏன்? அடிவாங்கிக் கொள்ளவா?"

"இல்லை! அன்புரைகள் பேச!"

"உன் தாய் அனுமதிப்பாளா?"

"அனுமதி வாங்கி விட்டேன். நமது திருமணம் நடைபெற வேண்டியதுதான் பாக்கி!"

"கயல்விழி!"

"அத்தான்!"

"வழக்கம்போல ஒரே தாவில் எங்கள் வீட்டின் முற்றத்திற்கு வந்துவிட்டார் என் காதலர். அவரிடம் நடந்ததைத் தெரிவித்தேன். அவர் ஆனந்த மிகுதியால் என்னை? - வேண்டாம் அது எங்களுடனே இருக்கட்டும்.

"மறுநாள் என் காதலர் என் தாயிடம் அனுமதி பெற்றார். எங்கள் திருமணமும் முடிந்தது. இந்நிலையில் வேவுப் படைக்குப் பெண்களைச் சேர்க்கும் வேலை மும்முரமாக நடைபெற்றது. ஒரு நாள் அரண்மனையிலிருந்து வந்த என் கணவர், 'கயல்விழி! நீயும் வேவுப்படையில் சேர்ந்துதான் ஆக வேண்டுமாம். இது மன்னரின் 'கட்டாய உத்தரவு' என்றார். நாமிருவரும் தம்பதிகளான பிறகு அந்தச் சட்டம் என்னை எப்படி பாதிக்கும்" என்று கேட்டேன்.

"நமது திருமணத்திற்கு முன்பே சட்டம் வந்து விட்டது. சட்டத்திற்கு பயந்து நம்மைப் போல் பலர் திருமணம் செய்து கொண்டு விட்டார்கள். இதை அறிந்துதான் அரசர் கடுமையாக உத்தரவு போட்டிருக்கிறார்' என்றார். 'நீங்கள் என்ன நினைக் கிறீர்கள். உங்கள் அபிப்பிராயம் என்ன?' என்று கேட்டேன். அவர் சொன்னார். 'கண்ணே! நமது விருப்பமோ நிறைவேறி விட்டது. இன்று நீ குலமகளாகிவிட்டாய். நான் அரசாங்கத்தில் வேலை பார்க்கிறேன். தேசத்திற்கும், மன்னருக்கும் நான் நன்றியுடன் நடக்கக் கடமைப்பட்டிருக்கிறேன். மன்னரின் உத்தரவை நாம் புறக்கணித்தால் தேசத் துரோகிகளாக நம்மைக் கருதி விடுவார்கள். ஆகையால் உயிருக்கோ, கற்புக்கோ பங்க மில்லாத முறையில் நீ வேவுப்படையில் சேர்ந்து வேலை செய்வதே நல்லது' என்றார். நானும் அவருடைய வேண்டு கோளைப் புறக்கணிக்க முடியாமல் ஒப்புக் கொண்டேன்.

"வேவுப் படையில் சேர்ந்த பிறகு நான்கு மாதங்கள் தலைநகரில் பயிற்சி பெற்றேன். என் தாய் இதை வெறுத் தாலும், வெளியில் சொல்லப் பயந்து மௌனமாகி விட்டாள். அப்போது நான் நான்கு மாதக் கர்ப்பிணியாக இருந்தேன். என் நிலைமையை அதிகாரிகளிடம் எடுத்துக் கூறியும் என்னைச் சளுக்க நாட்டிற்கு செல்லும் வேவுப்படையுடன் அனுப்பி விட்டார்கள். என்தாய் இச்செய்தி கேட்டு மனமிடிந்து போனாள். என் ஏக்கமாகவே நான் வருவதற்குள் இறந்து போனாள். என் கணவர் முதலில் ஒப்புதல் தந்திருந்தாலும், கர்ப்பிணியாக இருக்கும் நான் வேற்று நாட்டிற்கு, அதிலும் நீண்ட தூரமுள்ள சளுக்க நாட்டிற்கு அனுப்பப்படுவதைக் கண்டு மனம் துடித்தார். அவருடைய மனதிலே பிரிவாற்றா மையும், ஏக்கமும் குடிகொண்டன. அவர் வெறும் நடை பிணமாக நாட்களை கழித்து வந்தார்.

"சளுக்க நாட்டிற்குச் செல்லும் வழியில்தான் இடைதுறை நாடு இருக்கிறது. நாங்கள் இடைதுறை நாட்டில் நமது வேவுப் படையினரைச் சந்தித்தோம். நீண்ட தூரப் பிரயாணத்தில் எனக்கு அலுப்பும், வேதனையும் ஏற்பட்டன. அதனால் நான் இடைதுறை நாட்டிலேயே நிறுத்தப்பட்டேன். அங்கே எனக்கு ஏற்பட்ட அனுபவங்கள் ஒவ்வொன்றும் விநோதமாக இருந்தன.

"அங்கே நமது வேவுப்படையில் ஒற்றராக இருந்த ஒரு வீரனின் மனைவி என்று என்னை யார் கேட்டாலும் சொல்லச் சொன்னார்கள். நாங்கள் இருவரும் ஒரு வீட்டில் வாழ்ந்து வந்தோம். வெளியாரின் கண்களுக்கு நாங்கள் தம்பதிகளாகத் தோன்றினோம்.

"ஆரம்பத்தில் எங்களிடம் அறிவிக்கப்படும் செய்தி களை நான் போய் மற்றொரு வீரரிடம் காத்து நின்று தெரிவித்து

வந்தேன். பிறகு திடீரென்று ஒருநாள் இடைதுறை நாட்டின் சேனாதிபதி வீட்டில் வேலைக்காரியாக அமர்த்தப்பட்டேன். மிகவும் சாமர்த்தியத்துடன் அங்கே பேசப்படும் அரசியல் விவகாரங்களை அறிந்து அவ்வப்போது அனுப்பி வந்தேன். அதனால் நமது நாட்டிற்குச் சில அனுகூலங்கள் ஏற்பட்டன.

"நமது ஒற்றர் படைத் தலைவரான மழபாடியார் எனது திறமையைக் கண்டு வியந்து பாராட்டினார். இது தான் சமயம் என்று நினைத்து அப்போதிருந்த எனது நிலையை அவரிடம் விளக்கினேன். எனது சேவையை இழக்க அவருக்கு மனமில்லை. ஆயினும் எனது நிலைக்கு இரங்கினார். பிரசவசமாகி மூன்று மாதங்களில் மீண்டும் படையில் வந்து சேர வேண்டுமென உத்தரவிட்டார்.

"நான் தஞ்சை வந்தபோது ன் கணவர் என்னை வாழ்த்தி வரவேற்றார். நான் செய்த அரும்பெரும் செயல்களைக் கண்டு தஞ்சை நகரமே புகழ்பாடுவதாகவும், அதனால் என்னைப் பிரிந்திருந்த ஏக்கம்கூட மறைந்து விட்டதென்றும் தெரிவித்தார். மீண்டும் என் கணவருடன் கூடி வாழ ஆரம்பித்தேன். அப்போதுதான் நந்தினி எனக்குப் பிறந்தாள். மீண்டும் கவலை என்னை வாட்டியது. அன்பு கணவருடன் அருமைச் செல்வி யையும் பிரிய வேண்டிய நேரம் வந்துவிட்டது. நந்தினியை வளர்க்க அரசாங்கமே உதவி செய்தது. துன்பமும், துயரமும் அப்போதுதான் என் வாழ்வில் தலைதூக்கின.

"மீண்டும் நான் இடைதுறை நாட்டுக்கு அனுப்பப் பட்டேன். அப்போது இடைதுறை மன்னன் மேலைச் சளுக்கியருடன் சேர்ந்து கீழைச் சளுக்கிய மன்னரான விமலாதித்தருக்கு தொந்தரவு கொடுக்க ஆரம்பித்தான். இச்செய்தியை நான்தான் முதலில் தஞ்சைப் பேரரசுக்கு

அனுப்பி வைத்தேன். நமது மன்னர் இராசராசர் இதையறிந்து கீழை சளுக்கியருடன் ஒப்பந்தம் செய்து கொண்டார். அதன் பிறகுதான் உங்கள் சகோதரி குந்தவையும் விமலாதித்தரை மணந்து கொண்டார்.

"குந்தவைதேவி விமலாதித்தரை மணந்து கொண்டது காதல் வயப்பட்டதால் என்று பலரும் கூறலாம். ஆனால், அதற்கு உங்கள் தந்தை இராசராசர் இணங்கியது அரசியல் காரணத்தினால்தான். இதன் பிறகு வேவுப்படை வீராங் கனைகளில் எனது பெயரே முதலிடம் வகித்தது. நான் வேவுப் படையில் வேலை பார்ப்பது எதிரி நாடுகளில் முக்கிய அதிகாரிகளுக்கும் தெரிந்துவிட்டது. நான் எந்த நாட்டில் வேவு பார்க்கிறேனென்று எதிரிகள் ஆராய ஆரம்பித்தனர். நான் தஞ்சையில் இருந்தால் தூக்கிச் செல்லவும், வெளிநாடுகளில் காணப்பட்டால் கொன்று விடவும் திட்டம் தீட்டினர்.

"தஞ்சைக்கு அடிக்கடி வந்து நந்தினியையும், என் கணவரையும் பார்த்துச் செல்வேன். அரசரின் புகழுரை என்னை நாட்டின் சேவையில் அதிகமாக ஈடுபடச் செய்தது. என்னைப் பிரிந்து நந்தினிகூட இருந்து விட்டாள். ஆனால் என் கணவர் எப்போதும் என் நினைவாகவே இருந்து வந்தார். அடிக்கடி கவலையினால் நோய்வாய்பட்டார். வெளிநாடு களில் சேவை செய்யும் எனக்கு என் கணவரைப் பற்றிய செய்திகள் சரியாகவே தெரிவிக்கப்படவில்லை.

"ஒரு நாள் வேவு காரணமாக இடைதுறை தளபதியின் வீட்டை விட்டு வெளியில் சென்று வந்தேன். அன்று தளபதி வெளியில் சென்றிருந்தான். மாளிகைக்குத் திரும்ப இரவு நீண்ட நேரம் பிடிக்குமென்று சொல்லியிருந்தான். ஆனால் நான் திரும்பி வரும்போது தளபதியுடன் இடைதுறை

மன்னனும் அங்கேயிருந்தான். அவன் என்னைப் பார்த்ததும் 'யார் இவள்?' என்று கேட்டான். வேலைக்காரி என்றான் தளபதி. 'இருக்க முடியாது; நான் நம்பவும் முடியாது' என்று அழுத்தமாகக் கூறினான் இடைதுறை மன்னன்.

"அவள் வேலைக்காரியேதான். கடந்த ஓராண்டாக இங்கேதான் வேலை பார்த்து வருகிறாள். இவளுக்கு ஒரு குழந்தைகூட இருக்கிறது" என்றான் தளபதி. 'இவ்வளவு அழகான வேலைக்காரி ஒருத்திகூட நமது அரண்மனையின் அந்தப்புரத்தில் இல்லை. இவளை நமது அரண்மனைக்கு அனுப்பிவிடு' என்றான் என்னைப் பார்த்து சிரித்துக் கொண்டே.

"இடைதுறையான் கபடமாகச் சொன்னதை நான் அப்போது புரிந்து கொள்ளவில்லை. 'இது நல்ல சந்தர்ப்பம். அரண்மனைக்குச் சென்றால் சரியான பலன்கள் கிடைக்கும். எனது வேவு வேலையும் வெற்றியடையும் என்று நினைத்தேன். அதனால்தான் அவன் என்னைப் பார்த்துச் சிரித்ததும், நானும், சிறிது புன்னகை செய்தேன். அவன் என் புன்னகையில் மயங்கிவிட்டான். தளபதி மறுத்துப் பேச வழியின்றி மறு நாளே என்னை அரண்மனைக்கு அனுப்பிவிட்டான்.

"அன்று இரவு இடைதுறையான் அந்தப்புரத்திற்கு வந்தான். ராணி அவனை வரவேற்றாள். 'எங்கே இன்று வந்த புது வேலைக்காரி?' என்று அதிகாரத் தோரணையில் கேட்டான். ராணி என்னை அழைத்தாள். ராணி இருக்கும் போது பயமில்லை என்ற எண்ணத்தில் அங்கு சென்றேன். என்னைப் பார்த்து மீண்டும் சிரித்தான். நான் தலைகுனிந்து நின்றேன். 'கொஞ்சம் பழரசம் ஊற்றி வா' என்றான். நான் திரும்பி நடந்தேன்.

"பழரசத்தை எடுத்துக் கொண்டு அங்கே வந்தேன். ராணியைக் காணவில்லை. இடைதுறையான் சிரித்துக் கொண்டே எழுந்து வந்து கதவைத் தாளிட்டான். அப்போது தான் என் மனம் 'திக்' என்றது. உன் பெயர் என்ன? என்று கேட்டான். 'மீன் கண்!' என்றேன். 'சரியான பெயர். நீதான் அதிர்ஷ்டக்காரி. இந்த அரண்மனையில் எத்தனையோ பணிப் பெண்கள் இருக்கின்றனர். எல்லோருக்கும் என் தரிசனம் கூட கிடைப்பதில்லை. ஆனால் இன்று வந்த உனக்கு என் மஞ்சத்திலே இடம் கிடைத்தது உனது பாக்கியம்தான்' என்றான். என் மனம் வேகமாக அடித்துக் கொண்டது. தப்ப வழியிருக்கிறதாவென்று சுற்றும் முற்றும் பார்த்தேன். வாயிற் கதவும் தாளிடப்பட்டு விட்டதால் தப்ப வேறு வழியில்லை. திகைத்தேன். என் உடல் நடுங்கியது.

"உன் கையால் பழரசத்தைக் கொடு. நான் சாப்பிடு கிறேன்' என்றான். நான் பயந்தபடியே கோப்பையை நீட்டினேன். அவன் அதில் பாதி அருந்தினான். பாதியை என்னிடம் கொடுத்து, 'நீயும் அருந்து' என்றான். நான் வேண்டாமென்று தலையை ஆட்டினேன். அவன் என் கைகளைப் பிடித்து அருகில் இழுத்தான். நான் திமிறினேன். ஆனால் அவனுடைய இரும்புக் கரங்கள் என்னை இறுகப் பிடித்தன. இழுத்தான். நான் அவனுடைய பஞ்சணை மீது ஓடி விழுந்தேன்.

"மீன் கண்ணே! நீ தப்ப முடியாது. வீணாகச் சஞ்சலப் படாதே! என்னுடைய பசிக்கு விருந்தளிக்கவே உன்னை அழைத்தேன். முதலில் பழரசத்தால் உடற் பசியைத் தீர்த்து விட்டாய். இப்போது உணர்ச்சிப் பசி' என்றான். பலமுறை பஞ்சணையை விட்டு எழுந்தோட முயன்றேன். பாவி விட வில்லை. என் கற்பைச் சூறையாடிய பிறகே அயர்ந்து

தூங்கினான். எனக்கு ஆத்திரமும், அழுகையும் வந்தது. புலிக் குகையில் அகப்பட்ட ஆடு போலானேன். என் உள்ளம் முறிந்தது. இனி எப்படி என் கணவர் முகத்தில் விழிப்பது என்று நினைத்து அழுதேன். என் வாழ்வு அத்துடன் முடிந்தது என்றும் முடிவு செய்தேன். தற்கொலை செய்து கொள்ள விரும்பினேன். இடைதுறையானின் கத்தி பக்கத்திலே கிடந்தது. அதை எடுத்தேன். கத்தியை உருவினேன். ஆனால் திடீரென்று ஓர் எண்ணம் உதயமாயிற்று.

"நான் தற்கொலை செய்து கொள்ளுமுன்பு என்னைக் கெடுத்து, என் வாழ்வைப் பாழாக்கிய இடைதுறையானைக் கொன்று விடுவதென்று முடிவு செய்தேன். கத்தியை ஓங்கிக் கொண்டு அவனருகில் சென்றேன். அவனைக் குத்திக் கொன்று விடலாம், அது சுலபமான வேலைதான். ஆனால் நான் ஏன் வேவுக்காரியானேன்? என் வாழ்வு ஏன் சூறையாடப்பட்டது? நாட்டின் நலனுக்காக நான் ஏற்றுக் கொண்ட பணியை முடிக்காமல் எந்த முடிவுக்கும் வரக்கூடாது என்று தீர்மானித்தேன். நானோ கெடுக்கப்பட்டு விட்டேன் இனி அதற்காக வருந்திப் பயனில்லை. இடைதுறையானின் ஆசை நாயகியாக இருந்து, அரசாங்க இரகசியங்களை தஞ்சைக்கு அனுப்ப முடிவு செய்தேன்.

"அதன் பிறகுதான் என் உள்ளம் உறுதி பூண்டது. எனக்கென்று சொந்தமாகக் கணவரோ, குழந்தையோ, உற்றாரோ, உறவினரோ இல்லையென்றும், எல்லோரும் எனக்குச் சொந்தமென்றும், தாய்நாட்டின் நலனுக்காக என் வாழ்வை அர்ப்பணிப்பதென்றும், சோழ மன்னரின் வேலை முடிவுற்றதும், இடைதுறையானைப் பழிதீர்த்துக் கொண்டு, என் உயிரை மாய்த்துக் கொள்வதென்றும் சபதம் பூண்டேன். இந்தச் சபதத்தில் அன்று இடைதுறையான் தப்பிப் பிழைத்தான்.

“பகல் முழுவதும் சோழ நாட்டிற்குப் பணிபுரிந்தும், இரவு முழுவதும் அரண்மனையின் இரகசியங்களை அறிந்து, இதற்கிடையில் இடைதுறையானின் காமப்பசிக்கு ஆளாகியும் வந்தேன். என்னுடைய பணியினால் மேலைச் சளுக்கியரின் உதவி பெற்று சோழ நாட்டின் மீது படையெடுக்கத் திட்டம் தீட்டியிருந்ததைக் கைவிட்டு விட்டான் இடைதுறையான். இன்னும் பல ஆண்டுகளுக்கு அவன் நம்மீது படையெடுக்க முடியாமல் செய்து விட்டேன். இச்செய்தி சோழ மன்னருக்கு எட்டியது. உடனே தஞ்சைக்கு வரும்படி உத்தரவிட்டார். நான் தஞ்சைக்கு வர விரும்பவில்லை. கணவரையும், குழந்தையையும் பார்க்க ஆவல்தான். ஆனால் என் கணவரை எப்படிப் பார்ப்பேன். அதை நினைக்கும் போது என் நெஞ்சில் ஈட்டி கொண்டு குத்துவது போலிருக்கும்.

“அச்சமயம் இராசராசர், பாண்டியன் அமரபுசங்கன் மீது படையெடுத்துச் சென்றார். பாண்டியனுக்கு உதவியாக சேரனான பாஸ்கர இரவிவர்மா சோழ மன்னரை எதிர்த்தான். இச்சமயம் என்னுடைய பணி அதிக முக்கியமென்றும், உடனே வரும்படியும் எனக்கு மீண்டும் உத்தரவு அனுப்பினார் மன்னர். அதைத் தவிர்க்க முடியாமல் நள்ளிரவில் இடைதுறையானின் அந்தப்புரத்திலிருந்து வெளியேறினேன். நான் உடனே தஞ்சைக்கு வர பிரயாண வசதிகள் செய்யப்பட்டிருந்தன.

“நான் தஞ்சையை அடைந்ததும் வேவுப்படையினருடைய அரண்மனையிலேயே தங்கிவிட்டேன். என் அருமைச் செல்வி நந்தினியை அழைத்து வரும்படி ஆள் அனுப்பினேன். அந்த ஆள் வசம் என் கணவருக்கு ஒரு கடிதமும் கொடுத்தனுப்பினேன். அக்கடிதத்தில் இனி நான் அவருக்கு மனைவியில்லையென்றும், அவருக்கு துரோகமிழைத்து விட்டதாகவும், அதனால் அவர் முகத்தில்

விழிக்கவே நான் விரும்பவில்லையென்றும், என்னை தேசத்திற்குச் சமர்ப்பித்துக் கொண்டதாகவும், எங்களின் காதல் சின்னமான நந்தினியை, இனி அவரே வளர்க்க வேண்டு மென்றும், அவர் விரும்பினால் வேறு ஒரு பெண்ணை மணந்து கொள்ளலாமென்றும் என்னை மறந்து விடும்படியும் எழுதியிருந்தேன்.

“நந்தினியை அந்த ஆள் அழைத்து வந்தான். நான் படையுடன் புறப்படுவதற்கு இன்னும் மூன்று நாட்கள் இருந்தன. அதுவரை நந்தினியை என்னுடனேயே வைத்துக் கொண்டேன். கடிதம் கண்டு என் கணவர் திடுக்கிட்டாராம். வாழ்வில் வெறுப்பு ஏற்பட்டு விட்டதாகவும் என் விருப்பப் படி வேறு பெண்ணை மணந்து வாழ விரும்பவில்லை என்றும் நந்தினியைக் காப்பாற்றி வளர்ப்பதே தன்னுடைய பெரும் பொறுப்பு என்றும் அதற்காகவே வாழ விரும்புவ தாகவும் கூறினாராம். ‘என் அனுமதி கேட்டு, நானும் வற்புறுத்திய பிறகே அவள் வேவுப் படையில் சேர்ந்தாள்; தவறு என்னுடையது தான். வேவுப் படையில் சேர்ந்த யாரும் ஒழுக்கத்துடன் திரும்பியதில்லை. இதை அறிந்திருந்தும் கயல் விழியை அனுப்பி என் வாழ்வை அழித்துக் கொண்டேன்’ என்றாராம் என் கணவர். அதன் பிறகு அவரைப் பிணி தொடர்ந்தது. அந்தப் பிணியே அவருடைய வாழ்க்கையின் முடிவாகவும் அமைந்து விட்டது.

“மூன்றாம் நாள் நான் சேர நாட்டிற்குச் சென்ற சோழப் படையுடன் அனுப்பப்பட்டேன். சேரனுடைய உதவி பாண்டியனுக்குக் கிடைக்காமல் செய்வதே எங்களுடைய முழு நோக்கம். என்னுடன் இன்னும் பல பெண்கள் வர, அனைவரும் காந்தளூர் சாலையை அடைந்தோம். அங்கேதான் சேரனுடைய ஒரு பகுதிப் படை காத்திருந்தது. நாங்கள் அந்தப்

படை வீரர்களுடன் தொடர்பு கொண்டோம். தவறான செய்திகளை அவர்களுக்கு அறிவித்தோம். அங்கு நிகழும் செய்திகளை சோழ மன்னருக்கு அனுப்பி வைத்தோம். ஆனால் சேரனுடைய படைகளைத் தடை செய்ய, எங்கள் கற்பை சூறையாடவும் அனுமதித்தோம். எங்களுடைய சாகசச் செயலால் பாண்டியன் அமரபுசங்கனை நமது மன்னர் வென்று அவனைச் சிறைப்படுத்தினார்.

"இந்நிலையில் தஞ்சையிலிருந்து ஒரு செய்தி கிடைத்தது. இடைதுறை அரண்மனையிலிருந்து தப்பி வந்த பிறகு, நான் சோழ நாட்டின் வேவுக்காரி என்று அறிந்து, என்னை எப்படியாவது தூக்கி வந்துவிடும்படி இடைதுறையான் உத்தரவு பிறப்பித்திருப்பதாக அறிந்தேன்.

"வேவுப் படையில் சேர்ந்தவர்களுக்கு எந்த நேரத்திலும் எந்த அபாயமும் ஏற்படலாம் என்பதை நாங்கள் அறிவோம். அதனால் இடைதுறையானின் உத்தரவைக் கண்டு நான் அஞ்சவில்லை. இனி சிறிது எச்சரிக்கையுடனே நான் நடந்து கொள்ள வேண்டுமென்று பலரும் ஆலோசனை கூறினார்கள். பாண்டியனை வென்றதும் சோழநாட்டுப் படைகள் காந்தளூர் சாலையை நோக்கி நடந்தன. மற்றொரு பகுதிப்படை விழிஞம் என்ற சேரனுடைய கடற்கரைப் பட்டணத்தை நோக்கி வந்து கொண்டிருந்தது. சேரனுடைய படைகள் இரு கூராக்கப்பட்டு ஒன்று காந்தளூர்ச் சாலையிலும் மற்றொன்று விழிஞத்திலும் காத்திருந்தன.

"சோழ நாட்டுப் படைகளின் வருகை எங்களுக்கு அறிவிக்கப்பட்டது. அப்போதுதான் சேரனாகிய பாஸ்கர இரவிவர்மனின் தளபதி என்னுடன் ரகசிய நட்புக் கொண்டிருந்தான். என் கடைக்கண் வீச்சிலே, என் அங்க நெளிவிலே

எனது ஆடல் பாடலிலே மோகவசப்பட்டு என்னையே சுற்றிக்
கொண்டு திரிந்தான். நான் அவனுடைய இன்பவெறியை
மேலும் மேலும் அதிகமாக்கிக் கொண்டு இருந்தேன்.

        'ஒருநாள் நள்ளிரவிலே, குமரியை அடைந்த சோழப்
படைகள் காந்தளூர்ச் சாலையை நெருங்கி விட்டன என்பதை
அறிந்தேன். பாண்டியனோடு போரிட்டதிலும் நீண்ட தூரம்
நடந்து வந்ததிலும் படைகள் களைத்துப் போயிருப்பதாகச்
சொன்னார்கள். வேவுக்காரர்களின் நடவடிக்கையால்தான்
சோழ நாட்டுப் படைகள் வெற்றிக் கொடி நாட்ட முடியும்
என்றும் கருதினார்கள். தளபதிக்கும் எனக்குமுள்ள உறவைக்
கண்டு அந்தப் பொறுப்பை என்னிடமே எல்லோரும்
ஒப்படைத்தார்கள்.

        "நான் நாள் ஒன்று குறிப்பிட்டேன். அன்று சோழ
நாட்டுப் படைகள் காந்தளூர்ச் சாலைக்குள் பிரவேசித்தால்
வெற்றி நிச்சயம் என்றும் அறிவித்தேன். நான் குறிப்பிட்ட
நாளும் வந்தது. எனது சாகசம் வெற்றி தந்தது. அன்று
காந்தளூர்ச் சாலைக்கு அப்பால் நெடுந்தூரம் நானும்,
சேரனுடைய தளபதியும் உலாவச் சென்று இருந்தோம். எனது
அழகிலே மயங்கி, அவன் உள்ளத்தை என்னிடம் பறிகொடுத்
திருந்தான். ஒரு அழகான சோலையில் உட்கார்ந்தோம்.
என்னைக் கொஞ்ச நேரம் பாடும்படி கெஞ்சினான். நான்
பாடினேன். என் மடிமீது தலை வைத்துப் படுத்தான்.
'அப்படியே நான் என்றும் உன் மடியில் படுத்திருக்கக்
கூடாதா?' என்றான். 'அதை நான் தடுக்கவில்லையே' என்றேன்.
என்னை அணைத்து முத்தமிட்டான், கொஞ்சினான்.

        "இச்சமயத்தில் அவனது குத்துவாளை உருவினேன்.
'ஏன்?' என்று கேட்டான். 'ஒரு அருமையான ஆட்டம். அது

உங்கள் கண்ணுக்கும் கருத்துக்கும் நல்ல விருந்தாகும்' என்றேன். 'எங்கே ஆடு பார்க்கலாம்' என்றான். நான் ஆடினேன். - ஆடினேன் - ஆடிக்கொண்டேயிருந்தேன். முடிவில் எனக்கு மயக்கம் வரும்போலிருந்தது. ஓடிச் சென்று எதிர்பாராத விதமாக தளபதியின் மார்பிலே குத்துவாளைச் சொருகினேன். அதுவரை மெய்மறந்து ரசித்துக் கொண்டிருந்த தளபதி இதைச் சிறிதும் எதிர்பார்க்கவில்லை. 'ஆ'வென்று அலறிக் கொண்டே வீழ்ந்து உயிர் துறந்தான்.

"நான் மீண்டும் ஊரை நோக்கிச் சென்றேன். சோழ நாட்டுப் படைகளின் வருகையை அறிவித்தேன். படையினர் தளபதியைத் தேடினார்கள். அவர் சோழ வீரன் ஒருவனால் குத்தப்பட்டு இறந்ததாகச் சொன்னேன். உடனே எல்லோரும் ஓடத் தலைப்பட்டனர். சேரன் படையினர் எந்தப் பகுதியில் பின்வாங்கி ஓடினார்களோ, அதே பகுதியில்தான் சோழப் படைகள் நடைபோட்டு முன்னேறின. எதிரே வரும் எதிரியின் படைகளைக் கண்ட சேரன் படைகள் நிபந்தனையின்றிச் சரணடைந்தன.

"இது சோழநாட்டுப் படைவீரர்களுக்குப் பெரு வியப்பை அளித்தது. நடந்ததையெல்லாம் நமது படை வீரர் களுக்கு அறிவித்தேன். அவர்கள் என் துணிச்சலையும், வீரத் தையும் பாராட்டினார்கள். பின்னர் காந்தளூர்ச் சாலையைக் கைப்பற்றிக் கொண்டு முன்னேறினோம். விழிஞத்திலே ஒரு பகுதிப் படையும் சேரநாட்டு மரக்கலப் படையும் காத்து நின்றன. அங்கேதான் பெரும் போர் நடைபெற்றது. ஆனால் சிறுபகுதியான சேரனின் படைகள் கடல்போன்ற நமது படை களை எதிர்க்க முடியாமல் தோல்வி அடைந்தன. சேரனுடைய கடற்படை முழுதும் அழிக்கப்பட்டது. அச்சமயம்தான் ஆயிரந் தீவுகளையும் நான் பார்க்க வேண்டிய சந்தர்ப்பம் ஏற்பட்டது.

“விழிஞத்திலே தங்கியிருந்த சேரனின் படைத் தளபதி திடீரென்று காணாமற் போய்விட்டான். கப்பற் படையை கைப்பற்றும்போது பல படகுகளும் இரண்டொருமரக் கலங்களும் கடலுக்குள் சென்று மறைந்து விட்டன. அத்தளபதி ஒருவேளை அந்த மரக்கல்களிலே சென்று மறைந்திருப் பானோ என்று சந்தேகப்பட்டனர். அதனால் பலம் பொருந்திய ஒரு படையுடன் சேரனுடைய மரக்கலங்களிலே நாங்கள் பிரயாணம் செய்து தளபதியைத் தேடினோம்.

“திடீரென நாங்கள் சில தீவுகளைக் கண்டோம். அது தான் பழந்தீவு பன்னீராயிரம் என்றும், ஆயிரந் தீவுகள் என்று அழைப்பதுண்டு என்றும் சொன்னார்கள். நாங்கள் போய் இறங்கிய தீவுதான் எல்லாத் தீவுகளையும் விட மிகப்பெரிய தென்றும், அதற்குச் சாந்திமத் தீவு என்று பெயர் என்றும் கூறினார்கள். இத்தீவு பராந்தகன் காலம் முதல் சோழ நாட்டின் ஆட்சிக்குட்பட்டதென்றும், தற்சமயம் அங்கே யாரும் ஆட்சி செய்யவில்லையென்றும், மக்கள் தங்களைத் தாங்களே ஆட்சி செய்து கொள்கிறார்களென்றும் சொல்லிக் கொண்டார்கள்.

”நாங்கள் சில தினங்கள் அங்கே தங்கி சுற்றிப் பார்த்த பிறகு, மீண்டும் புறப்பட்டு சோழ நாட்டை அடைந்தோம். அச்சமயம்தான் உங்கள் தந்தையின் விருப்பப்படி நீங்கள் கொங்கணம், குடகு முதலிய பகுதிகளைக் கைப்பற்ற பெரும் படையுடன் சென்றிருப்பதாக அறிந்தேன். நான் தஞ்சையை அடைந்ததும் நந்தினியை அழைத்து வரும்படி கூறினேன். ஆனால் என் கணவர் என்னைக் கடைசியாக ஒருமுறை நேரில் பார்த்துப் பேச ஆசைப்படுவதாகக் கூறினார்கள். என் நினை வினாலும், குடும்பத்தின் சீரழிவினாலும் அவருடைய நோய் அதிகரித்து விட்டதாகவும் சொன்னார்கள். எனக்கும் அவரைப்

பார்க்க ஆசைதான். ஆனால் அவருடைய மனைவி என்ற முறையில் அவரை எப்படிச் சென்று பார்ப்பது?

"மனவேதனை ஒரு புறம்; அன்புக் கணவரையும், அருமைச் செல்வியையும் பார்க்கப் போகிறோம் என்ற ஆனந்தம் ஒருபுறம்; இம்மாதிரி நிலையில்தான் என் வீடு இல்லை - என் கணவரின் வீட்டிற்கு அன்று இரவு சென்றேன். படுக்கையில் படுத்துக் கிடந்த என் கணவர் என்னைக் கண்டதும் 'கயல்விழி' என்று கூவினார். நான் அவர் அருகில் ஓடினேன். அவர் பாதங்களில் வீழ்ந்தேன். அழுது பொறுமினார். நானும் கண்ணீர் விட்டேன். என் மகள் நந்தினி என் கணவரின் அருகில் நின்று கொண்டு என்னையும், என் கணவரையும் மாறிமாறிப் பார்த்தாள். என் அருகில் வரும்படி அவளை அழைத்தேன். அவளும் அழுவதுபோல் பாசாங்கு செய்து கொண்டு வர மறுத்துவிட்டாள். இதைப் பார்த்ததும் என் கணவர் முதலில் பேச ஆரம்பித்தார்; 'கயல்விழி! நந்தினியைப் பார்! அவள் கூட அம்மாவை வெறுத்து விட்டாள்!' என்றார். என்னால் எதுவும் பேச முடியவில்லை. கண்ணீர் வடித்தபடியே உட்கார்ந்திருந்தேன்.

"திடீரெனப் பெரும் ஓசை வீதிப்புறம் கேட்டது. எல்லோரும் திடுக்கிட்டுத் திரும்பினோம். இரு வீரர்கள் பரபரப்புடன் உள்ளே நுழைந்தனர். நான் திடுக்கிட்டு எழுந்தேன். அந்த இரு வீரர்களும் முகமூடி அணிந்தபடி என்னருகில் வந்தனர். என்ன நடக்க போகிறது என்பதை உடனே நான் புரிந்து கொண்டேன். கூச்சலிட்டுக் கொண்டே வீட்டின் மற்றொரு புறம் ஓடினேன். அந்த இரு வீரர்களும் பாய்ந்து என்னைப் பிடித்தனர். ஒருவன் என் வாயைப் பொத்தினான். என் கூச்சல் அடங்கியது. அந்த இரு முரடர் களும் என்னைத் தூக்கிக் கொண்டு வெளியே வந்தனர். என்

கணவர் 'கயல்விழி! கயல்விழி!' என்று கத்தியதைக் கேட்டேன். நந்தினி 'அம்மா! அம்மா!' என்று அலறுவதைக் கேட்டேன். ஆனால் நான் என்ன செய்ய முடியும்? செயலற்றவளானேன்.

"ஒரு முரட்டு வீரன் அவனுடைய புரவி மீது என்னை ஏற்றித் தானும் ஏறி உட்கார்ந்து கொண்டான். உடனே புரவி பறந்தது. மறுநாள் பொழுது புலரும் வரையில் எங்கள் புரவி ஓடிக் கொண்டேதான் இருந்தது. நான் மிகவும் களைத்துப் போயிருந்தேன். பிறகு என்ன நடந்தது என்பதே எனக்குத் தெரியாது.

"நான் கண்விழித்துப் பார்க்கும் போது ஒரு பெரிய மாளிகையில் படுத்திருப்பதை அறிந்தேன். என்னைச் சுற்றிலும் சில வீரர்கள் காவலிருந்தனர். சிறிது நேரத்தில் இடைதுறை நாட்டுத் தளபதியும், இடைதுறை மன்னனும் வந்தார்கள். அவர்களைக் கண்டதும் சுற்றி நின்ற வீரர்கள் வெளியே சென்று விட்டனர். இடைதுறையானின் கையில் முட்கள் நிறைந்த சாட்டை இருந்தது. எனக்கு முன்னால் நின்று கொண்டு சாட்டையை வீசினான் இடைதுறையான். அந்தச் சாட்டை பக்கத்திலிருந்த சுவரில் பதிந்து அதில் பூசப் பட்டிருந்த சுண்ணாம்புக் காரைகளைப் பெயர்த்தெறிந்தது. இடைதுறையான் கோபத்தால் கொதித்துக் கொண்டு இருந்தான். அவனுடைய கண்கள் கோவைப் பழம் போல் சிவந்திருந்தன. அவனுடைய நிலையும், செய்கையும் கண்டு என் உடல் நடுங்கியது.

"ஊம் எழுந்திரு என்றான் இடைதுறையான். நான் நடுங்கிக் கொண்டே எழுந்தேன். 'உண்மையைச் சொல். எங்கே உனது ஆட்கள்? எல்லோரையும் என்னிடம் காட்டிக்

கொடுக்க வேண்டும். முதலில் யார் யார், எங்கெங்கே இருக்கிறார்கள் என்று சொல்' என்றான். நான் பதில் பேசவே இல்லை. வாயடைத்து நின்றேன். சொல்கிறாயா இல்லையா என்று சாட்டையை ஓங்கினான். நான் மௌனமாக நின்றேன். அதற்குள் என் மனம் உறுதி பெற்றது. எவ்வளவு கஷ்டமும், துன்பமும் நேர்ந்தாலும் நண்பர்களையும், தாயகத்தையும் காட்டிக் கொடுப்பதில்லை என்று முடிவு செய்தேன். அதற்காக உயிரையும் இழக்க சித்தமாகி விட்டேன்.

"என்னை அடிப்பதினாலோ, துன்புறுத்துவதினாலோ என்னிடமிருந்து நீங்கள் எந்தச் செய்தியையும் பெற்றுவிட முடியாது' என்றேன். 'நீ துணிச்சல்காரி! பரத்தை! எதற்கும் துணிந்து விட்டவள். தமிழ்நாட்டுப் பெண்கள் கற்பில் சிறந்தவர்கள் என்று கேள்விப்பட்டிருக்கிறோம், அவர்களுக்கு நேர்மாறானவள் நீ' என்றான் இடைதுறையான். 'நீயும் அப்படித்தான். மனைவியைத் தவிர மற்றவர்களைச் சகோதரி களாகவும் தாய்மார்களாகவும் கருதும் பண்பு தமிழருக்கு உண்டு. நீ...? என்னைக் கண்டதும் கற்பைச் சூறையாடி விட்டாய்! அதற்காக உன் தளபதியையே ஏமாற்றினாய். அன்று இரவே பஞ்சணையில் உன்னைக் கொன்று பழிதீர்த்துக் கொள்ள நினைத்தேன். ஆனால் உன்னை தூக்கத்தில் வஞ்சக மாகக் கொல்ல விரும்பவில்லை. அதனால்தான் நீ தப்பிப் பிழைத்தாய்' என்றேன்.

"அடி வஞ்சகி! சண்டாளி' என்றான். ஓங்கிய சாட்டை என்மீது பட்டது. சில அடிகள் எனது உடையை மட்டும் கிழித்தன. சில அடிகள் என் உடலின் மீது பட்டு சதையையும் பெயர்த்தன. குருதி பொங்கி வழிந்தது. 'அம்மா' என்று கதறிக் கொண்டே கீழே விழுந்தேன்.

"என் நினைவு திரும்பும் போது விழித்துப் பார்த்தேன். இடைதுறை நாட்டில் தற்சமயம் இளவரசருடன் தங்கி யிருக்கும் இன்பவல்லியின் மாளிகையில் நான் சிறை வைக்கப்பட்டிருந்தேன். இன்பவல்லியின் பெற்றோர் எனக்குப் பாதுகாவலாக நியமிக்கப்பட்டனர். அவர்கள் என்னைத் துன்புறுத்தி, ரகசியங்களைத் தெரிந்து கொள்ள முயன்றனர். நான் வெளியிட மறுத்தேன். என் உடலில் உள்ள புண்கள் மீது மருந்து தடவி கட்டப்பட்டிருந்தது. எழுந்தாலும் உட்கார்ந் தாலும், புரண்டு படுத்தாலும் காயங்களின் வேதனையால் கஷ்டப்பட்டேன். சில சமயங்களில் இடைதுறையானே நேரில் வருவான். அவன் வருகையை அறிந்ததும் மூர்ச்சித்துக் கிடப்பவள் போல் பாசாங்கு செய்வேன். என் உடற்காயங்கள் ஆறும் வரை என்னைத் துன்புறுத்த வேண்டாமென்றும், என்னைப் பத்திரமாக பாதுகாக்கும் படியும் சொல்லிச் சென்றான்.

"எனது காயங்கள் குணமாகிக் கொண்டு வந்தன. ஆனால் இன்னும் அதிக வலி இருப்பதுபோல் நான் நடித்து வந்தேன். இரவில் எல்லோரும் தூங்கும் போது எழுந்து மெதுவாக நடந்து பார்ப்பேன். தப்பிச் செல்ல வழியிருக் கிறதாவென்றும் ஆராய்வேன். ஒரு நாள் நடுநிசியில் எழுந்தேன். பக்கத்தில் தொங்கிய கருப்புத் திரையை எடுத்து என் மீது போர்த்திக் கொண்டேன். நிலா முற்றத்தின் வழியாக அடுத்த வீட்டின் கூரைக்குத் தாவினேன். அங்கிருந்து ஓங்கி வளர்ந்த ஒரு மரத்தின் கிளையில் ஏறி மரத்தின் வழியாகக் கீழே இறங்கினேன். நல்லவேளையாக என்னை யாரும் பார்க்க வில்லை.

"மிகவும் துணிச்சலுடன் திரும்பித் திரும்பிப் பார்த்துக் கொண்டே நடந்தேன். ஆள் வரும் ஓசை கேட்டால் மூலையில்

பதுங்கிக் கொள்வேன். நான் போர்த்தியிருந்த கருப்பு
ஆடையால் நகரக் காவலர்களிடமிருந்து அன்று இரவு
தப்பினேன். மறுநாள் பொழுது புலர்வதற்குள் இடைதுறை
நகரை விட்டு நீண்ட தூரம் வந்து விட்டேன். இனி நான் என்ன
செய்வது? வடக்கே சென்றாலும் ஆபத்து. தெற்கே சோழ
நாட்டிற்குச் செல்லலாம். ஆனால் என் மீது பாண்டியன்,
சேரன், சளுக்கன், இடைதுறையான் எல்லோருமே கண்
வைத்திருக்கின்றனர். நிம்மதியாக என்னைச் சோழநாட்டிலே
வாழ விடமாட்டார்கள். அப்படி வாழ நேரிட்டாலும்,
குடும்பம், கணவன், மகள், எல்லோரையும் துறந்து வறண்ட
வாழ்வு நடத்த முடியாது. அதிலும் மானமிழந்த பின்
மதிப்புடன் வாழ மனம் இடம்தராது. இனி தற்கொலைதான்
முடிவு. சுலபமான வழிதான். ஆனால் என் மானத்தைக்
கெடுத்த, கற்பைச் சூறையாடிய கயவனை - என் வாழ்வைக்
கெடுத்த வஞ்சகனை - என்னை முள் சாட்டையால் அடித்துத்
துன்புறுத்திய துன்மார்க்களைப் பழிக்குப் பழி வாங்காமல்
விடுவதில்லை என்று தீர்மானித்தேன்.

"இச்சமயம் சுமார் பதினைந்து பேர், ஆண்களும் பெண்
களும் அடங்கிய ஒரு கூட்டம் ராசபாட்டையில் நடந்து வந்து
கொண்டிருந்தார்கள். அவர்களைக் கண்டதும் ஒரு புதருக்குப்
பக்கத்தில் மறைந்து கொண்டேன். ஆனால் அவர்கள் பேசிக்
கொண்டு சென்ற மொழி எனக்குச் சிறிது தைரியத்தை
வரவழைத்தது. அவர்கள் தமிழில்தான் பேசிக் கொண்டு
சென்றார்கள். உடனே நான் மறைவில் இருந்து வெளியே
வந்தேன். என்னைக் கண்டதும் எல்லோருமே முதலில் பயந்து
விட்டார்கள். நான் போர்த்தியிருந்த கருப்பு ஆடையை
நீக்கினேன். எல்லோரும் என்னை உற்றுப் பார்த்தார்கள். அதில்
ஒரு பெண் 'ஆ! கயல்விழியா?" என்றாள். 'ஆம்! என்னைத்

தெரியுமா?' என்று கேட்டேன். 'இன்று சோழப் பேரரசு வெற்றி
மேல் வெற்றி பெற்று வருகிறதென்றால், இராசராசரும் சென்ற
இடமெல்லாம் புலிக்கொடியை நாட்டி வருகிறார்களென்றால்
அதற்கு நீதானே காரணம்!' என்றாள். எல்லோரும் என்னை
ஆச்சரியத்துடன் பார்த்தனர்.

        "இங்கே தனியாக நீ என்ன செய்கிறாய்?" என்று
கேட்டாள் அந்தப் பெண். நான் நடந்த விபரங்களைத்
தெரிவித்தேன். 'இன்னும் கொஞ்ச நேரம் இங்கே தாமதித்
தாலும் இடைதுறையானின் படைகள் என்னைத் தேடி வந்து
விடும்' என்றேன். அந்தக் கூட்டத்தினர் அனைவரும் மேலைச்
சளுக்க நாட்டில் ஒற்றர்களாகப் பணிபுரிந்தவர்கள். சிலர்
என்னைப் பார்த்துமிருக்கிறார்கள். எனக்கு நேர்ந்த துன்பங்
களைக் கேட்டுத் துடிதுடித்தார்கள். மிகவும் வருந்தினார்கள்.
எல்லோரும் அந்த ராசபாட்டையில் சென்றால் ஆபத்து
என்பதை அறிந்தோம். என் ஆலோசனைப்படி எல்லோரும்
நடக்க ஒப்புக் கொண்டார்கள்.

        "நாங்கள் இடைதுறை நாட்டின் எல்லை ஓரமாக கீழ்க்
கடற்கரையை அடைந்தோம். என்னோடு வந்தவர்கள் சோழ
நாட்டிற்குச் செல்லவே ஆசைப்பட்டார்கள். ஆனால் என்னை
விட்டுப் பிரிந்து செல்லவும் மனமின்றித் தயங்கினார்கள்.
அப்போதுதான் எனக்கு சில திட்டமான எண்ணங்கள்
தோன்றின. ஒருவரும் ஆட்சி செய்யாத - யாருக்கும் அடிமை
யாகாத ஆயிரந்தீவுக்குச் சென்று விட்டால் என்ன? அங்கே
தங்கியிருந்து, இடைதுறை நாட்டில் உளவு அறிந்து, சோழ
மன்னருக்குத் தெரிவித்து இடைதுறை நாட்டைக் கைப்பற்றச்
செய்ய வேண்டும்.

        "அதே சமயத்தில் இடைதுறையானால் சோழ நாட்டிற்கு
ஆபத்து ஏற்படாமலும் பாதுகாக்க வேண்டும். ஆயிரந் தீவு

களில் தங்கியிருந்தால் எனக்கு ஆபத்து ஏற்படாது என்றெல்லாம் தீர்மானித்தேன். என்னோடு வரவும், சோழ நாட்டின் நன்மைக்காக எந்தக் காரியத்தைச் செய்யவும் எல்லோரும் மனமொப்பினர்.

"பிறகு எல்லோரும் ஈழத்திற்குப் புறப்பட்ட ஒரு பெரிய படகில் பிரயாணம் செய்தோம். ஈழத்தை அடைந்ததும் அங்கிருந்து மாலத்தீவு, பவளத் தீவு, கோமளத் தீவு எல்லாம் கடந்து சாந்திமத்தீவை அடைந்தோம். நான் முன்பு ஒரு தடவை சாந்திமத் தீவுக்கு வந்திருக்கிறேன். அங்குள்ள குடிகளில் பெரும்பாலோர் தமிழர் - அதுவும் சோழநாட்டு மக்கள்தான். பலர் சோழ நாட்டுடன் கொள்வினை, கொடுப் பினை சம்பந்தங்களும் வைத்துக் கொண்டிருந்தார்கள். இவை யெல்லாம் நான் எடுத்துக் கொண்ட வேலைக்கு ஆக்க மளிப்பதாயிருந்தன.

"ஆயிரந்தீவுகளில் ஒரு சிறு படையொன்று திரட்டினேன். முக்கியமான பாதுகாப்பு வேலைகள் தவிர, மற்ற எல்லா வேலைகளுக்கும் பெண்களையே நியமனம் செய்தேன். வலுவான ஒரு ஒற்றர் குழுவை அமைத்தேன். திறமைமிக்க ஆடவர்களையும், சிறந்த பெண்களையும் நியமித்தேன். இக்குழுவினர் இடைதுறை நாட்டிற்கும் சோழ நாட்டிற்கு மிடையே உள்ள மிகப் பெரிய காடான ஆலங்காட்டில் தங்கி, இடைதுறை நாட்டில் உளவு அறிய வேண்டுமென்று கட்டளை யிட்டேன். வாரமொரு முறையும், முக்கிய செய்திகள் கிடைத்தால் அவ்வப்போதும் எனக்கு அறிவிக்கும்படி உத்தர விட்டேன். அத்துடன் மிக முக்கியமான வேலையொன்றும் செய்யும்படி அந்தக் குழுவினருக்குப் பணித்தேன்.

"என்னிடம் பல சாகசச் செயல்களைக் கற்று சோழ நாட்டின் நன்மைக்காக தங்களை அர்ப்பணிக்க சாந்திமத்

தீவிலே பல பெண்கள் முன் வந்தனர். அவர்கள் சோழ நாட்டில் புகுந்து, இளம் பெண்கள் பலரைக் கடத்தி வர உத்தர விட்டேன். ஆர்வம் படைத்த ஆண் பெண் பலர் என் உத்திரவுக்குக் கீழ்ப்படிந்து, என் ஆணையை நிறைவேற்றச் சித்தமாயினர். ஆனால் நான் யார்? எதற்காக இந்த வேலை களை மேற்கொண்டேன் என்பது பலருக்குத் தெரியாது. பலர் என்னைச் சோழநாட்டின் அரசி என்றும், சிலர் நான் சோழ நாட்டின் அரச குடும்பத்தைச் சார்ந்தவளென்றும் சொல்லிக் கொண்டார்கள். சோழ சிங்காதனத்துக்கோ, அரச குடும்பத்துக்கோ என்னால் இழுக்கு ஏற்படக்கூடாது என்று எண்ணினேன். நான் சோழ நாட்டின் பெருங்குடிமக்களில் ஒருத்தி என்றும், சோழ நாட்டின் நன்மைக்காகவே இப்பணியை மேற்கொண்டதாகவும், அரச குடும்பத்துடன் என்னை சம்பந்தப்படுத்த வேண்டாமென்றும் கேட்டுக் கொண்டேன்.

"ஆனால் மக்களின் உள்ளத்திலே நான் ஒரு தலைவி யாகக் கருதப்பட்டேன். என்னைத் தலைவியாக ஏற்றுக் கொண்ட அனைவரும் அந்தத் தலைமைப் பீடத்திலிருந்து, என்னைத் தாழ்த்திவிட விரும்பவில்லை. நான் என்றென்றும் அவர்களின் தலைவியாக - தாயாக - அன்னையாக அழைக்கப் பட்டேன். பிறகுதான் 'அன்னை' என்று எல்லோரும் அழைத்தனர். அதன் பிறகு எனது படையில் சேர்ந்தவர்கள் அனைவரும் 'அன்னை' என்பதை ஒரு தாரகமந்திரமாக உச்சரித்தனர். கடமையை நிறைவேற்ற எடுத்துக்கொள்ளும் சபதங்களில், போர்களிலும், துன்பம், துயரம் சூழ்ந்த போதும், 'அன்னை வாழ்க' என்று உச்சரித்து கடமையை நிறைவேற்றினர்.

"என் திட்டப்படி வேலைகள் நன்கு நடைபெற்றன. சோழ நாட்டிலிருந்து கடத்தி வரப்பட்ட பல பெண்களில் கமலினி, மங்கை, நந்தினி, கோதை, தங்கம் போன்ற பெண்கள் விரைவிலேயே பயிற்சியும் தகுதியும் பெற்று எனக்கு அடுத்தபடியாக எல்லா வேலைகளையும் கவனித்துக் கொள்ளும் ஆற்றல் பெற்றனர்.

"ஆலங்காட்டில் தங்கிய எனது படை முதலில் ஒரு மாபெரும் சுரங்க வீடு அமைத்துக் கொண்டது. சமீபத்தில் தாங்களும், தளபதி தளநாயகனும் இடைதுறை நாட்டின் மீது படையெடுத்துச் சென்றபோது கூட என் படையினர் கண் களுக்கு நீங்கள் தப்பவில்லை என்று கேள்வியுற்றேன். நீங்கள் இருவரும் அந்த சுரங்க வீட்டைப் பார்வையிட்டதாகவும் அறிந்தேன். எங்கள் வேலை முடிந்து, ஆலங்காட்டிலிருந்து ஆயிரம் துவுக்குப் படை புறப்பட்டதும் அந்தச் சுரங்க வீட்டை என் படையினரே அழித்து விட்டனர்.

"நான் ஆயிரந்தீவை அடைந்த மறு ஆண்டில் தங்கமும், கோதையும் தஞ்சையிலிருந்து கடத்தி வரப்பட்டனர். இருவருக்கும் அப்போது வயது பதினொன்று, பன்னிரண்டு இருக்கும். அவர்களின் மூலம் பயங்கரமான ஒரு புதிய வழியைக் கடைப்பிடிக்கவும் தீர்மானித்தேன். இருவரும் சாப்பிடும் ஆகாரங்களில் சிறிது சிறிதாக, ஆனால் உயிருக்கு ஆபத்து ஏற்படாத நிலையில் நஞ்சு கலந்து கொடுத்து வந்தேன். நாளாக ஆக நஞ்சின் அளவை அதிகரித்து வந்தேன். இரண்டாண்டுகளில் தங்கமும், கோதையும் பருவமடைந்தனர்.

"இவ்விரு பெண்களையும் யாரும் தீண்டக் கூடாது என்றும் அதனால் உயிருக்கு ஆபத்து என்றும் அறிவித்தேன். என் திட்டம் சரியாக நிறைவேறியிருக்கிறதா என்பதைப்

பார்க்க இரு விஷப் பாம்புகளைக் கொண்டுவரச் செய்தேன். தங்கமும், கோதையும் தூங்கிக் கொண்டிருக்கும்போது பாம்பு களைவிட்டு அவர்களைக் கடிக்கச் செய்தேன்.

"பாம்புகள் கடித்ததும் இரு பெண்களும் விழித்துக் கொண்டனர். பாம்புகளைப் பார்த்ததும் அலறித் துடித்தனர். ஆனால் அவர்களுக்கு யாதொரு தீங்கும் ஏற்படவில்லை. அதற்குப் பதிலாக, சிறிது நேரத்தில் தங்கத்தையும், கோதை யையும் கடித்த பாம்புகள் சுருண்டு, வளைந்து, நெளிந்து, துடித்துக் கொண்டே இறந்து வீழ்ந்தன. நான் அதைப் பார்த்து மகிழ்ச்சியுற்றேன். என் பரிசோதனை வெற்றி பெற்றது. அங்கு நின்ற எல்லோரும் ஆச்சரியத்தால் வாயடைத்துப் போயினர்.

"பாம்புகள் இறந்ததும் எல்லோருக்கும் ஆச்சரியத்தை அளித்தது. அச்சமயம் கமலினி இடைதுறை நாட்டில் தீவிர மாக வேவு பார்த்துக் கொண்டிருந்தாள். மங்கை ஆலங் காட்டில் தங்கி, என்னுடைய படையினருக்கும், ஒற்றர் களுக்கும் உத்தரவுகள் பிறப்பித்துக் கொண்டிருந்தாள். கோதை, தங்கம் இருவரையும் மங்கையின் மூலம் கமலினியிடம் அனுப்பி வந்தேன்.

"கோதையும் தங்கமும் இடைதுறை நாட்டிற்குச் சென்றனர். இருவரும் ஆடல் பாடல்களிலும் தேர்ச்சி பெற்றிருந்தனர். அதனால் அவ்விருவரையும் அரண்மனை நாட்டியக்காரிகளாக நியமிக்க கமலினியால் சுலபமாக முடிந்தது. பருவத்தினால் பொங்கிப் பூரிக்கும் அழகும், உடற் கட்டும், கண்டோரை மயக்கும் சக்தி பெற்றிருந்தன. அரண் மனையில் வீரர்கள் உட்பட பலர் கோதை, தங்கம் இருவர் மீது 'கண்' வைத்தனர்.

ஆட்டத்தினாலும், பாட்டினாலும் பலரை மயக்கி வந்த கோதை, தங்கம் இருவருக்கும் சோதனைக்காலமும் வந்து விட்டது. ஒரு நாள் நள்ளிரவில் பணமுடிப்புகளுடன் இடைதுறையானின் படைத் தலைவர்கள் இருவர், யாரும் அறிய முடியாத நிலையில் வீட்டிற்குள் நுழைந்தனர். இதை முதலிலே எதிர்பார்த்திருந்த கோதையும், தங்கமும் அவர்களை வரவேற்று, உணவளித்து, ஆடிப்பாடிக்களித்தனர். கடைசியில் கோதை ஒரு வீரனையும், தங்கம் ஒரு வீரனையும் அழைத்துக் கொண்டு தனித்தனி அறைக்குள் புகுந்தனர்.

"மறுநாள் பொழுது புலர்ந்தது. இரு ஆடவர்களும் படுக்கையிலிருந்து எழவில்லை. நீண்ட நேரமாகியும் விழிக்காததால் இரு பெண்களுக்கும் சந்தேகம் வளர்ந்தது. அறைக்குள் சென்று அவர்களை எழுப்பிப் பார்த்தனர். ஆனால் அந்த இரு வீரர்களும் இறந்து நீண்ட நேரமாகி விட்டது என்பது பிறகுதான் அவர்களுக்குத் தெரிந்தது.

"அன்று மாலை அவர்களைப் பார்த்து வரச் சென்ற நமது ஒற்றர்களிடம் விபரம் அறிவிக்கப்பட்டது. அந்த ஒற்றர்கள் அன்றிரவே பிணங்களை அப்புறப்படுத்தி விட்டு பண முடிப்புகளையும் பெற்றுக் கொண்டு வந்து விட்டனர். இச்செய்தி எனக்கு அறிவிக்கப்பட்டது. நான் மகிழ்ச்சி யுற்றேன். ஆனால் இந்த இரு பெண்களிடமும் இடைதுறையான் சிக்காமல் தப்பிவிட்டான். அதன் பிறகு எண்ணற்ற வீரர்கள் கோதை, தங்கத்தால் மாண்டு மடிந்தனர். இதன் மூலம் நாம் ஒருபுறம் பழிக்குப்பழி வாங்கி வந்தோம். ஆனால் கோதையும், தங்கமும் அளவற்ற துயரத்தை அடைந் தனர், அழுதனர், துடித்தனர். தங்களுக்குப் பிடித்த ஆண்களை ஏற்று வாழ முடியவில்லையே என்று பரிதவித்தனர். அவர்

களுக்கு மங்கை ஆறுதல் சொல்லிக் கடமையை உணர்த்தி
வந்தாள்.

உங்களுக்குக்கூட நினைவிருக்கலாம். நீங்கள் இருவரும்
இடைதுறை நாட்டின்மீது படையெடுத்துச் செல்லும்
வழியில் ஆலங்காட்டு மாளிகைக்கு வந்தீர்கள். அங்கே இரு
பாடைகள் முன்செல்ல, இரண்டு பெண்கள் துக்கத்தால்
கண்ணீர் பெருக, துணியால் வாயை மூடிக்கொண்டு வந்து
கொண்டிருந்தார்கள். உங்களிருவரையும் இன்னாரென்று
அறிவித்ததும், மண்டியிட்டு வணங்கி 'அன்னை வாழ்க' என்று
கூறிவிட்டுச் சென்றதை நீங்கள் மறந்திருக்க முடியாது.

ஏக காலத்தில் தளநாயகனும், இராசேந்திரனும்
வியப்பினால் 'ஆமாம்! ஆமாம்' என்றார்கள்.

அங்கிருந்தோர் அனைவரும் அன்னையையும்,
இராசேந்திரனையும், தளநாயகனையும் ஆச்சரியத்துடன் மாறி
மாறிப் பார்த்தனர். அன்னை மேலும் சொல்ல ஆரம்பித்தாள்.

"பெண்களுக்கு இதயம் உண்டு; பாசம் உண்டு; காதல்
உண்டு; இதற்குக் கோதையும், தங்கமும் விதிவிலக்கல்ல.
எனது படையில் புதிதாகச் சேர்ந்த ஒரு வீரன், கோதை
நிலைமை தெரியாமல் அவளைக் காதலிக்க ஆரம்பித்தான்.
கோதையும் அவனிடம் மனத்தைப் பறிகொடுத்தாள். ஆனால்
இருவரும் சந்தித்துப் பேசும் வாய்ப்புக் கிடைக்கவில்லை.
மங்கை அவர்களிடையே வளர்ந்துவரும் நேசத்தைக்
கண்டாள். இதனால் விபரீதம் நேரலாம் என்பதை அறிந்தாள்.
அவர்களிருவரும் சந்தித்துப் பேச முடியாமல் சூழ்நிலையை
உண்டாக்கி வந்தாள்.

"கோதையும், தங்கமும் தங்கியிருந்த வீட்டிற்குச் சென்ற
பல வீரர்கள் உயிருடன் திரும்பவில்லை என்ற செய்தி

கொஞ்சம் கொஞ்சமாகப் பரவிற்று. அதனால் இடைதுறை நாட்டிலிருந்து இருவரையும் திரும்ப வரவழைக்க வேண்டிய அவசியமேற்பட்டது. கோதையும், தங்கமும் ஆலங்காட்டில் வந்து தங்கினர். மற்ற வீரர்களுடன் சேர்ந்து பழகாமல் தனித்திருக்கச் செய்ய வேண்டிய நிர்ப்பந்தம் மங்கைக்கு ஏற்பட்டது. இந்நிலையில்தான் கோதைக்கும், வீரனுக்கும் காதல் ஏற்பட்டு வளர்ந்து வந்தது.

"இருவரும் சந்திக்க முடியாமல் இடையூறு பல நேர்ந்த போதும், அவர்களுடைய காதல் இன்னும் அதிகமாக வளர்ந்தது. ஒரு நாள் நமது படையினர் வெளியே சென்றிருந்த சமயம், கோதையின் காதலன் படையிலிருந்து பிரிந்து விட்டான். பிறகு இரகசியமாக வந்து கோதையைச் சந்தித்து அவளைத் தன்னுடன் வந்து விடும்படி அழைத்தான். காதலுக்குக் கண்ணில்லை என்ற முதுமொழிப்படி கோதையும் சம்மதித்து அவனுடன் வெளியேறினாள். அப்பொழுது தங்கம் தூங்கிக் கொண்டிருந்தாள். அவளுக்கு நடந்த விபரம் எதுவும் தெரியாது.

"கோதையும், அவளுடைய காதலனும் நீண்ட தூரம் வந்து மனித சஞ்சாரமே இல்லாத இடத்தில் அமர்ந்தனர். நீண்ட நாட்கள் அடக்கி வைத்த உணர்ச்சி படமெடுத்தாட இருவரும் தங்களை மறந்து பேசிச் சிரித்து, விளையாடி மகிழ்ந்தனர். அவர்களுக்கு நேரம் போனதே தெரியவில்லை. இருவர் முகத்திலும் மகிழ்ச்சி கூத்தாட சந்தோஷத்துடனும், பூரிப்புடனும் திரும்பினர். வரும் வழியில் அந்த வீரன் கீழே விழுந்து மாண்டான். பயமும், துயரமும் ஒருங்கே அடைந்த கோதை, தங்கத்திடம் வந்து நடந்ததைச் சொல்லி அழுதாள். அன்றிரவு கோதை வாழ்க்கையில் வெறுப்புற்று தற்கொலை செய்து கொண்டாள்.

"நான் எதிரிகளைக் கொல்வதற்காக இப்புது முறையைக் கடைபிடித்தேன். ஆனால் அதன் முடிவு பெரும் பயங்கர மாகவே இருந்தது. கோதை, தங்கம் இருவரும் ஆசைகாட்டி, இடைதுறை வீரர்களில் நூற்றுக்கணக்கானவர்களை மோசம் செய்து கொன்றனர். கடைசியில் கோதையே தற்கொலை செய்து கொள்ளும் அளவிற்கு வந்துவிட்டது.

"இதற்கிடையில் கமலினியும் தன் கற்பைப் பறிகொடுத்து வாழ மனமின்றி இறந்தாள். இம்மாதிரி கடமையைச் செய்த துணிச்சல் மிகுந்த பல பெண்கள் இறந்தனர். என்னைத் தூக்கிச் சென்று இடைதுறை நாட்டில் ஒரு மாளிகையில் சிறைவைத்தார்கள் அல்லவா! அந்த மாளிகையைச் சேர்ந்தவர்களை எனது வீரர்கள் கொன்றதுடன், பழிக்குப் பழியாக அவர்களுடைய ஒரே பெண் இன்ப வல்லி யையும் இன்னும் இரு பெண்களையும் தூக்கிக் கொண்டு வந்து விட்டனர். அவர்களைத்தான் பவளத்தீவில் நான் சிறை வைத்திருந்தேன். ஈழத்திலிருந்து திரும்பிய தளபதியும், இளவரசரும் புயலினால் சிக்குண்டு பவளத் தீவில் கரை யேறினர்.

"இளவரசர் அங்கே இன்பவல்லியைக் கண்டு காதலித்தார். இச்செய்தி எனக்குத் துயரத்தைக் கொடுத்தது. இடைதுறையான் சோழ நாட்டைக் கைப்பற்றியதும் நீங்களும், அரச குடும்பத்தினரும் சிறைப்பட்டதும், தளநாயகனும், இராசராசரும் பவளத் தீவிற்கு வந்ததும், ஈழம் சென்று திரும்பிய படைகள் புயலினால் சிதறுண்டதும், எதிரி என்று கருதப்பட்டு சிறை வைக்கப்பட்ட இன்பவல்லியை இளவரசர் காதலித்ததும், இதன் பயனாக என் படையில் நீண்ட சேவை செய்தவளும், எனது வலது கை என்று நான் கருதியவளுமான

மங்கையின் கணவனை இளவரசர் குத்திக் கொன்றதும்
சூழ்நிலை எனக்கு எதிராகத் திரும்புவதாக நினைத்தேன்..."

இவ்வாறு அன்னை வருத்தத்துடன் சொல்லிக் கொண்டு
வரும்போது பக்கத்திலிருந்து மங்கை அழுதுவிட்டாள்.
அவளுடைய கண்களில் கண்ணீர் பெருகி வழிந்ததைக் கண்ட
இராசேந்திரன் திடுக்கிட்டான்.

இராசராசன் எதிரியின் பெண்ணாகிய இன்பவல்லியைக்
காதலித்ததும், மங்கையின் கணவனைக் கொன்றதும்
அரசனுக்கு மனக்கசப்பைத் தந்தது. "ஏன் கொன்றான்
இளவரசன்?" என்று கேட்டான் தளநாயகனிடம். தளநாயகன்
நடந்ததைக் கூறினான். விபரம் அறிந்த மன்னன், "என் மகனா
யிருந்தாலும் சட்டப்படி விசாரணை செய்யப்பட்டு தண்டனை
விதிக்கப்படுவான்?" என்று உரத்துக் கூவினான். அதுவரை
கண்ணீர் பெருகிக் கொண்டிருந்த மங்கை எழுந்தாள். அரசர்
முன்பு வந்து வணங்கினாள்.

"அரசே! இளவரசர் ஆத்திரங் கொண்டு செய்த காரியம்
அது. இதனால் என்ன விளையுமென்பதை அவர் அறிய
வில்லை. அதன் பிறகுதான் நான் யார் என்பதையும், குத்தப்
பட்ட வீரன் என்கணவர் என்பதையும் அறிந்தார். பலமுறை
என்னிடம் மன்னிப்புக் கேட்டார். நானும் மனப்பூர்வமாக
மன்னித்துவிட்டேன். இன்பவல்லியும் இளவரசர் சார்பில்
மன்னிப்புக் கேட்டுக் கொண்டாள். அதன் பிறகு நடந்த சோழ
நாட்டின் மீட்சிப் போரில் இளவரசருடனும், தளபதியுடனும்
நாங்கள் அனைவருமே சேர்ந்து சகோதரர்கள் போல் பழகி,
கடமையாற்றினோம். தாங்கள் இளவரசருக்குத் தண்டனை
விதிப்பதால் என் கணவர் திரும்பி வரப்போவதில்லை, என்
கண்ணீர் நிற்கப் போவதுமில்லை. அதற்குப்பதில் சோழ நாடு

அரச குடும்பத்தில் உதித்த ஒரு வீரனை இழந்து விடும். அரசருக்குப் பதில் அரியாசனம் ஏற வேண்டிய ஒரு உத்தமனை இழந்துவிடும். இன்று நான் கண்ணீர் விடுவதைப் போல நாளை இன்பவல்லியும் கண்ணீர் விடுவாள். அதனால் இளவரசருக்கு எந்தத் தண்டனையும் தாங்கள் விதிக்கக் கூடாது என்று என் சார்பில் கேட்டுக் கொள்கிறேன். அத்துடன் இளவரசர் இன்பவல்லியை மணந்து கொள்ள சம்மதம் அளிக்கவும் வேண்டுகிறேன்" என்றாள். அரசன் தளநாயகனைத் திரும்பிப் பார்த்தான். தளநாயகனும் மங்கையின் பேச்சை ஆதரிப்பவன் போல் தலையை ஆட்டினான். பிறகு அன்னை தொடர்ந்து பேசினாள்:

"அரசே! மங்கை கடமையை உணர்ந்தவள். அரசியல் விவகாரம் அறிந்தவள். அவள் சொல்லுவதை நானும் ஆதரிக்கிறேன்!" என்றாள் அன்னை. அங்கு கூடியிருந்தோர் அனைவரும் "அன்னை வாழ்க! மன்னர் வாழ்க! இளவரசர் வாழ்க! சோழ நாடு வாழ்க!" என்று கோஷமிட்டனர். கோஷம் அடங்கச் சிறிது நேரம் பிடித்தது. அமைதி பிறந்ததும் அன்னை மேலும் பேசினாள்:

"தளபதியும், இளவரசரும் ஆயிரந்தீவுக்கு வந்தது, சோழ நாட்டின் அதிர்ஷ்டம் என்று எண்ணினேன். முயற்சியைத் தளரவிடாமல், புதிய திட்டம் தீட்டினேன். அதன்படி எனது படைகளும், சோழநாட்டுப் படைகளும் ஒழுங்காகத் திட்டத்தை நிறைவேற்றின. இவ்வேலைகளுக்கிடையே தளபதி தளநாயகன் - நந்தினி, இளவரசர் - இன்பவல்லி காதல் குறுக்கிடாமல் அவர்களிடமிருந்து உறுதி வாங்கினேன். எல்லாம் வெற்றியாக முடிந்தது.

"ஆனால் என்னையும், இன்னும் எண்ணற்ற சோழ நாட்டுப் பெண்களையும் கற்பழித்து மோசம் செய்த வஞ்சகன்

இடைதுறையானை நான் என் கையினால் கொல்ல நினைத்தேன். அதுதான் முடியாமல் போயிற்று. 'வஞ்சகன் வீழ்ந்தான்' என்ற செய்தி எனக்குக் கிடைத்ததும், அதுவரை நான் ஆண்டு வந்த ஆயிரந்தீவுகளையும் தங்கள் ஆட்சிக்கு உட்பட்டதாகப் பிரகடனம் செய்தேன்.

"எனது கடைசி ஆசை, சோழநாட்டு மண்ணை மிதிக்க வேண்டும் என்பதுதான். தங்கள் அழைப்பும் கிடைத்தது. அதை ஏற்று மகிழ்வுடன் இங்கு வந்தேன்" என்று கூறி முடித்தாள் அன்னை. அங்கு கூடியிருந்தவர்கள் அனைவரும் 'அன்னை வாழ்க! சோழ நாடு வாழ்க!' என்று மீண்டும் கோஷ மிட்டனர். மன்னர் இராசேந்திரன் அன்னையை அரண் மனைக்கு வரும்படி அழைத்தான். "அரண்மனைக்கு வரவும், அரச குடும்பத்தினருடன் உரையாடவும் நான் அருகதை யற்றவள். நான் இந்த இடத்திலேயே தங்கியிருக்கிறேன்!" என்றாள் அன்னை. அரசன் அன்னையை வற்புறுத்த மனமின்றி அரண்மனைக்குத் திரும்பினான். அன்னை இளமரக்காவில் தங்கினாள். அவளுடன் மங்கை, மரகதம், தங்கம் மற்றும் பல பெண்களும் தங்கியிருந்தார்கள்.

தளநாயகன் அரண்மனையை அடைந்தான். நந்தினியும் அவன் கூடச் சென்றாள். அன்னையின் படையினரும், சோழ நாட்டுப் படையினரும் பாசறைகளுக்குத் திரும்பினர். ஆனால், அன்னை நகருக்குள் வருவாள், அவளைக் காணலாம் என்ற ஆவலுடன் காத்திருந்த ஆயிரக்கணக்கான மக்கள், ஏமாந்து தங்கள் தங்கள் இல்லம் திரும்பினர்.

அரண்மனைக்குத் திரும்பிய அரசரிடம் அன்னையை அழைத்து வரும்படி பலர் வேண்டுகோள் விடுத்தனர். நாட்டையும், நகரையும், அரசரையும் அவருடைய குடும்பத்

தினரையும் காப்பாற்ற அன்னை எடுத்துக் கொண்ட
பெருமுயற்சி நகரெங்கும் விரைவில் பரவியது. நாட்டின்
நலனுக்காக அதன் விடுதலைக்காக தன்னையே அர்ப்பணித்த
அன்னையை, அந்த வீராங்கனையைப் பார்க்க மக்கள் ஆசை
பட்டனர்.

மக்களின் ஆர்வத்தைக் கண்ட அரசன், தளநாயகனையும்
நந்தினியையும் அழைத்தான். அரசனுடைய விருப்பத்திற்
கிணங்காவிட்டாலும் மக்களின் விருப்பத்திற்கிணங்கியாவது
சோழ நாட்டின் தலைநகருக்குள் வரும்படியும் அன்னையிடம்
கூறி, எப்படியாவது அன்னையை அழைத்து வரும்படி
கூறினான் மன்னன். இப்பணியை தளநாயகனும், நந்தினியும்
ஏற்றனர். இச்செய்தி தஞ்சை நகர மக்களுக்கும் அறிவிக்கப்
பட்டது.

மறுநாள் நகரமே உற்சாகத்துடன் காணப்பட்டது.
மக்கள் சுறுசுறுப்புடன் அங்கும் இங்கும் போய் வந்து கொண்
டிருந்தனர். தெருவெல்லாம் தோரணங்களும், அன்னையை
வரவேற்கும் வாசகங்களும் அமைத்து நகரை அலங்கரித்
திருந்தனர். இராச வீதிகளில் மக்கள் குழுமி நின்றனர்.
தளநாயகனும், நந்தினியும், ஐம்பெருங்குழுவினரும் பெருங்குடி
மக்களில் சிலரும் செல்ல, பட்டத்து யானை முன் செல்ல,
தாரை தப்பட்டை மேளம் முரசு முழங்க, அன்னையை
அழைத்துவர ஒரு அழகிய பல்லக்கையும் தூக்கிச் சென்றனர்.

ஊர்வலம் நகரைக் கடந்து இளமரக்காவை அடைந்தது.
எல்லோரும் அங்கேயே நின்றனர். தளநாயகனும், நந்தினியும்,
ஐம்பெரும் குழுவினரும் மாளிகைக்குள் நுழைந்தனர். அங்கே
மங்கையும், மரகதமும் தங்கமும் மற்றும் பல பெண்களும்
இருந்தார்கள். தளநாயகனும், நந்தினியும் "அன்னை எங்கே?"

என்று கேட்டார்கள். "நேற்று இரவு அறைக்குள் சென்றார்கள். நீண்ட நேரம் ஏதோ யோசித்துக் கொண்டு இங்குமங்கும் உலாவினார்கள். பிறகு ஓலைகளும், எழுதுகோலும் கொண்டு வரும்படி எனக்குப் பணித்தார்கள். நான் அவற்றைக் கொண்டு வந்து அவர்களிடம் கொடுத்தேன். அப்போது அவர்களுடைய முகம் வாடியிருந்தது. என்னைப் போகச் சொல்லிக் கதவை அடைத்துக் கொண்டிருந்தார்கள். பிறகு நீண்ட நேரம் எழுதிக் கொண்டிருந்தார்கள். அவர்கள் தூங்க ஆரம்பிக்கும் போது அதிகாலையில் சாமக்கோழி கூவிட்டது. இரவு முழுவதும் விழித்திருந்ததால் அன்னை அயர்ந்து நித்திரை செய்கிறார்கள். அவர்களின் தூக்கத்தை கலைக்க வேண்டாமென்று நினைத்து தான் இன்னும் நாங்கள் எழுப்பவில்லை" என்றாள் மங்கை.

பிறகு மங்கையும் நந்தினியும் சென்று கதவைத் தட்டினார்கள். எவ்விதப் பதிலும் இல்லை. நந்தினி கதவைத் தள்ளினாள். உடனே கதவு திறந்து கொண்டது. உள்ளே சென்றாள். "அம்மா!" என்று கூச்சலிட்டுக் கதறினாள் நந்தினி. மங்கையும் உள்ளே சென்றாள். அவளும் "அம்மா!" என்று கதறி அழுதாள். மங்கையும், நந்தினியும் போட்ட சத்தம் எல்லோரையும் திடுக்கிடச் செய்தது. எல்லோரும் ஓடிவந்து எட்டிப் பார்த்தனர். அவர்கள் அறைக்குள் கண்ட காட்சி எல்லோரையும் திகைத்து நிற்கச் செய்தது.

அன்னை அறைக்குள் தூங்கிக் கொண்டிருக்கவில்லை. ஒரு ஆசனத்தில் அமர்ந்திருந்தாள். பேச்சு மூச்சின்றி அசை வற்றிருந்தாள். கண்கள் மூடியிருந்தன. உடல் விரைத்துப் போயிருந்தது. நந்தினி உள்ளே சென்றதும் அன்னையின் நிலையைக் கண்டாள். "அம்மா" என்று கத்தி விட்டாள். பின்னாலேயே வந்த மங்கை அன்னையைத் தொட்டுப் பார்த்தாள். உடலில் சூடு இல்லை. உடல் விரைத்துப் பனி

போல் குளிர்ந்திருந்தது. அவளும் “அம்மா” என்று கத்தி விட்டாள். விவரம் புரியாமல் வெளியில் நின்ற மற்றவர்களும் அங்கே வந்தார்கள். அன்னை இறந்து போனதை எல்லோரும் அறிந்தார்கள். எல்லோருடைய கண்களும் கண்ணீர் வடித்தன.

பெண்கள் தேம்பி அழுதனர். மற்றவர்கள் மௌனமாக நின்றனர். திகைப்பினால் யாரும் எதுவும் பேசவில்லை. தளநாயகன் பெண்களை ஒதுக்கிக் கொண்டு அறைக்குள் நுழைந்தான். அன்னைக்கு முன்னால் மரியாதையுடன் வணக்கம் செய்தான். அன்னை எழுதி வைத்த ஓலைகளைக் கண்டான். அவற்றை எடுத்துக் கொண்டு வெளியில் வந்தான்.

ஒன்று மன்னன் இராசேந்திரனுக்கு எழுதப்பட்டது. அதில் நாட்டிற்கு பணிபுரியவே மானமிழந்தும் வாழத் துணிந்ததாகவும், கடமை நிறைவேறி விட்டதால் உயிரை மாய்த்துக் கொள்வதாகவும், தான் இறந்த பிறகு தமக்கு ஆடம்பரமாக எதுவும் செய்ய வேண்டாம் என்றும், நாட்டின் விடுதலைக்கு உடல், பொருள், ஆவி அனைத்தும் தியாகம் செய்த, சோழ நாட்டுப் பெண் குலத் திலகங்களுடன் தன்னையும் ஒருத்தியாகக் கருதினால் அதுவே போதுமென்றும், சோழ நாட்டு மண்மீது தான் சாக வேண்டுமென்பதே தனது கடைசி ஆசையென்றும், அதை நிறைவேற்றிக் கொண்ட தாகவும் எழுதியிருந்தாள் அன்னை.

மற்றொன்று தளநாயகனுக்கு எழுதப்பட்டது. அதில் கடமையாற்றும் கர்மவீரனாகிய தளநாயகனை மருமகனாக ஏற்றுக் கொள்வதாகவும், நந்தினியை வாழ்க்கைத் துணைவி யாகப் பெற்று இருவரும் சோழ நாட்டிற்கும், அரச குடும்பத்திற்கும் என்றென்றும் பணியாற்றும்படியும் குறிப் பிட்டிருந்தாள்.

மூன்றாவது ஓலை நந்தினிக்கு எழுதப்பட்டது. அதில்
தனது ஒரே மகளான செல்வி நந்தினியை விட்டுப் பிரிவ
தாகவும், நந்தினி தன் கருத்துக்கிசைந்த காதலனின் கரம்
பிடித்து, நன்கு வாழ வேண்டுமென்றும், கணவனையும்,
நாட்டையும் இரு கண்களாகப் பாவிக்கும்படியும், தாய்
இல்லாமல் வாழ்ந்து பழகிய நந்தினி, தாயின் பிரிவை
நினைத்து வருந்தாமல் வழக்கம்போல் கடமையில் கருத்தைச்
செலுத்தும்படியும் எழுதியிருந்தாள்.

நான்காவது ஓலை மங்கை, மரகதம் போன்ற பெண்
களுக்கும், தனது படைவீரர்களுக்கும் எழுதப்பட்டது. அதில்
மங்கை, மரகதம், தங்கம் முதலிய பெண்கள் அன்னையின்
கட்டளை ஒன்றையே சிரமேற்கொண்டு தன்னலங் கருதாது
கடமையைச் செய்து வந்ததை பாராட்டுவதாகவும், இனியும்
பெண்கள் குலத்தின் நன்மைக்காக தொடர்ந்து பாடுபடும்
படியும் எழுதப்பட்டிருந்தது. அன்னையின் படைவீரர்கள்
சோழ மன்னனின் கட்டளைக்குப் பணிந்து நடக்கும்படி
வேண்டுகோள் விடுத்திருந்தாள்.

எல்லா ஓலைகளையும் அங்கு கூடியிருந்தோர்க்குப்
புரியும்படி வாசித்துக் காட்டினான் தளநாயகன். மன்னனுக்கும்
செய்தி அறிவிக்கப்பட்டது. மன்னன் திடுக்கிட்டான். ஓடோடி
வந்தான். தன்னையறியாமல் அவனும் கண்ணீர் விட்டான்.
இதற்குள் அன்னை இறந்த செய்தி காட்டுத் தீ போல்
நகரெங்கும் பரவியது. அன்னையின் ஊர்வலத்தைப் பார்க்க
வீதிகளில் திரண்டு நின்ற மக்கள் சோகத்தால் புலம்பினர்.

சிறிது நேரத்தில் அன்னையின் உடல் ஊர்வலமாக
எடுத்து வரப்பட்டது. அன்னையை உயிரோடு பார்க்காத
மக்கள், அன்னையின் உடலை மட்டுமே பார்த்தனர். கடைசி
யாக படைகள் அஞ்சலி செய்ய, மரியாதையுடன் அன்னையின்
உடல் அடக்கம் செய்யப்பட்டது.

12. எல்லாம் போல நல்ல முடிவே!

வாழ்க தாழ்வுயர்வில் லாத்தனித் தமிழர்
வழங்கு செந்தமிழ் மொழி வாழ்க!
வாழ்க செந்தமிழைத் தாய் மொழியாக
வழங்குசெந் தமிழர்கள் வாழ்க!
வாழ்கபல் வளமும் பொருந்தியே தமிழர்
வாழ்கதிரா விடமது வாழ்க!
வாழ்கவெந் நாளு மிக்கதை தமிழர்
மனத்தளி பொலிந்து வாழியவே!

அந்தி நேரம். இராசராசனும், இன்பவல்லியும்
இடைதுறை அரண்மனையின் உப்பரிகையில் உல்லாசமாகப்
பொழுது போக்கிக் கொண்டிருந்தனர். ஒரு வீரன் கடித
மொன்றைக் கொண்டு வந்து கொடுத்தான், இளவரசனிடம்.
இராசராசன் அதை வாங்கிப் படித்தான். அவன் முகத்திலே
வியப்பும், திகைப்பும் மாறி மாறித் தோன்றின. அவன்
முகத்தையே கூர்ந்து கவனித்துக் கொண்டிருந்த இன்பவல்லி
காரணம் புரியாது தவித்தாள், "யாருடைய கடிதம்? என்ன
செய்தி?" என்று அடிக்கடி கேட்டாள்.

"அன்னை இறந்து விட்டார்களாம்!" என்றான் இளவரசன்,
துயரம் நெஞ்சை அடைக்க "ஆ! ஏன்? என்ன காரணம்?"
என்று திகைப்புடன் கேட்டாள் இன்பவல்லி. "கடமை

முடிந்து விட்டது என்று தற்கொலை செய்து கொண்டார் களாம்" என்றான் இளவரசன்.

"கடிதத்தில் இன்னும் என்ன செய்தி எழுதியிருக் கிறார்கள்?"

"உன்னை அழைத்துக் கொண்டு என்னை வரச் சொல்லி யிருக்கிறார்கள். நம்மிருவருக்கும் மணம் முடிக்கும்படி, சாவதற்கு முன்னால் என் தந்தையிடம் அன்னை நேரிலேயே கெஞ்சிக் கேட்டுக் கொண்டாளாம். அன்னை இறந்ததும் அவள் விருப்பத்தை உடனடியாக நிறைவேற்றவே நம்மை அழைத்திருக்கிறார் மன்னர்!"

"அப்படியானால் வாருங்கள், இப்போதே புறப்பட ஏற்பாடு செய்வோம்!" என்றாள் இன்பவல்லி. இளவரசனும், இன்பவல்லியுடன் புறப்பட்டுச் செல்ல ஆயத்தமானான்.

மங்கை, மரகதம், கோதை, அவர்களைச் சார்ந்த இன்னும் பல பெண்களும் பௌத்த துறவிகளாக மாறி விட்டனர். நாகபட்டணத்தில் உள்ள புத்த விகாரத்தில் பிட்சுனி களாகத் தொண்டு செய்ய அவர்கள் விடைபெற்ற போது, இராசேந்திரன், அந்த புத்தர் கோயிலுக்கு சில மானியங்களை விட்டுக் கொடுத்தான்.

அதற்குப் பின் சில நாட்கள் சென்றதும் இராசராசனுக்கும் - இன்பவல்லிக்கும்; தளநாயகனுக்கும் - நந்தினிக்கும் திருமணங்கள் சிறப்புடன் நடந்தேறின. தளநாயகன் சோழ நாட்டுப் படைத் தலைவனாக நியமிக்கப்பட்டான். இராசராசனுக்கு இளவரசுப் பட்டம் சூட்டப்பட்டது. பட்டம் சூட்டி முடிந்ததும் இராசராசன் மன்னனின் பிரதிநிதியாக இடைதுறை நாட்டில் தங்கி இன்பவல்லியுடன் நாட்டை ஆண்டு வந்தான். இராசேந்திரனும், அவனுடைய வீரப்

புதல்வன் இராசராசனும், தளநாயகனும் ஒன்றுசேர்ந்து கங்கைக் கரை வரை சென்று, சோழ ஏகாதிபத்தியத்தை விரிவுபடுத்தி, எதிரிகளைப் புறங்காணச் செய்தனர். தென்னகம் மட்டுமின்றி வடக்கே வங்காளம் வரையிலும், கிழக்கே சாவகம் வரையிலும், தெற்கே இலங்கையிலும், மேற்கே குடகு, கொங்கணம், ஆயிரந்தீவுகளிலும் சோழனின் ஆட்சி விரிந்து படர்ந்திருந்ததாகச் சரித்திரம் கூறுகிறது.